राजेंद्र आकलेकरांचं संशोधन खऱ्या अर्थानं भारतीय रेल्वेने घडवलेल्या नव्या मार्गावर प्रकाश टाकणारं आहे.

— सर मार्क टुली,
Non-Stop India पुस्तकाचे लेखक

आकलेकरांची रेल्वे विषयातली रूची त्यांची इतिहासाबाबतची दक्षता आणि सखोल चिंतन दर्शवते.

— ग्यान प्रकाश,
Mumbai Fables पुस्तकाचे लेखक

या पुस्तकात प्रतिबिंबित होणारी ऊर्जा आणि इतिहासाबद्दलची कळकळ वाखाणण्याजोगी आहे.

— गिलियन तिंडॉल,
City of Gold : The Biography of Bombay पुस्तकाचे लेखक

उत्कंठावर्धक विषय आणि सखोल अभ्यास असणारी मांडणी...

— नरेश फर्नांडीस,
City Adrift: A Short Biography of Bombay
पुस्तकाचे लेखक

आकलेकर मुंबई रेल्वेच्या वारशाचा खरा पालनकर्ता आहेत.

— इयान केर,
Building the Railways of the Raj १८५०-१९००
पुस्तकाचे लेखक

आपल्या स्नेहीजनांना पुस्तके भेट द्या

'HALT STATION INDIA' या इंग्रजी पुस्तकाचा अनुवाद

कहाणी पहिल्या आगीनगाडीची

देशातील पहिल्या रेल्वेमार्गाची चित्तरंजक कहाणी

राजेंद्र आकलेकर

(**सर मार्क टुली** यांच्या प्रस्तावनेसह)

अनुवाद

रोहन टिल्लू

मेहता पब्लिशिंग हाऊस

Email : production@mehtapublishinghouse.com
Website : www.mehtapublishinghouse.com

HALT STATION INDIA by Rajendra Aklekar

© Rajendra B. Aklekar 2014

Translated into Marathi Language by Rohan Tillu

कहाणी पहिल्या आगीनगाडीची / माहितीपर

अनुवाद : रोहन टिल्लू
author@mehtapublishinghouse.com

मराठी अनुवादाचे व प्रकाशनाचे हक्क मेहता पब्लिशिंग हाऊस, पुणे.

प्रकाशक : सुनील अनिल मेहता, मेहता पब्लिशिंग हाऊस,
१९४१, सदाशिव पेठ, माडीवाले कॉलनी, पुणे - ४११०३०.

मुखपृष्ठ : मेहता पब्लिशिंग हाऊस
प्रथमावृत्ती : डिसेंबर, २०१९

P Book ISBN 9789353173661

मुंबई रेल्वे आणि तिच्या निर्मात्यांना...

प्रस्तावना

अद्‌भुत व चित्ताकर्षक तपशिलांनी भरलेलं राजेंद्र भा. आकलेकर यांचं हे पुस्तक वाचल्यानंतर एक गोष्ट लक्षात आली. पूर्वी बॉम्बे म्हणून ओळखली जाणारी मुंबई एक नाही, दोन कारणांसाठी भारतीय रेल्वेचीच नाही, तर आशियातल्या रेल्वेची जन्मभूमी म्हणवून घेऊ शकते. भारतातली पहिली ट्रेन एप्रिल १८५३ मध्ये बॉम्बे ते ठाणे यादरम्यान धावली. एवढंच नाही, तर या घटनेच्या २९ वर्षं आधी एकाच जागी स्थिर असलेलं वाफेवर चालणारं पहिलं इंजिन मुंबईत सुरू झालं होतं. हे वाफेवरचं इंजिन म्हणजे ट्रेन खेचणाऱ्या मोठाल्या इंजिनांचं जनक होतं. या वाफेवरच्या इंजिनांनीच भारतात रेल्वेच्या युगाची सुरुवात केली.

पण तरीही, माझ्यासारखा हाडाचा कलकत्तावासी मुंबईच्या या दाव्यावर आक्षेप घेईल. किमान या दाव्याबद्दल शंका तरी उपस्थित करेल. माझ्या बालपणाच्या सुरुवातीच्या काळात मी ईस्ट इंडियन रेल्वे, बंगाल-नागपूर रेल्वे, बंगाल-आसाम रेल्वे अशा रेल्वेंनी प्रवास केला आहे. त्या प्रेमापोटी मी एवढं नक्की सांगू शकतो की, एका जहाजाच्या कप्तानाने आणि एका कारकुनाने हलगर्जीपणा केला नसता, तर भारतातली पहिली रेल्वे कलकत्त्याहून धावली असती. ईस्ट इंडियन रेल्वेसाठी डबे घेऊन येणारं जहाज या कप्तानाच्या हलगर्जीपणामुळे बुडालं. या कारकुनाने हलगर्जीपणानं वाफेवरचं पहिलं इंजिन चुकून भारतात पाठवण्याऐवजी ऑस्ट्रेलियात पाठवलं होतं.

अर्थात हे हाडवैर बाजूला ठेवून एक गोष्ट मान्य करायलाच हवी. बॉम्बे आणि कलकत्ता या दोन्ही रेल्वेंनी ब्रिटिशकालीन भारतातली दोन महान शहरं घडवली. या

रेल्वे म्हणजे जीवनरस वाहून नेणाऱ्या धमन्या होत्या. राजेंद्र भा. आकलेकर यांनी बारकाईने अभ्यास करून अनेक तपशील शोधून काढले आहेत. आपल्या बुद्धिमत्तेचा कस लावून त्यांनी त्या तपशिलांमागची कारणमीमांसाही केली आहे. या सगळ्या परिशीलनातून या विषयावर एक नवीन प्रकाश पडतो. या रेल्वे कशा बांधल्या गेल्या, नव्या रेल्वेलाइन कुठे टाकल्या, त्या तिथेच टाकण्यामागची कारणं काय होती, त्या टाकताना काय काय अडचणी आल्या, त्या अडचणींवर कसा तोडगा काढला गेला, अशा अनेक गोष्टी या पुस्तकातून समजतात. या पुस्तकात रेल्वेच्या कर्मचाऱ्यांचीही माहिती मिळते. आपलं इंजिन भन्नाट वेगात पळवण्यासाठी ओळखला जाणारा इंजिनचालक, ट्रेनमधून प्रवास करणारे लोक, ट्रेनवर रोजी-रोटी अवलंबून असलेले लोक असे अनेक नमुने या पुस्तकाद्वारे भेटतात. हे तपशील फक्त रेल्वेच्या इतिहासकारांसाठीच महत्त्वाचे नाहीत. त्यातून सामाजिक, आर्थिक आणि इतर इतिहासकारांना भूतकाळात डोकावण्याची संधी मिळते. राजेंद्र भा. आकलेकरांनी दिलेली ही सामग्री आम्ही पत्रकार लोक रेल्वेबद्दलचे आमचे लेख आणखी रंजक करण्यासाठी वापरू शकतो.

बॉम्बे म्हणजे दोन रेल्वेची जन्मभूमी! पहिली रेल्वे जन्माला आली, तीच एकदम भव्य नावाचा वारसा घेऊन 'द ग्रेट इंडियन पेनिन्सुला रेल्वे'! आणि माझ्या मते भारतातल्या इतर कोणत्याही रेल्वेच्या तुलनेत या दुसऱ्या रेल्वेच्या नावात एक छान अनुप्रास आणि नाद आहे. द बॉम्बे, बडोदा ॲण्ड सेंट्रल इंडिया रेल्वे! हे नाव वाचलं की, मला नेहमी एखाद्या लोखंडी पुलावरून जाणाऱ्या रेल्वेची आठवण येते. ती रेल्वे असाच 'बॉम-बॉम-बॉम-बॉम' आवाज करत जाते. द ग्रेट इंडियन पेनिन्सुला रेल्वेची भव्यता वाढण्यामागे एका भव्य स्थानकाचाही वाटा आहे. हे स्थानक माझ्या दृष्टीने न्यू यॉर्कच्या ग्रॅन्ड सेंट्रल स्टेशनपेक्षाही भव्य आहे. ते म्हणजे छत्रपती शिवाजी महाराज टर्मिनस! काही टॅक्सीवाले आणि मुंबईतील जुने लोक अजूनही या स्थानकाचा उल्लेख व्हीटी असाच करतात. व्हीटी म्हणजे या स्टेशनच्या जुन्या व्हिक्टोरिया टर्मिनस या नावाची आद्याक्षरं. या स्थानकाच्या तुलनेत दोन कमी भव्य स्थानकं द बॉम्बे, बडोदा ॲण्ड सेंट्रल इंडिया रेल्वेने मुंबईत उभारली. ही दोन टर्मिनस म्हणजे चर्चगेट आणि बॉम्बे सेंट्रल म्हणजे आताचं मुंबई सेंट्रल. भव्यतेतील कमतरता या रेल्वेच्या सारसेनिक-गॉथिक शैलीतील मुख्यालयाच्या इमारतीने भरून काढली.

गेली दहा वर्षं राजेंद्र भा. आकलेकर द ग्रेट इंडियन पेनिन्सुला रेल्वेमार्गावरून व्हिक्टोरिया टर्मिनस ते ठाणे हे अंतर अनेकदा चालले आहेत. चालताना एकच ध्येय होतं, असे कोणतेही अवशेष जे भूतकाळावर प्रकाश टाकतील! हे संशोधन सुरू असतानाच त्यांच्या लक्षात आलं की, एकेकाळी जिथे वधस्तंभ होते, तिथेच

आता व्हिक्टोरिया टर्मिनसची भव्य इमारत उभी आहे. बॉम्बे, बडोदा ॲण्ड सेंट्रल इंडिया रेल्वेचा अभ्यास करताना त्यांना असं आढळलं की, सुरुवातीच्या काळात मुंबईच्या ग्रँट रोड स्थानकातून सुटणारी गाडी ४९२ किलोमीटर दूर असलेल्या अहमदाबादला पोहोचायला ४६ तास लागायचे. म्हणजेच या गाडीचा सरासरी वेग जेमतेम १० किलोमीटरपेक्षा जास्त होता.

राजेंद्र भा. आकलेकरांनी फक्त मुंबईतून बाहेर जाणाऱ्या मुख्य रेल्वेलाइनचाच अभ्यास केलेला नाही, तर त्यांनी या रेल्वेलाइनच्या शाखा असलेल्या लाइन्स, औद्योगिकीकरणांसाठी बांधलेल्या रेल्वेलाइन आणि बंदरांसाठी बांधलेल्या लाइनबाबतही संशोधन केलं आहे. मला स्वत:ला त्यांनी मुंबईच्या बॅलार्ड पिअर लाइनबद्दल केलेलं संशोधन खूप आवडलं. ही रेल्वेलाइन म्हणजे इंग्लंड ते मुंबईदरम्यान धावणारी प्रवासी जहाजं आणि मुंबईतून पुढे देशभरात धावणारी रेल्वे यांना जोडणारी साखळी होती. आंतरराष्ट्रीय प्रवास बिनचेहऱ्याच्या आणि एकसुरी विमानप्रवासाने होण्याआधीचा तो काळ होता आणि राजेंद्र भा. आकलेकरांनी या संशोधनातून त्या काळाचं एक चित्र उभं केलं आहे. ब्रिटिश सैनिकांना वायव्य सरहद्दीवर घेऊन जाणारी फ्रंटियर मेल बॅलार्ड पिअरवरून सुटत आहे, याची मी कल्पना करू शकतो आणि त्याच वेळी पी ॲण्ड ओ जहाजातून आलेल्या गोऱ्या साहेबांना कलकत्त्याला घेऊन जाणाऱ्या इंपिरिअल मेलचा थाटही डोळ्यांसमोर येऊ शकतो. त्या काळातील गाड्यांमध्ये चैनीच्या कल्पनाही विलक्षण होत्या. त्यात नीड्ल बाथचा समावेश होता. स्टीलच्या दोन पाइपांना असंख्य भोकं पाडून त्यातून प्रचंड दाबाने पाणी सोडून स्नान केलं जायचं. आताच्या काळात प्रसिद्ध झालेल्या जॅकुझीचा हा साम्राज्यवादाच्या काळातला अवतार म्हणता येईल. या मेल गाड्या मला त्या भल्या मोठ्या इंजिनांचीही आठवण करून देतात. मानवाने तयार केलेल्या इतर कोणत्याही यंत्रापेक्षा वाफेचं इंजिन हे माणसाच्या जास्त जवळचं आहे, यात वादच नाही.

बंद अवस्थेत असलेल्या औद्योगिक कारणासाठी वापरल्या गेलेल्या रेल्वेलाइन मला एक शोकांतिका सांगतात. रस्त्यांच्या आक्रमणापुढे हरलेल्या रेल्वेची शोकांतिका! रेल्वेबरोबरच मुंबईला महान बनवण्यात वाटा असलेल्या औद्योगिक क्षेत्राची पीछेहाट कशी झाली, याचीही कथा या बंद पडलेल्या रेल्वेलाइन सांगतात; पण बदलत्या काळाबरोबर रेल्वेलाही बदलण्याची गरज आहे. रेल्वेची सुरुवात कुठून झाली आणि आतापर्यंत या रेल्वेने आपलं रूपडं कसंकसं बदललं, याची कथा राजेंद्र भा. आकलेकर आपल्याला सांगतात.

आणखी पन्नास वर्षांनी आणखी एखादा रेल्वे इतिहासकार बॉम्बे ते ठाणे यादरम्यान रेल्वेमार्गावरून चालेल, अशी आशा आहे. त्याला किंवा तिला हे रेल्वे ट्रॅक तसेच दिसतील. द ग्रेट इंडियन पेनिन्सुला रेल्वे आणि द बॉम्बे, बडोदा ॲण्ड

सेंट्रल इंडिया रेल्वे ही नावं टाकून जरा कमी वलय असलेली सेंट्रल रेल्वे आणि वेस्टर्न रेल्वे ही नावं धारण केलेल्या रेल्वेंचीही भरभराट झाली असेल. रेल्वेचे रूळ आणि गाड्या यांना टिकून राहायचं असेल, तर त्यांच्यात बदल झाला पाहिजे. वाहतुकीबद्दल लेखन करणाऱ्या ख्रिश्चन वॉल्मर यांना विश्वास आहे की, रेल्वे टिकून राहील. 'ब्लड, आयर्न अ‍ॅण्ड गोल्ड' या आपल्या पुस्तकात ते लिहितात,

> रेल्वे कदाचित कार्स आणि लॉरीपुढे किंवा अमेरिकेसारख्या मोठ्या देशांमध्ये विमानांपुढे हरली असेल; पण ती टिकून आहे आणि आता तिचा विस्तार होत आहे. यातून एक गोष्ट नक्की दिसते, ती म्हणजे रेल्वेचा लवचीकपणा! रेल्वे या भूतकाळाचं अपत्य असतील; पण तेच आपलं भविष्य आहे.[१]

त्यामुळे भूतकाळातली रेल्वे, तिचे रूळ आणि त्यांच्याशी जोडल्या गेलेल्या गोष्टींचं कौतुक करत असताना आपण हे विसरता कामा नये की, मुंबईची ही रेल्वे किंवा भारतीय रेल्वे नेहमीच भविष्याकडे पाहत आली आहे.

सर मार्क टुली

---

१. Christian Wolmar, Blood, Iron, and Gold : How the Railways Transformed the World (New York Public Affairs, 2010), पृ. = ३३४

लेखकाचं मनोगत

A sun is rising on the darken'd land,
Shaped by civilization's godlike hand,
And thousands soon will gather to behold,
The spectacle of wonders manifold (...)

Oh, hark its shrill, its thrilling, awing scream;
Oh, see it moves, it glides like some free stream,
Rising all things with it with ruthless force,
That come upon its unimpeded cource.[1]

भारतातील रेल्वे नेहमीच स्मरणरंजन आणि एका सुंदर भावनेची अनुभूती देते. जगभरातील अनेक लेखकांनी भारतीय रेल्वेबद्दल भरपूर लेखन केलं आहे. देशभरातल्या या रेल्वेच्या जाळ्याचे वेगवेगळे पैलू जगासमोर आणण्यासाठी हजारो संशोधकांनी रेल्वेची कागदपत्रं आणि संग्रहालयं पिंजून काढली आहेत. त्यासाठी त्यांनी अक्षरशः रात्रीचा दिवस केला. रेल्वेचे चाहते आणि रेल्वेबद्दल ममत्व असलेल्यांनी वेगवेगळ्या भागांमध्ये प्रवास करत त्यांच्या आठवणी आणि या रेल्वेचे विविध पैलू आपल्या लेखनातून समोर ठेवले आहेत. '१६ एप्रिल १८५३ रोजी भारतातलीच नाही, तर

---

१. 'द ओपनिंग ऑफ द बॉम्बे रेल्वे', बॉम्बे टाइम्स, १८ एप्रिल १८५३

आशियातील पहिली प्रवासी गाडी तीन इंजिन आणि १४ डब्यांसह बोरीबंदर[२] ते ठाणे या ३४ किलोमीटरच्या मार्गावर धावली' इथपासून ते, 'या बहुरंगी आणि बहुढंगी देशाला जोडण्यासाठी आणि खऱ्या अर्थाने राष्ट्रीय एकात्मता साध्य करण्याचं काम रेल्वेने केलं', इथपर्यंत – असा कोणताही विषय नाही, ज्यात रेल्वेचा अभ्यास झाला नाही. भारताच्या स्वातंत्र्यलढ्यातलं रेल्वेचं योगदान आपल्याला माहीत आहे, रेल्वेच्या वाढीशी निगडित अनेक वादही आपण ऐकलेले आहेत आणि त्यांच्या 'झुक् झुक् झुक् झुक्' या अगदी साध्या तालाचीदेखील आपल्याला इत्थंभूत माहिती असते.

'मग या रेल्वेबद्दल आणखी सांगावं असं काय आहे? आपल्याला माहीत नाही, असं नवीन काय आहे?' मी हे पुस्तक लिहायला घेतल्यानंतर हे दोन प्रश्न मला वारंवार विचारले गेले. मी आत्मविश्वासाने सांगायचो, 'खूप काही.'

ग्रेट इंडियन पेनिन्सुला रेल्वेच्या भारतातल्या या पहिल्या रेल्वेमार्गावर चालत जाण्याचा माझा नित्याचा क्रम मी गेली अनेक वर्षं करत होतो. दहा वर्षांनी मला असं वाटलं की, थोडं थांबावं आणि मला आढळलेल्या गोष्टी वाचकांपर्यंत पोहोचवाव्यात. मग मी मला सापडलेल्या अनेक आश्चर्यकारक गोष्टींची नोंद करायला सुरुवात केली.

GIPR वरच्या माझ्या पदभ्रमंतीवरून स्फूर्ती घेत मी मुंबईतील दुसऱ्या रेल्वेलाइनवरून म्हणजे बॉम्बे, बडोदा ॲण्ड सेंट्रल इंडिया रेल्वेच्या मार्गावरूनही चालायला सुरुवात केली. हा प्रवासही मला खूप काही शिकवून गेला. म्हणूनच या पुस्तकात पश्चिम रेल्वेबद्दलचंही एक प्रकरण आहे.

नंतर वेळ आली ती हार्बर मार्गाची. सुरुवातीला हा मार्ग फक्त कुर्ला आणि व्हिक्टोरिया टर्मिनस याच स्थानकांपुरता मर्यादित होता. पुढे हा मार्ग नवी मुंबई आणि त्याच्याही पलीकडे पोहोचला. याच मार्गावर विद्युत यंत्रणेवरील देशातली पहिली लोकल गाडी धावली. बंदरांसाठीच्या रेल्वेमार्गांबरोबरच या हार्बर मार्गाचाही परामर्श एका प्रकरणात घेतला आहे.

रेल्वेच्या आठवणी, काही खासगी नोंदी, लोकांशी झालेले पत्रव्यवहार, त्यातून कळलेले काही किस्से, देशातल्या रेल्वेच्या आगमनाबद्दल लोकांनी लिहून ठेवलेल्या

---

२. मुंबई हे शहर एकेकाळी बॉम्बे, परळ, माझगाव, माहीम, कुलाबा, वरळी आणि ओल्ड वुमन्स आयलंड (किंवा छोटं कुलाबा) या सात बेटांचं शहर होतं. १५३४मध्ये झालेल्या वसईच्या तहानंतर या बेटांचा ताबा पोर्तुगीजांकडे देण्यात आला. १६६१मध्ये इंग्लंडच्या दुसऱ्या चार्ल्सकडे या बेटांचा ताबा होता.

गोष्टी यांनी या पुस्तकाला एक वेगळीच उंची प्राप्त करून दिली. या सगळ्या गोष्टींमुळे त्या सोनेरी दिवसांचं चित्र उभं करणं खूप सोपं जातं.

~

भारतातली पहिली ट्रेन १८५३ मध्ये धावली. उभ्या पसरलेल्या बॉम्बे बेटाच्या दक्षिण टोकावरच्या बोरीबंदर स्थानकावरून ही गाडी निघाली आणि ३४ किलोमीटर अंतर कापून उत्तरेकडे ठाण्यापर्यंत गेली. ही गाडी मुंबईच्या पूर्व किनाऱ्यालगत शेतं, दलदल, जंगल, टेकड्या आणि बोगदे पार करत धावली. त्यानंतर तिने मुख्य भूभागात प्रवेश केला. कल्याणपर्यंत गेल्यावर या मार्गाचे दोन भाग झाले. इथून ही गाडी २००० फूट उंचीच्या सह्याद्री पर्वतरांगा पार करून भारतीय उपखंडात पसरली.

GIPRनं सुरू केलेल्या या रेल्वेच्या जाळ्याने जगाला थक्क केलं. पूर्वेकडची ही पहिलीच रेल्वेलाइन होती; त्यामुळे या मार्गाने अभियंत्यांना तर आकर्षित केलंच; पण लेखकांच्या प्रतिभेलाही खाद्य पुरवलं. यातूनच अनेक साहित्यकृतीही जन्माला आल्या. जुल्स वेर्नच्या 'अराउंड द वर्ल्ड इन एटी डेज' या गाजलेल्या साहित्यकृतीमागची प्रेरणाही GIPRची नवीन रेल्वेलाइन होती. जगाची प्रदक्षिणा करण्यासाठी लागणारा कालावधी GIPRच्या या मार्गामुळे लक्षणीयरीत्या कमी होऊन ८० दिवसांवर आल्याचा शोध या कादंबरीच्या केंद्रस्थानी असलेल्या फिलीस फॉगला लागतो.

~

मुंबईत मालाची ने-आण अगदी जलद आणि विनासायास व्हावी, या उद्देशाने प्रायोगिक तत्त्वावर पहिल्या रेल्वेमार्गाची आखणी करण्यात आली होती. त्यानंतर लष्करीदृष्ट्या महत्त्वाची म्हणून या रेल्वेमार्गाला महत्त्व होतं. प्रवासी वाहतूकही केली जात होतीच.

१८५३च्या सुमारास ब्रिटिश राजघराण्याच्या वतीने ईस्ट इंडिया कंपनी भारतातला कारभार सांभाळत होती. ब्रिटिश कापड गिरण्यांना लागणारा कापूस हा भारतातून ब्रिटनमध्ये निर्यात होणाऱ्या कच्च्या मालापैकी एक महत्त्वाचा घटक होता. हा कापूस भारतातल्या अंतर्गत भागांमध्ये तयार होत होता. देशाच्या विविध भागांतून कापूस मुंबईतल्या बंदरात आणायचा आणि मुंबईतून जहाजाने तो ब्रिटनला पाठवायचा, अशी योजना होती. या कापसाच्या वाहतुकीसाठी रेल्वे उभारावी, हादेखील प्राथमिक उद्देश होता. कापूस वगळता चामडे, तेल, मसाले, मीठ आणि फळे, लोकर, अफू, नीळ, साखर, जडजवाहीर, चहा, धान्य, काश्मिरी शाली, मणी, धातू – ही यादी न संपणारी आहे आणि हा व्यापार फक्त इंग्लंडबरोबरच नाही, तर चीन, आफ्रिकेचा

काही भाग, सिंगापूर, फ्रान्स, मॉरिशस, जावा, सिलोन (आताचं श्रीलंका) आणि उत्तर अमेरिका या प्रदेशांबरोबरही होत होता. हा सगळा व्यापार मुंबईच्या³ बंदरांतूनच नियंत्रित केला जात होता. या व्यापारी धोरणांना रेल्वेने एक ठोस दिशा दिली.

ब्रिटिशांनी भारतात आणलेल्या या तंत्रज्ञानाने इथल्या स्थानिकांच्या सवयी आणि रूढीही पार बदलून गेल्या. बांधकामाच्या ठिकाणी सामान वाहून न्यायला एकचाकी ढकलगाडी वापरण्यापासून ते इंग्रजी शिक्षणाला रुकार देईपर्यंत अनेक गोष्टी भारतीयांनी जरा सावधपणे का होईना; पण स्वीकारायला सुरुवात केली. १८५० च्या दशकात आलेली रेल्वे म्हणजे ब्रिटिशांनी भारतात आणलेल्या नव्या गोष्टींमधील सर्वांत मोठी गोष्ट होती. ही गोष्टही सुरुवातीला लोकांनी अगदीच काऽकू करत स्वीकारली; पण काळानुरूप रेल्वेला अफाट लोकप्रियता मिळाली आणि या खंडप्राय देशात रेल्वेचं जाळं अक्षरश: वणव्यासारखं आडवं-उभं पसरलं. यासाठी अनेक खासगी भारतीय व्यावसायिकच पुढे आले आणि त्यांनी वेगवेगळ्या भागांमध्ये वेगवेगळ्या गेजचे रेल्वेमार्ग सुरू केले.

इथे मला एक महत्त्वाचा मुद्दा मांडायचा आहे. भारतीयांनी घाबरत, बिचकत ब्रिटिश तंत्रज्ञान स्वीकारलं, तरी ब्रिटिश येण्याआधी शतकानुशतकं भारतीय आपल्या प्राथमिक अवस्थेतील अभियांत्रिकी कलेच्या मदतीने भव्य शिल्पं उभारत होते. भारतीयांनी उभारलेली अनेक शिल्पं हा मुद्दा सहज पटवून देतील.

~

या रेल्वेमार्गाची मूळ संरचना शोधून काढणं आणि तिचा माग घेणं हे एखादा दडवून ठेवलेला खजिना शोधण्यासारखंच आहे. त्यातला आनंद अवर्णनीय आहे; पण या रेल्वेच्या जाळ्याचा इतिहास शोधायला १५० वर्षांनंतर भारतातल्या या पहिल्या रेल्वेमार्गावरचे अवशेष शोधण्याचा प्रयत्न करणं खरंच तेवढं महत्त्वाचं आहे का?

खरंतर या प्रश्नाचं उत्तर देणं तेवढं सोपं नाही. या पहिल्या रेल्वेमार्गासाठीच्या स्थानकाच्या इमारती, इतर इमारती, रेल्वेरूळ अशा सगळ्याच पायाभूत सुविधा अत्यंत मागास तंत्रज्ञानाचा वापर करून बांधल्या होत्या. या गोष्टी फार काळ टिकल्या नाहीत. पहिली रेल्वे धावल्यानंतर जेमतेम १०-१५ वर्षांमध्ये म्हणजे १८६० च्या दशकातच या मूळ इमारतींपैकी अनेक इमारती मोडकळीस आल्या होत्या. या इमारतींची डागडुजी करावी लागली किंवा त्या पूर्णपणे नव्याने बांधाव्या

---

३. प्रोफेशनल पेपर्स ऑन इंडियन इंजिनिअरिंग, खंड ३, संपादन – मेजर जे. जी. मेडली. (इंडिया : थॉमसन कॉलेज प्रेस, १८६६) पृष्ठ. १३४

लागल्या होत्या. बांधकामासाठी भारतात उपलब्ध असलेल्या साहित्याबद्दल[४] पुरेसं ज्ञान नसल्याने हे असं झालं, असा ठपका ब्रिटिश अभियंत्यांनी ठेवला होता. GIPRच्या रेल्वेमार्गाचा इतिहास शोधायचा प्रयत्न केला, तर सर्वांत आधी या अडचणीचा सामना करावा लागतो.

पुढे विचार केला, तर स्थानिक किंवा जागतिक पातळीवर घडणाऱ्या प्रत्येक छोट्या किंवा मोठ्या घटनेचा थेट प्रभाव भारतीय रेल्वेवर होत होता. मग तो १८५७ चा उठाव असो, अमेरिकेतील नागरी युद्धामुळे मुंबईत उसळलेला कापसाचा बाजार असो, सुएझ कालव्याचं उद्घाटन असो किंवा जागतिक महायुद्ध असोत, या सगळ्यांनी मुंबईच्या रेल्वेचा नकाशा बदलण्यात मोलाची भूमिका बजावली होती. स्थानकांमध्ये सुधारणा झाली, काही स्थानकं पुन्हा बांधली, काहींची जागा बदलली, काही स्थानकांचा विस्तार झाला. मूळ रेल्वेरुळांमध्ये आणखी दोनाची भर पडली. पहिली रेल्वे धावल्यानंतर ७० वर्षांनी रेल्वेचं विद्युतीकरण झालं. त्यानंतर स्थानकांमध्ये पोलादी खांब, ओव्हरहेड वायरला आधारासाठी दांड्या आणि विद्युत उपकेंद्रे यांची भर पडली. रेल्वेच्या पायाभूत सुविधांमध्ये क्षणोक्षणी बदल होत होता, हेच काय ते खरं! आपल्याला आज दिसणाऱ्या गोष्टी उद्या इतिहासजमा झालेल्या असतात. या सगळ्या रेल्वेमार्गांची भूमिती बदलते आणि मग मागच्या काळातल्या खुणांचा मागमूसही राहत नाही.

यापेक्षा दुर्दैवाची गोष्ट म्हणजे रेल्वेच्या इतिहासाचे अनेक अवशेष आणि मौल्यवान गोष्टी नाहीशा झाल्या आहेत. काही अवशेष वारसा दालनांनी जपून ठेवले; पण अनेक गोष्टी काळाच्या ओघात नष्ट झाल्या. माझ्यातला आशावादी माणूस मला सांगतो की, माझ्या या संशोधनानंतर अजूनही अशा अनेक गोष्टी दडून राहिल्या असतील ज्या रेल्वेच्या इतिहासावर नवा प्रकाश टाकतील. तरीही आपण जे काही गमावलं, त्याबद्दल माझ्या मनात खंत आहेच.

मग नोंद घ्यावी असं या मूळ रेल्वेलाइनपैकी काय शिल्लक आहे? जरा पुसट; पण तरीही ठसठशीत अशा इतिहासाच्या पाऊलखुणा! भारतातल्या सर्वांत जुन्या रेल्वेलाइनवरून धावणाऱ्या आणि मुंबईच्या लोकल म्हणून ओळखल्या जाणाऱ्या या ट्रेन काही शतकं जुन्या आणि आता विस्मृतीत गेलेल्या अनेक अवशेषांना पार

४. इयान जे केर, 'The Dark Side of the Force : Mistakes, Mismanagement and Malfeasance in the Early Railways of the British Indian Empire', Our Indian Railway : Themes in India's Railway History, संपादन – रूपा श्रीनिवासन, मनीष तिवारी आणि संदीप सिलास (नवी दिल्ली : फाउंडेशन बुक्स, २००६), पृ. १८९-९०.

करत रोज धावतात. यात काही किल्ले आहेत, काही धार्मिक स्थळं आहेत आणि रणभूमीसुद्धा आहे. या मार्गाने प्रवास करणाऱ्या लाखो लोकांना याबाबत काहीच माहिती नसते.

मूळ आराखड्यानुसार ज्या मार्गावरून रेल्वे धावणार होती, त्या मार्गाच्या बाजूनेच आजची रेल्वे वाट काढत जाते. भारतीय रेल्वेची सुरुवात जिथून झाली तो प्रदेश धुंडाळणं हे खरंच थक्क करणारं आहे. या पहिल्या रेल्वेमार्गावरून जरा शोधक नजरेनं फिरलात, तर एखाद्या भल्या मोठ्या जिगसॉ पझलच्या तुकड्यांप्रमाणेच रेल्वेचे ऐतिहासिक अवशेष इतस्तत: विखुरलेले दिसतील. एके काळी सातासमुद्रापारहून पाठवण्यात आलेल्या लोखंडाचे किंवा पोलादाचे तुकडे तुम्हाला सापडतील, सुरुवातीच्या काळातले; पण आता जुने झालेले आणि वापरात नसलेले रेल्वे रूळ अनेक स्थानकांमध्ये तुम्हाला अजूनही 'जिवंत' असलेले दिसतील. या रुळांचा वापर कुंपणं किंवा छताला आधार देणारे खांब म्हणून केल्याचंही तुम्हाला आढळेल. १९२० च्या सुमारास प्रसिद्ध झालेल्या 'द लोकोमोटिव्ह' या मासिकात तर चक्क लिहिलं होतं की, रेल्वेच्या सुरुवातीच्या दिवसांमध्ये जुने रूळ टाकून द्यायचे असतील, तर त्यांचा वापर इतर ठिकाणी कल्पकतेने करणं गरजेचं आहे. या मासिकात म्हटलं होतं,

भारतात काही कायमस्वरूपी बांधकामं करायची असतील, तर रेल्वेमार्गावरून काढून घेतलेल्या रुळांचा सर्रास वापर केला जातो, याची नोंद घ्यायला हवी. GIPR रेल्वेला पाठवलेल्या पहिल्या रुळांचं आयुष्य त्या रुळांच्या कमअस्सल दर्जामुळे अत्यल्प होतं. त्या वेळी लोखंड आणि पोलादाचा वापर होणारे इतके उद्योग अस्तित्वात नसल्याने या अशा मालाचा भारतीय रेल्वेला अमर्यादित पुरवठा होत होता. एका अर्थी हे कमअस्सल दर्जाचे रूळ पुरवणारे पुरवठादार आणि भारतीय रेल्वे यांच्यातल्या परस्परसंबंधांचं फलित होतं. या साट्यालोट्यामुळे लोखंडी रुळांची बाजारातली मागणी एखाद्या अमली पदार्थासारखीच होती. स्थानकाचं छत, त्याला आधार देणारे खांब, पादचारी पूल, तारयंत्रणेचे खांब, सिग्नलचे खांब या सगळ्यांच्या उभारणीत जुन्या रुळांचा महत्त्वाचा हातभार आहे. अनेकदा तर हे रूळ इतक्या बेमालूमपणे वापरले जायचे की, ते रूळ आहेत, हे ओळखणंही कठीण होतं.[५]

---

५. द लोकोमोटिव्ह, १५ डिसेंबर १९२६, पृ. ३९५

हे दगडी आणि धातूचे अवशेष आपल्याला गोष्ट सांगतात. देशातली पहिली रेल्वे कशी उभी राहिली, रेल्वेने वाहतुकीच्या पारंपरिक साधनांना कसं हद्दपार केलं, याची गोष्ट! या गोष्टीमध्ये काही स्थानकं उभी राहण्याची ठिकाणं, त्यामागची ऐतिहासिक आणि सामाजिक कारणं यांचाही समावेश आहे. या सगळ्याचा बारकाईने अभ्यास केला तर, रेल्वेच्या जाळ्याचा विस्तार कसा झाला, याची चित्तथरारक कथा आपल्याला समजते. दर वेळी तुम्ही हे अवशेष बघता आणि दर वेळी तुम्हाला काहीतरी नवं सापडतं. ती नवीन गोष्ट मग तुम्हाला पुन्हा त्या काळात घेऊन जाते जेव्हा रेल्वे म्हणजे एक नवलाई होती आणि रेल्वेगाड्या हे उज्ज्वल भविष्य होतं.

एके काळी डासांनी आणि दलदलीने भरलेल्या सात बेटांमधून मार्ग काढत हा रेल्वेमार्ग जात होता. या मार्गावरून चालल्यावर आपल्याला प्रेम आणि प्रेमभंगाच्या, शोकांतिकेच्या आणि महत्त्वाकांक्षेच्या, जन्माच्या आणि मृत्यूच्या कहाण्या ऐकू येतात. दुर्लक्ष झालेले काही फलक, रेल्वेलाइनवरून जाणारे पूल, स्थानकामध्ये सापडणारे काही अवशेष या सगळ्यांच्या माध्यमातून या सगळ्या कहाण्यांची नाळ आजच्या काळाशीही जोडली गेली आहे.

या मार्गाचं नियोजन करणारे आणि तो मार्ग प्रत्यक्षात उतरवणारे रेल्वे अभियंते हे खरंतर मुंबई शहर वसवणारे अभियंतेच होते. या रेल्वेमार्गांच्या अवतीभोवतीच नवी उपनगरं वसली आणि नंतर मुंबईचाच भाग झाली.

~

आपला प्रवास मुंबईच्या दक्षिण टोकापासून म्हणजेच व्हिक्टोरिया टर्मिनस किंवा चर्चगेटपासून सुरू होईल. या मूळ रेल्वेमार्गावर पडलेल्या अवशेषांकडे बघत, त्यांचा अर्थ लावत, त्यांची नोंद घेत तो उत्तर दिशेकडे कूच करेल. या अवशेषांपैकी काही अवशेष खूप महत्त्वाचे आहेत, काही अस्ताव्यस्त पडले आहेत, काही तर अगदीच क्षुल्लक आहेत; पण देशातल्या पहिल्यावहिल्या रेल्वेमार्गाच्या विकासाची गोष्ट सांगण्यासाठी ते अजूनही आपला श्वास टिकवून आहेत. त्या काळातल्या तंत्रज्ञानाबद्दल ते माहिती देतात. तसंच हे शहर कसं वाढलं, याचीही गोष्ट सांगतात. नेमक्या याच गोष्टीसाठी GIPR म्हणजे मध्य रेल्वे आणि BB&CI म्हणजे पश्चिम रेल्वे यांची रचना कशी झाली, हे इत्थंभूत सांगण्याचा प्रयत्न यामध्ये केला आहे.

हे संशोधन करण्यासाठी व्हिक्टोरिया टर्मिनस ते ठाणे यादरम्यान अनेकदा रेल्वेने प्रवास केला. तो प्रवास करताना अधिकृत तिकीट काढलं होतं. तसंच वेळप्रसंगी विशेष परवानगीही घेतली होती. अनेक गोष्टी धुंडाळण्यासाठी रेल्वेमार्गाच्या कडेने चालत चालत अभ्यास झाला. अर्थात त्यासाठीही स्थानिक रेल्वे प्रशासनाची

रीतसर परवानगी वेळोवेळी घेण्यात आली होती. या संशोधनादरम्यान सापडलेले आणि नोंदवलेले अवशेष ही पूर्णपणे भारतीय रेल्वेची मालमत्ता आहे. तसेच या पुस्तकातली विविध छायाचित्रं आणि दुर्मिळ कागदपत्रे वापरायला दिल्याबद्दल मी मध्य तसेच पश्चिम या दोन्ही रेल्वेंचा आभारी आहे. भूतकाळाचे अवशेष शोधणं आणि त्यांचा अर्थ लावणं, एवढ्याच गोष्टींपुरतं माझं संशोधन मर्यादित आहे.

राजेंद्र आकलेकर
मुंबई, २०१४

अनुक्रमणिका

गोष्ट 'प्रायोगिक' रेल्वेमार्गाची... । १

पहिल्या रेल्वेमार्गावर चालताना... । ५५

हार्बर लाइनची रंजक कहाणी । १५६

BB&CI रेल्वेमार्गाची अद्भुत कथा । १८४

रेल्वेमार्गावरील स्मरणयात्रा । १९७

विस्मृतीत गेलेले रेल्वेमार्ग आणि हरवलेल्या वाटा । २०६

मुंबईची ट्राम । २२२

एक नजर भविष्याकडे । २२९

उपसंहार । २३४

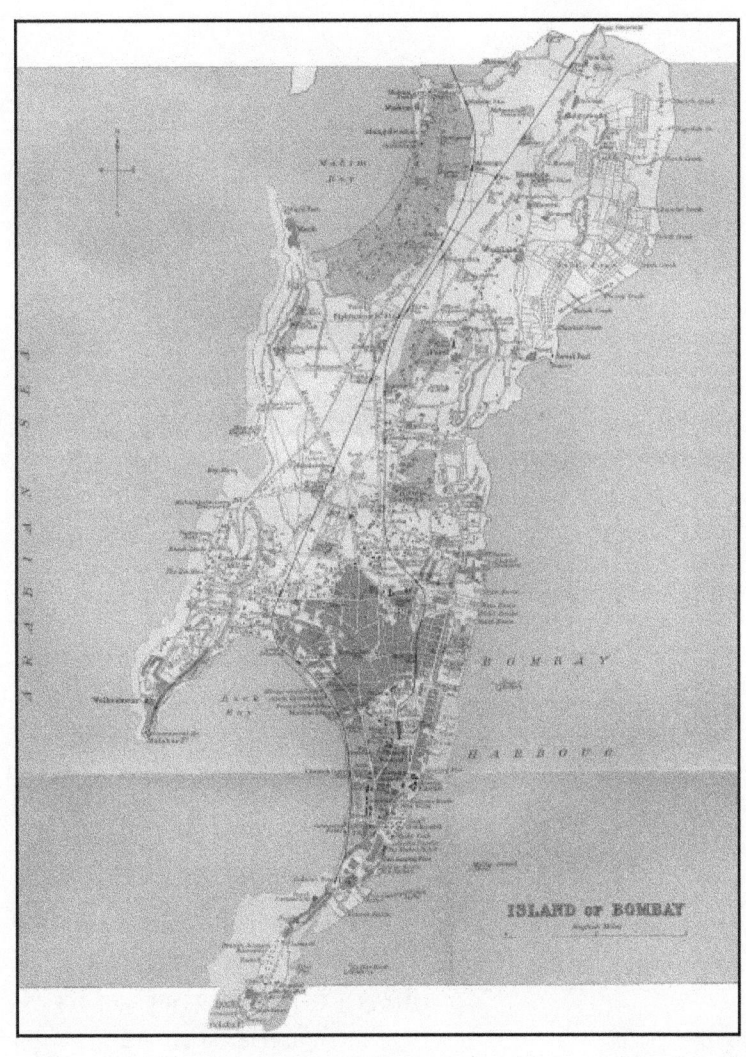

मुंबई प्रेसिडेन्सी, १९०९

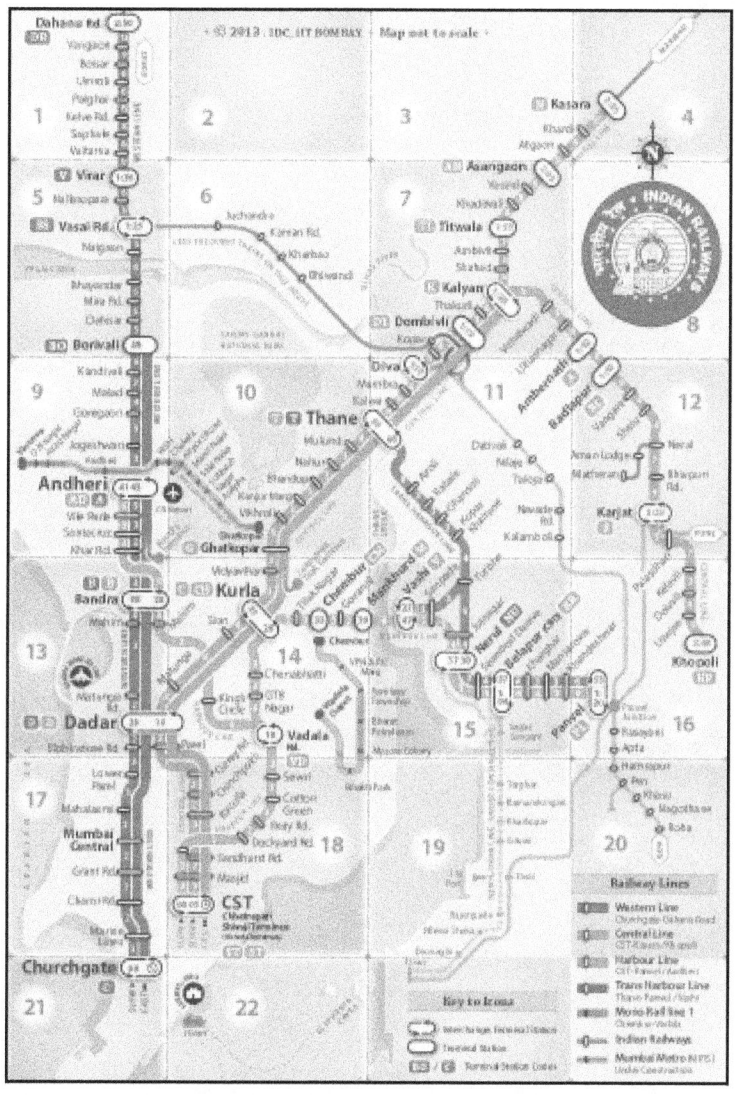

मुंबईचा रेल्वे नकाशा, डिसेंबर २०१३
आभार : मंदार राणे, आयआयटी मुंबई

गोष्ट 'प्रायोगिक' रेल्वेमार्गाची...

लंडनमधील कँबरवेलची जुनी दफनभूमी! या पत्त्यावर तुम्हाला सापडेल जेम्स जॉन बर्कले नावाच्या एका माणसाचं थडगं! या थडग्यावर शेलाट्या बांध्याच्या स्त्रीचा पुतळा आणि गंभीर मुद्रा असलेल्या जेम्स बर्कले यांचा अर्धाकृती पुतळा आहे.

हे थडगं काही प्रेक्षणीय स्थळ नाही किंवा या जेम्स बर्कलेबद्दल आताच्या पिढीला काही माहितीही नाही; पण भारतातला पहिलावहिला रेल्वेमार्ग बांधणारा आणि हा मार्ग अत्यंत दुर्गम अशा सह्याद्रीच्या डोंगराळ प्रदेशातून लोणावळा- खंडाळा आणि इगतपुरीपर्यंत नेणारा जेम्स जॉन बर्कले हा माणूस इथेच चिरनिद्रा घेत पहुडला आहे. पुढे याच मार्गाचा भारतभर विस्तार झाला आणि रेल्वेचं जाळं उभं राहिलं.

याच दफनभूमीत बर्कले यांच्या स्मरणार्थ एक स्मारकही उभारलं गेलं. बर्कले यांच्या मृत्यूनंतर त्यांच्या जवळच्या लोकांनी एकत्र येऊन या स्मारकाची उभारणी केली. मे १९९२ पर्यंत या स्मारकाला दुसऱ्या श्रेणीचा दर्जा होता. या स्मारकावर कोरलेला मजकूर खालीलप्रमाणे :

ग्रेट इंडियन पेनिन्सुला रेल्वेचे मुख्य अभियंता जेम्स जॉन बर्कले यांच्या झळाळत्या आणि देदीप्यमान कारकिर्दीला सलाम करण्यासाठी ग्रेट इंडियन पेनिन्सुलर रेल्वेच्या अभियंत्यांनी आणि कंत्राटदारांनी एकत्र येऊन हे स्मारक उभारलं आहे. बर्कले यांनी आखलेल्या आराखड्यानुसार पश्चिम भारतामध्ये रेल्वेचं जाळं निर्माण करण्यात

आलं. यात सह्याद्री पर्वतरांगांमधल्या बोर आणि थळ घाट यांचाही समावेश आहे. त्यांनी जोपासलेली उच्च सामाजिक मूल्यं तसेच कामाप्रति त्यांना असलेली आस्था आणि त्यांचा दयाळू स्वभाव आमच्या कायम स्मरणात राहील.

१८४० च्या दशकाच्या अखेरीस भारतासाठी एक 'प्रायोगिक' रेल्वे बांधण्याचं नियोजन होतं. फारशी माहिती नसलेल्या भूभागावर अशा प्रकारे रेल्वेमार्ग बांधण्यात थोडासा धोकाही होता. इंग्लंडमध्ये या सगळ्यावर शिक्कामोर्तब होण्याआधीच १४ नोव्हेंबर १८४९ रोजी इंग्लंडमधल्या अनेक नामवंत आणि प्रथितयश अभियंत्यांनी या मार्गाच्या उभारणीसाठी ३० वर्षांच्या एका तरण्याबांड अभियंत्याचं नाव एकमुखाने सुचवलं होतं. ते नाव होतं हॉलोवेमध्ये जन्मलेल्या जेम्स जॉन बर्कले यांचं! बर्कले यांच्यासाठी आलेल्या शिफारसपत्रांची संख्या बघता कोणतीही खळखळ न करता भारतातल्या ग्रेट इंडियन पेनिन्सुलर रेल्वेच्या मुख्य निवासी अभियंतापदी बर्कले यांची नियुक्ती झाली.

लंडनच्या किंग्ज कॉलेजमधून आपलं अभियांत्रिकीचं शिक्षण पूर्ण करणाऱ्या बर्कले यांनी रॉबर्ट स्टीफन्सन यांच्यासह प्रशिक्षण घेतलं होतं. हे रॉबर्ट स्टीफन्सन म्हणजे तेच ज्यांच्या वडिलांनी, म्हणजे जॉर्ज स्टीफन्सन यांनी, वाफेच्या इंजिनावर चालणारी पहिली प्रवासी रेल्वे उभारली होती. पुढे रॉबर्ट आणि जेम्स यांच्यातील मैत्री आयुष्यभर कायम राहिली. जेम्स यांच्या कौशल्याने प्रभावित झालेल्या रॉबर्ट यांनी चर्नेट ॲण्ड ट्रेंट व्हॅली रेल्वेच्या मुख्य निवासी अभियंत्याची जबाबदारी जेम्स यांच्याकडे सोपवली होती.[१] पण बर्कले यांच्या नशिबात काही वेगळंच लिहिलेलं होतं.

रॉबर्ट स्टीफन्सनसारख्या दिग्गजाची शिफारस आणि बरोबरच्या अभियंत्यांनी टाकलेल्या विश्वासाचं ओझं बरोबर घेऊन जेम्स जॉन बर्कले १८४९ मध्ये भारतात येण्यासाठी निघाले. डोळ्यांसमोर ध्येय होतं, या देशात रेल्वेचं जाळं उभं करायचं! ते त्यांनी करून दाखवलं, एवढंच नाही, तर भारतातला हा प्रकल्प जेम्स बर्कले यांच्या आयुष्याची ओळख बनला.

त्या वेळच्या शिरस्त्याप्रमाणे बर्कले ७ फेब्रुवारी १८५० रोजी एका जहाजातून भारतात पोहोचले. माझगावच्या बंदरातून त्यांना मुंबईचं पहिलं दर्शन घडलं. त्या वेळी सगळी जहाजं माझगावलाच नांगर टाकून उभी राहायची. १८५० च्या

---

१. डिक्शनरी ऑफ नॅशनल बायोग्राफी, खंड ४, संपादक – लेस्ली स्टीफन (न्यू यॉर्क : मॅकमिलन ॲण्ड कंपनी, १८८५)

दशकातली मुंबई अर्धनागरी अवस्थेत होती. मुंबईला ‘पूर्वेकडचं लंडन’ अशी ओळख देणाऱ्या अनेक इमारतींची पायाभरणीही तोपर्यंत झाली नव्हती. मुंबईचे धक्के गजबजलेले होते, व्यापार जोरात सुरू होता, वाफेवर चालणारी यंत्रे अधूनमधून दिसत होती आणि युरोपमधल्या औद्योगिक क्रांतीची अपत्यं असलेली नवनवीन भलीथोरली यंत्रे जहाजांमधून उतरत होती.

तसं बघायला गेलं, तर संपूर्ण भारतच शोधांच्या आणि बदलांच्या एका नव्या मालिकेला सामोरा जात होता. एकीकडे भारतीय पुरातत्त्व सर्वेक्षण विभाग स्थापन करून अलेक्झांडर कनिंगहॅम उत्खनन करून भारताचा वैभवशाली इतिहास खणून काढत होते, तर दुसऱ्या बाजूला ट्रिगनॉमेट्रिकल सर्व्हे ऑफ इंडियाचे विल्यम लँबटन भारतातल्या ब्रिटिश वसाहतींपैकी इंचन् इंच मापून त्याचा नकाशा तयार करत होते.

वाफेवर चालणाऱ्या यंत्रांचा मुंबईचा इतिहास १८२३ पर्यंत मागे जातो. त्या वेळी मुंबईतल्या कुलाबा येथे तोफांच्या कारखान्यामध्ये वाफेवर चालणारी काही यंत्रे अव्याहत काम करत होती. या कारखान्यात तोफगोळे आणि तोफांची चाकं बनवण्याचं काम चालायचं. १८२५ मध्ये स्टॉकटन आणि डार्लिंग्टन या दरम्यान जगातली पहिली प्रवासी रेल्वे धावली. त्याच्या आधीच्या वर्षी ‘बॉम्बे’ने लोकांसाठी वापरात असलेलं आणखी एक मोठं वाफेचं इंजिन बघितलं होतं. एकाच जागी उभं असलेलं हे इंजिन कारखाने आणि मिलमध्ये वापरलं जात होतं. हे इंजिन बैलांच्या मदतीने ओढलं जायचं आणि विहिरीतलं पाणी पाण्याच्या टाकीत उपसण्यासाठी त्याचा वापर व्हायचा.[२] मुंबईतल्या पाणीटंचाईचा सामना करण्यासाठी पारशी व्यापारी सेठ फ्रामजी कावसजी बानाजी यांनी तयार केलेलं हे इंजिन १७ मे १८२४मध्ये पहिल्यांदा वापरात आलं.[३] या परोपकारी सेठ फ्रामजी यांनी हे इंजिन आपल्या दुसऱ्या मुलाच्या स्मरणार्थ सेवेमध्ये आणलं होतं. सेठ फ्रामजी यांच्या या मुलाचं नाव होतं एदलजी. तो वयाच्या ३०व्या वर्षी त्या वेळच्या मद्रासहून (आताचं चेन्नई) चालत येत असताना वाटेतच त्याचा मृत्यू झाला. त्यानंतर महिन्याभरातच हे इंजिन सेठ फ्रामजी यांनी सुरू केलं होतं. हे इंजिन तयार करण्यासाठी त्यांनी त्या वेळी ३० हजार रुपये देऊ केले होते. तसेच त्याच्या

---

२. गोविंद नारायण मडगावकर, मुंबईचे वर्णन, संपादन- नरहर रघुनाथ फाटक (इंडिया : मराठी ग्रंथ संग्रहालय, १८६३) पृ. ६१.

३. खोश्रु नवरोसजी बानाजी, Memoirs of the Late Framji Cowsji Banaji, (बॉम्बे : बॉम्बे गॅझेट स्टीम प्रिंटिंग प्रेस, १८९२) पृ. २८-३२

देखभाल - दुरुस्तीसाठी ते दरमहा २०० रुपये देत होते.[४]

या घटनेनंतर चार वर्षांनी मुंबईपासून दूर कलकत्त्यात (आताचं कोलकाता) ॲग्रो-हॉर्टिकल्चर सोसायटीच्या बैठकीमध्ये एक अक्रीत घडलं. तितिगूर इथे राहणाऱ्या गोलुक चंद्रा नावाच्या एका भारतीय लोहाराने कोणत्याही गोऱ्या साहेबाच्या मदतीशिवाय एक वाफेचं इंजिन बनवलं. त्यांच्या या कौशल्यासाठी त्यांना ५० रुपये बक्षीसही देण्यात आलं होतं. कागदाची गिरणी चालवायला आणलेल्या विल्यम कॅरी यांच्या १२ हॉर्सपॉवरच्या इंजिनाचं निरीक्षण करून चंद्रा यांनी त्यांचं इंजिन बनवलं होतं. विल्यम कॅरी यांचं हे इंजिन म्हणजे भारतात आयात झालेलं पहिलं वाफेचं इंजिन होय![५]

पण संपर्काची आणि दळणवळणाची तुटपुंजी तसेच प्राचीन साधनं असलेल्या त्या काळात ही अशी स्थानिक कारागिरी लगेचच विस्मृतीत जायची. त्या वेळी भारतात नवनवीन शोध लागत होते, हे खरं; पण त्याच बरोबर एक गोष्ट विसरता कामा नये. ती म्हणजे, त्या वेळी माणसं पिढ्यान्‌पिढ्या एकाच भागामध्ये राहत होती आणि परंपरांचं पालन करत होती. बैलांच्या साहाय्याने किंवा पाण्याच्या कालव्यांमधून होणारी वाहतूक हीच काय ती वेगवान वाहतूक होती. पालखी हे आणखी एक माध्यम होतं. तसेच प्रदेशानुसार बदलत जाणाऱ्या प्राण्यांच्या मदतीने

---

४. १८१४ पर्यंत स्थानिक लोकसंख्या वाढली तसं मुंबई सरकारने या लोकांना राहण्यासाठी कामाठीपुऱ्याजवळ जमीन विकसित करण्याचा निर्णय घेतला. या भागात पाण्याची प्रचंड टंचाई होती; त्यामुळे इथे पाण्याच्या दोन मोठ्या टाक्या खणून त्या गिरगावातील खेतवाडीत कावसजी पटेल यांनी बांधलेल्या मोठ्या टाकीशी जोडल्या होत्या. ही टाकी सीपी टँक या नावाने ओळखली जायची; पण सीपी टँकमध्ये पाणी पूर्ण भरलं असेल, तरच या जलवाहिन्यांचा उपयोग व्हायचा. सेठ फ्रामजी कावसजी बानाजी या आणखी एका पारशी माणसाने या त्रासातून मुंबईकरांची सुटका केली. त्यांनी तीन विहिरी खणून त्या विहिरींचं पाणी रहाटाने या टाक्यांपर्यंत पोहोचवलं. हा पर्शियन रहाट बैलांच्या साहाय्याने किंवा वाफेवरच्या इंजिनाच्या मदतीने चालवला जायचा. आता शतकांनंतर हा भाग ओळखू येणार नाही इतका बदलला आहे. हे भाग आजही 'दो टाकी' आणि 'सीपी टँक' याच नावांनी ओळखले जातात. संदर्भ : कल्पना देसाई, 'The Role of Parsis in the Urbanisation of Mumbai in the 19th Century', The Parsis in Western India : 1818 to 1920, संपादन - नवाझ मोदी (India : Allied Publishers, १९९८) पृ. १५६

५. इयान जॅक, Mofussil Junction : India Encounters (१९७७-२०१२) (UK : Penguin २०१३) पृ. ८५

(म्हणजे बैल, हत्ती, उंट इत्यादी.) सामानाची ने-आण व्हायची.[६] घोडे आणि जलवाहतूक हीच वेगवान साधनं होती. बंगाल प्रांतात १८६८ मध्ये उपसल्लागार अभियंता या पदावर असलेल्या कॅप्टन एडवर्ड डेव्हिडसन यांच्या मते :

> खूप प्राचीन काळापासून मध्य भारतातून बॉम्बेपर्यंत धान्याची पोती आणि इतर वाहतुकीसाठी फक्त दोन मार्ग होते. हे दोन्ही मार्ग इतके चिंचोळे होते की, या मार्गांवरून प्राणीही जेमतेमच जाऊ शकत होते. अत्यंत दुर्गम अशा या मार्गांवरून बैलांचा तांडा कसाबसा पुढे जायचा; त्यामुळे या दोन्ही प्रांतांमध्ये व्यापार हा अत्यंत अनिश्चित आणि वेळखाऊ होता. मुंबईहून आग्रा आणि कलकत्त्याच्या दिशेने जाणारा मार्ग थळ घाट म्हणून ओळखला जातो, तर पूना आणि मद्रासकडे जाणारा मार्ग बोर घाट म्हणून प्रसिद्ध आहे.[७]

परिणामी, प्रख्यात रेल्वे इतिहासकार इयान जे. केर म्हणाले होते की, 'No railroads, no India'.[८] या 'लोखंडी घोड्या'चं आगमन होईपर्यंत भारत काळाच्या फेऱ्यात अडकला होता.

सुदैवाने वाफेच्या इंजिनाद्वारे दळणवळणाच्या साधनांची कल्पना लवकरच मूळ धरू लागली होती. ३६ वर्षांच्या जेम्स ॲण्ड्र्यू बोर्न-रॅम्से यांनी भारताच्या गव्हर्नर जनरलपदाचा कार्यभार सांभाळला होता. लॉर्ड डलहौसी म्हणून आपल्या इतिहासात प्रसिद्ध असलेले ते हेच गव्हर्नर जनरल! हे सगळं घडलं ते, जेम्स बर्कले यांनी मुंबईत पाय ठेवण्याच्या फक्त दोनच वर्षं आधी! इंग्लंडमध्ये रेल्वेचं जाळं पसरण्याच्या काळात लॉर्ड डलहौसी इंग्लंडच्या बोर्ड ऑफ ट्रेडचे उपाध्यक्ष म्हणून काम बघत होते. त्यांनी भारतात आपला जम बसवल्या बसवल्या रेल्वे, पोस्ट आणि इलेक्ट्रिक टेलिग्राफ यांचा हिरिरीने पुरस्कार करायला सुरुवात केली. पुढे जाऊन सामाजिक बदल घडवण्यात याच तीन गोष्टींनी मोलाची भूमिका बजावली.

---

६. रोमिला थापर, The Penguin History of Early India : From the Origin to AD 1300 (India : Penguin 2002)

७. एडवर्ड डेव्हिडसन, The Railways of India with an Account of Their Rise, Progress and Construction (London: E. & F. N. Spon, 1868) पृ. २३१

८. इयान जे. केर, Engines of Change : The Railroads that Made India (USA : Praeger Publishers, 2007)

१८४० च्या दशकापूर्वी भारत आणि इंग्लंड यांच्यातल्या पत्रव्यवहारासाठी पाच ते आठ महिन्यांचा कालावधी लागत होता आणि पत्र पाठवल्यावर उत्तरासाठी किमान दोन वर्षं वाट बघायला लागत होती.[९] वाफेवर चालणाऱ्या जहाजांमधून पत्रांची ने-आण सुरू झाली, तरी भारतातून लंडनला पत्र पोहोचण्यासाठी सहा आठवडे लागत होते. भारतातही पत्रं तेवढ्याच उशिराने पोहोचत होती. मुंबई आणि कलकत्ता या दरम्यान पहिली टेलिग्राफ लाइन सुरू झाली, तेव्हा लॉर्ड डलहौसी यांनी त्यांच्या मित्राला एक पत्र लिहिलं होतं. त्यात त्यांनी संपर्काच्या क्षेत्रातल्या या सुधारणेमुळे किती दिलासा मिळाला आहे, ते नमूद केलं. या पत्रात त्यांनी लिहिलं आहे :

> दोन शहरांमध्ये (मुंबई आणि कलकत्ता) पत्र पोहोचायला दहा दिवस लागतात. आता सरकारने सुरू केलेल्या टेलिग्राफमुळे हा संपर्क एका दिवसात होतो. आधी त्यासाठी एक-एक महिना लागायचा. राजकीयदृष्ट्या आपली स्थिती मजबूत करण्याचा हा प्रभावी मार्ग आहे.[१०]

इंग्लंडमधून येणाऱ्या नवनवीन तंत्रज्ञानामुळे भारताचा आणि इतर इंग्लिश वसाहतींचा चेहरामोहरा हळूहळू बदलत होता हे निश्चित. दिवसातले सोळा-सोळा तास काम करणाऱ्या लॉर्ड डलहौसी यांनी आता ट्रेनवर भर द्यायला सुरुवात केली. ब्रिटिश साम्राज्यातील महत्त्वाची ठिकाणं लष्करीदृष्ट्या जोडण्यासाठी रेल्वे कशी फायदेशीर ठरेल हेदेखील त्यांनी लिहून पाठवलं. व्यापार आणि लष्करी हालचालींसाठी रेल्वेचं महत्त्व अनन्यसाधारण असल्याचा विश्वास त्यांना वाटत होता. प्रायोगिक तत्त्वावर एक मार्ग मुंबईहून आणि दुसरा मार्ग हावड्याहून सुरू करण्याचा आराखडा त्यांनी तयार केला आणि या मार्गांचं काम सुरू करण्याची परवानगीही मागितली. हे इतिवृत्तच पुढे भारतातल्या रेल्वेच्या जाळ्यासाठीची ब्ल्यू-प्रिंट ठरले.

~

३१ वर्षांचे तरुण बर्कले मुंबईत आले, त्या वेळी मुंबईत हॉटेल हीसुद्धा अत्यंत दुर्मिळ गोष्ट होती. माझगाव बंदरात उतरल्यावर जवळच्याच होप हॉल हॉटेलमध्ये त्यांची सोय करण्यात आली. त्या काळी हे हॉटेल म्हणजे एकटं राहणाऱ्या

---

९. डॅनिअल आर. हेड्रिक, The Tentacles of Change : Technology, Transfer in the Age of Imperialism (England : Oxford University Press, 1988) पृ. ९७

१०. Ibid

पुरुषासाठी चैनीची परमावधी होतं. प्रत्येक खोलीला जोडलेलं न्हाणीघर ही त्या वेळी अपूर्वाई होती. या हॉटेलचे मालक होते टी. ब्लॅकवेल नावाचे गृहस्थ! यथावकाश बर्कले यांचं लग्न या ब्लॅकवेल महाशयांच्या मुलीशी म्हणजेच ॲनीशी झालं.[११] १८३७ मध्ये सुरू झालेल्या या हॉटेलनं लोकांमधली आपली प्रतिष्ठा आणि सन्मान कायम ठेवला होता. हे हॉटेल अत्यंत आरामदायी होतं आणि विशेष म्हणजे अख्खं कुटुंब राहू शकेल, अशा खोल्याही या हॉटेलमध्ये होत्या. या हॉटेलचं नाव होतं, 'होप हॉल फॅमिली हॉटेल'![१२] मुंबईच्या आजच्या नकाशात या हॉटेलची जागा शोधायची, तर हँकॉक पुलाच्या पूर्वेकडच्या बाजूला पूल उतरतो तिथे हे हॉटेल होतं. या हॉटेलच्या समोरच एके काळी माझगाव स्टेशनही होतं. आता कोणी या हॉटेलच्या शोधात या परिसरात गेलं, तर त्यांना एका प्रशस्त हॉटेलऐवजी अस्ताव्यस्त पसरलेली जुनाट घरं दिसतील. स्थानिक नगरसेवकाने प्लॅस्टर केलेली आणि रंगवलेली दिव्याच्या खांबाची एक जुनी चौकट एवढीच काय ती गतकाळाची खूण शिल्लक दिसेल.

मुंबईमध्ये पोहोचल्याच्या दुसऱ्याच दिवशी जेम्स बर्कले आपल्या साहाय्यक अभियंत्यांसह कामावर रुजू झाले. त्यांपैकी एकाचं नाव होतं सी. बी. कार आणि दुसऱ्याचं नाव होतं आर. डब्ल्यू. ग्रॅहम. ८ फेब्रुवारी १८५० रोजी लिहिलेल्या एका पत्रामध्ये बर्कले यांनी आपण मुंबईला पोहोचल्याचं कळवलं. त्यानंतर लिहिलेल्या काही पत्रांमध्ये त्यांनी एक ड्राफ्ट्समन आणि चार शिपायांची नियुक्ती करण्यासाठी प्रांतिक समितीची स्थापना करण्याची परवानगी मागितली. तसेच ड्रॉइंग टेबल आणि इतर साहित्याच्या खरेदीसाठी त्यांनी स्थानिक कारागिरांचीही मागणी केली. या सगळ्या परवानग्या त्यांना लगेचच मिळाल्या. त्याचबरोबर स्थानिक व्यापाऱ्यांच्या पाठिंब्यामुळे रेल्वेमार्गाची आखणी, अभ्यास आणि सर्वेक्षण या प्रक्रियेत काहीच अडथळा आला नाही. बर्कले यांनी मुंबईत पाय ठेवल्यापासून फक्त आठच महिन्यांमध्ये भारतातल्या पहिल्या रेल्वेमार्गाच्या भूमिपूजनाचा सोहळा सायन येथे पार पडला. या भूमिपूजनाचा मान तत्कालीन बॉम्बे प्रांताचे मुख्य सचिव जॉन पी.

---

११. एस. एन. शर्मा, History of the GIP Railway (१८५३-१८६९), भाग १, खंड १, (Bombay : Chief Public Relations Officer, Central Railway, 1990), पृ. ६

१२. सर दिनशॉ एदलजी वाच्छा, Shells from Sand of Bombay : Being My Recollections and Reminiscences : १८६०-१८७५ (Bombay : The Bombay Chronicle Press, 1920), पृ. २८७

विलोबी यांना मिळाला.[१३]

सर्वेक्षणानंतर बर्कले यांनी सादर केलेल्या अहवालात नोंदवलेली अनेक निरीक्षणे अगदी अचूक आहेत. ती वाचून आजही धक्का बसतो. बर्कले यांचा अहवाल म्हणतो :

> या प्रायोगिक रेल्वेमार्गासाठी सगळ्यात महत्त्वाचं काम म्हणजे सायनची दलदल पार करणं![१४] सालसेत (साष्टी) आणि कोकण या दरम्यानचा समुद्र ओलांडण्यासाठी १११ यार्ड आणि १९३ यार्ड एवढ्या लांबीचे दोन पूल बांधावे लागतील. तसेच १९३ यार्ड लांबीच्या पुलाच्या दुसऱ्या टोकाला जलवाहतुकीसाठी ८४ फुटांचा रस्ताही मोकळा सोडावा लागेल. हे दोन्ही पूल घडीव लोखंडापासून बनवावे लागतील. या मार्गावर १०३ आणि ११५ यार्डांचे दोन बोगदे बांधावे लागतील. हा रेल्वेमार्ग सुरक्षित ठेवण्यासाठी त्या भोवती पोस्ट आणि रेल्वे या दोन्हींची कुंपणं घालावी लागतील. त्याशिवाय काटेरी वनस्पती आणि निवडुंग यांचाही समावेश या कुंपणांमध्ये केला जाईल. रेल्वे स्टेशनांच्या (स्थानकांच्या) इमारती मुख्यतः दगडी बांधकामाच्या असतील. कायमस्वरूपी रेल्वेमार्ग बांधताना आडवे लाकडी स्लीपर्स टाकावे लागतील. एकूण अंतरापैकी सहा मैल म्हणजे सुमारे दहा किलोमीटर अंतरात लाकडाऐवजी ग्रीव्हज कंपनीचे लोखंडी स्लीपर्स टाकावे लागतील. इंग्रजी 'T' सारख्या आकाराच्या रुळांचं वजन ठाण्यापर्यंत साधारण ८१ पौंड प्रती यार्ड एवढं असेल; तर ठाण्यापुढे हे वजन फक्त ६५ आणि ६८ पौंड प्रती यार्ड एवढंच असेल.[१५]

भारताच्या पश्चिम भागातल्या भौगोलिक परिस्थितीशी सामना केल्यावर बर्कले यांनी बोरीबंदरवरून ठाणे आणि नंतर कल्याणपर्यंत थेट ५३ किलोमीटरचा रेल्वेमार्ग टाकण्याचा निर्णय घेतला. कल्याणपुढे ईशान्येला ४२ किलोमीटरवर थळ घाटाच्या आणि आग्नेय दिशेला ६१ किलोमीटरवर बोर घाटाच्या पायथ्याशी पोहोचेल, अशी या मार्गाची आखणी करण्यात आली.

---

१३. एस. एन. शर्मा, History of the GIP Railway (१८५३-१८६९), भाग १, खंड १, (Bombay : Chief Public Relations Officer, Central Railway, 1990), पृ. ५-६

१४. त्या काळी रेवा बेट हे दक्षिणेकडेच्या परळ-माटुंगा, धारावी या आणि उत्तरेकडच्या सालसेत किंवा साष्टी या बेटांच्या मध्ये होतं.

१५. Professional Papers on Indian Engineering, खंड ३, संपादन - मेजर जे. जी. मेडली (India : Thomson College Press, १८६६)

जानेवारी १८५१मध्ये या रेल्वेमार्गाच्या गेजची लांबी ५ फूट ६ इंच एवढी निश्चित करण्यात आली. ही लांबी निश्चित करताना लॉर्ड डलहौसी यांनी दूरदृष्टी दाखवली. त्यांनी ४ फूट साडेआठ इंचांची पारंपरिक ब्रिटिश गेज लांबी आणि ब्रुनेल यांची ७ फूट १ इंचाची गेज लांबी या दोन्ही नाकारत सुवर्णमध्य गाठला. गेजची लांबी ठरल्यामुळे जमिनीचं अधिग्रहण करण्याच्या प्रक्रियेवर त्याचा सकारात्मक परिणाम झाला.[१६]

गेजची लांबी निश्चित झाल्यानंतर बोरीबंदर ते ठाणे हा पहिल्या टप्प्यातला ३४ किलोमीटरचा मार्ग बांधण्यासाठीचं कंत्राट देण्यात आलं. भारतीय कंत्राटदारांपेक्षा इंग्लिश कंत्राटदारांवर बर्कले यांचा जास्त विश्वास होता. त्यांच्या शिफारशींनुसारच हे कंत्राट फॅव्हिएल अँण्ड फ्वॉलर या इंग्लिश बांधकाम कंपनीला देण्यात आलं. ठाण्यापुढे कल्याणपर्यंतचा मार्ग बांधण्याचं कंत्राट जॉर्ज वाएथ्स आणि विल्यम जॅक्सन या दोन इंग्लिश कंत्राटदारांना आणि त्यांच्यासह जमशेटजी दोराबजी नायगामवाला या पारशी कंत्राटदाराला देण्यात आलं. या कामांमध्ये ठाण्यानंतर खाडीवरचा मोठा पूल बांधण्याबरोबरच पारसिकची टेकडी खोदून बोगदा बांधण्याच्या कामाचाही समावेश होता.

भूमिपूजन झाल्यानंतर एका वर्षातच या मार्गासाठी जमीन सखल करण्याचं काम झालं आणि या मार्गाचं काम ऑक्टोबर १८५१मध्ये अचानक थंडावलं. कारण होतं प्रचंड पाऊस! त्यानंतर लगेचच माहिमच्या बंदराला जोडणारा ३ किलोमीटरचा रेल्वेमार्ग बांधण्याचे आदेश कोर्ट ऑफ डायरेक्टर्सनी दिले. त्या वेळी माहिमचं बंदर हे माल आणि प्रवासी वाहतुकीचं एक प्रमुख केंद्र होतं.[१७]

नव्या रेल्वेमार्गाच्या बांधणीचं काम जोरात सुरू होतं आणि त्याच वेळी एक वादही सुरू होता. हा नवा मार्ग एकेरी असावा की दोन मार्गिका असाव्यात याबद्दल हा वाद रंगला होता. कंत्राटाप्रमाणे हा मार्ग खरंतर दुहेरी असणं अपेक्षित होतं; पण लवकरच याबाबत चर्चा सुरू झाली. भारतामध्ये 'प्रायोगिक तत्त्वावर' बांधण्यात येणारा दुसरा, म्हणजेच हावड्याजवळचा रेल्वेमार्ग हा बहुतांश भागामध्ये एकेरी मार्गच होता. काही अभियंत्यांच्या मते पैसे वाचवण्यासाठी मुंबईतही हीच एकेरी मार्गाची पद्धत वापरणं इष्ट ठरेल; पण बॉम्बे प्रांताच्या सरकारने हा सल्ला धुडकावून लावला. आर्थिक बाबींमधला आणि कंत्राटातल्या अटी-शर्तींमधला

---

१६. एस. एन. शर्मा, History of The GIP Railway (१८५३-१८६९). भाग १, खंड १, (Bombay : Chief Public Relations Officer, Central Railway, १९९०) पृष्ठ. ८

१७. Ibid., पृष्ठ २५

किचकटपणाही हा सल्ला धुडकावून लावण्यामागचं प्रमुख कारण होतं. काही का असेना, बॉम्बे प्रांताचं सरकार या दुहेरी मार्गावर ठाम राहिलं.[१८]

~

विल्यम फ्रेडरिक फॅव्हिएल आणि हेन्री फ्वॉलर या दोघांची गोष्टही भारतातल्या पहिल्या रेल्वेच्या गोष्टीएवढीच रंजक आहे. फॅव्हिएल यांचा जन्म १८२२ मध्ये यॉर्कशायर येथे झाला आणि लिंकनमधल्या एका खासगी शाळेत त्यांचं शिक्षण झालं. केवळ १७ वर्षांचे असताना त्यांनी आपल्या भावाला काही रेल्वेमार्ग बांधण्यास मदत केली. त्यांचे भाऊदेखील कंत्राटदारच होते. १८४६ मध्ये फॅव्हिएल आपल्या वडिलांना मदत करायला पुढे सरसावले. त्या वेळी लीड्स ते थिर्स्क या मार्गावरील हॅरोगेट ते रिपन हा टप्पा बांधायचं काम या बाप-लेकांनी पूर्ण केलं. त्यानंतर याच मार्गाच्या विस्ताराचं काम त्यांनी आपल्या मेहुण्यासह पूर्ण केलं. भारतात बांधल्या जाणाऱ्या पहिल्यावहिल्या रेल्वेचं कंत्राट मिळवण्यासाठी फॅव्हिएल यांनी फ्वॉलर यांच्यासह हातमिळवणी केली.[१९]

हेन्री फ्वॉलर आणि फॅव्हिएल यांच्यात एका वर्षाचं अंतर! फ्वॉलर यांचा जन्म १८२१ मध्ये शेफील्डमधला. त्यांनी आपल्या व्यावसायिक कारकिर्दीची सुरुवात वयाच्या १६ व्या वर्षीच केली. त्या वेळी शेफील्ड वॉटर वर्क्सचे निवासी अभियंता जॉन टॉवर्लटन लेदर यांच्या हाताखाली फ्वॉलर काम करत होते. नॉर्थ मिडलॅन्ड रेल्वे प्रकल्पातल्या चेस्टर फील्ड टप्प्यात काम करण्याचा अनुभव फ्वॉलर यांच्या गाठीशी होता. एक टप्पा असा होता की, ग्रेट नॉर्दन रेल्वे कंपनीतली कायमस्वरूपी निवासी अभियंत्याची नोकरी त्यांच्याकडे चालत आली; पण या सुखवस्तू नोकरीचा राजीनामा देत १८५० मध्ये त्यांनी फॅव्हिएल यांच्याबरोबर भारताची वाट धरली. भारतातली पहिलीवहिली रेल्वे बांधण्याचं स्वप्न उराशी बाळगून १९ डिसेंबर १८५० रोजी ते भारताच्या दिशेने रवाना झाले.[२०]

---

१८. जी. एस. खोसला, A History of Indian Railways (India : A. H. Wheeler & Co. 1988) पृष्ठ ३४

१९. मृत्युलेख : डब्ल्यू. एफ. फॅव्हिएल, द इंजिनिअर, British Industrial History,18 July 1902, in<http://graceguide.co.uk/The_Engineer_1902/07/18>, Accessed on 9th February 2014

२०. 'Proceedings of Institution of Civil Engineers, 1855 : Obituries', British Industrial History ९ फेब्रुवारी २०१४ रोजी हाताळलेल्या <http://www.graceguide.co.uk/Henry_Flower_(१८२१-१८५४) या वेबसाइटवरील माहितीनुसार

भारतात पोहोचल्या पोहोचल्या फॅव्हिएल आणि फ्वॉलर दोघेही तातडीने कामाला लागले. त्यांनी मुंबई आणि आसपासच्या प्रदेशातून जवळपास १० हजार लोकांना हाताशी घेतलं.[२१] 'स्थानिक' मजुरांबरोबर काम करण्याची ब्रिटिश रेल्वे अभियंत्यांची ही पहिलीच वेळ होती. मग ठिणगी पडली नसती, तरच नवल! ब्रिटिश अभियंते दिलेली पै अन् पै वसूल करण्याच्या दृष्टीने या मजुरांकडून काम करून घेत असत, तर त्या बदल्यात या मजुरांच्या धार्मिक गोष्टींबद्दल आणि जीवनपद्धतीबद्दल या गोऱ्या साहेबाने आदर बाळगावा, एवढी अपेक्षा हे मजूर बाळगून होते.

'बिल्डिंग द रेल्वेज ऑफ द राज' या आपल्या पुस्तकात इयान जे. केर यांनी या संघर्षाचं वर्णन केलं आहे. मजुरांना सळो की पळो करून सोडणाऱ्या हेन्री फ्वॉलर यांनी २ मे १८५१ रोजी इंग्लंडला एक पत्र लिहिलं होतं. आपण या मजुरांना कसे सकाळी सहापासूनच काम करायला प्रवृत्त करतो आणि ते कसे आठशिवाय काम सुरूच करत नाहीत, त्यांच्या या सवयींमागे अनेक पूर्वग्रह आहेत आणि यातले बहुतांश पूर्वग्रह त्यांच्या धार्मिक बाबींशी जोडले गेले आहेत; त्यामुळे या सवयी बदलणं अशक्य आहे, असा त्रागा त्यांनी या पत्रातून व्यक्त केला होता.[२२] हे मजूर जाती-पातींमध्ये विभागलेले आहेत आणि एका जातीचे मजूर दुसऱ्या जातीच्या मजुरांच्या बाजूला काम करायलाही नकार देतात, असंही त्यांनी खेदाने या पत्रात म्हटलं होतं.

'द बॉम्बे क्वार्टर्ली रिव्ह्यू' या सरकारी दस्तावेजाच्या १८५५च्या आवृत्तीत त्या वेळी दुर्मिळ असलेल्या मजुरांच्या संपाची नोंद आहे. कुर्ला येथे काम करणाऱ्या मजुरांनी आपल्याला गरम पाण्याने अंघोळ करायला मिळावी, म्हणून कामाच्या वेळा बदलण्याची मागणी करत संप केला होता. या 'रिव्ह्यू'त पुढील नोंद आढळते :

> नोव्हेंबर महिन्यामध्ये कुर्ल्याजवळचं काम सुरू झालं आणि मजुरांचं एक शिष्टमंडळ कंत्राटदाराची भेट घ्यायला आलं. कामाच्या तासांबद्दल त्यांची तक्रार होती. त्या वेळी त्यांच्या कामाचे तास सकाळी ८ ते संध्याकाळी ६ एवढे होते. त्यांनी त्यांच्या कंत्राटदाराला आठऐवजी

---

२१. डॉ. ए. के. अरोरा, History of Bombay Suburban Railways : १८५३-१९८५, (Bombay : The Indian Railway Electrical Engineers Association, 1985), पृ. vii

२२. इयान जे. केर, Building the Railways of the Raj : 1850-1900 (UK : Oxford University Press, 1995) पृ. ३२

सकाळी सातला काम सुरू करून संध्याकाळी पाचपर्यंत संपवायची विनंती केली. त्यांच्या मते सूर्यास्तानंतर पाणी खूप थंड असून अंघोळ करणं कठीण जातं.[२३]

याच संघर्षाच्या माळेतली आणखी एक गोष्ट. १८५० मध्येच एके दिवशी घडलेली! रेल्वेमार्गाचं काम सुरू असताना अचानक मजुरांनी संप केला. त्यांच्या दर दिवसाच्या मोबदल्याबाबत काहीतरी गैरसमज उद्‌भवला आणि त्यांनी काम बंद केलं :

सायनजवळच्या बोगद्याचं काम करणारे सगळेच मजूर हातातली अवजारं, हत्यारं खाली टाकून चालायला लागल्याचं एके दिवशी एका अभियंत्याला दिसलं. कामाच्या मोबदल्याबाबत त्यांना कोणीच निश्चित माहिती दिली नव्हती. कामाचा योग्य तो मोबदला मिळेल, अशी हमी या अभियंत्याने दिल्यावर हे मजूर कामावर परतले.[२४]

स्थानिक मजूर, कंत्राटदार आणि अभियंते यांच्यातल्या परस्परसंबंधांमधला तणाव कायमच होता. १८५० च्या शेवटी शेवटी रेल्वेमार्गाचं काम अत्यंत दुर्गम आणि खडतर अशा बोर घाटापर्यंत म्हणजेच खंडाळ्यापर्यंत पोहोचलं आणि हे संबंध आणखी बिघडायला सुरुवात झाली. कामगार आणि अभियंते-कंत्राटदार यांच्यातला संघर्ष इतका विकोपाला गेला की, ब्रिटिशांना तातडीने पावलं उचलणं भाग पडलं. आणि यातूनच १८६० मध्ये मजुरांसाठीच्या कामगार कायद्याचा जन्म झाला. द एम्प्लॉइज ॲण्ड वर्कमन्स (डिस्प्युट्स) ॲक्ट असं या कायद्याचं नाव! या कायद्यांतर्गत वेतनावरून होणाऱ्या वादांवर तोडगा काढण्यासाठीचे अधिकार मॅजिस्ट्रेट्स म्हणजेच दंडाधिकाऱ्यांना देण्यात आले. त्याच्या जोडीला, चिघळलेली परिस्थिती पूर्वपदावर आणण्यासाठी पोलीस दलाची तुकडी सज्ज ठेवण्याची परवानगीही या कायद्याने ब्रिटिशांना दिली.

भारतात आल्यानंतर एका वर्षातच फ्वॉलर आजारी पडले. भारतातलं उष्णकटिबंधीय वातावरण काही फ्वॉलर यांच्या पचनी पडलं नाही आणि ते इंग्लंडला परत गेले. उष्णकटिबंधीय हवामानामुळे कोमेजलेले फ्वॉलर दुर्दैवाने या आजारातून कधीच सावरू शकले नाहीत. बिच्चारे फ्वॉलर! इंग्लंडमध्ये परत गेल्यावर तीन-चार वर्षांतच २६ जानेवारी १८५४ रोजी वयाच्या ३२व्या वर्षी त्यांचं निधन झालं.

---

२३. The Bombay Quarterly Review, July-October 1855.
२४. Ibid.

मार्च १८५२ पासून फॅव्हिएल यांना सगळं काम एकट्यानेच बघावं लागलं. तसेच आता ते पूर्णपणे स्थानिक मजुरांवर अवलंबून होते. वर्षभराने लंडनमध्ये प्रसिद्ध झालेल्या 'द इलस्ट्रेटेड लंडन न्यूज' या वर्तमानपत्राने फॅव्हिएल यांना सोसाव्या लागलेल्या सत्त्वपरीक्षांची दखल घेतली ती अशी :

हे काम अत्यंत कठोर परिश्रमांचं आणि अडचणींचं असल्याचं दिसतं. अत्यंत टोकाच्या हवामानात (ज्यात फॅव्हिएल यांचे भागीदार मिस्टर फ्वॉलर आणि या दोघांनी बरोबर नेलेले इतर इंग्लिश मजूरही अपयशी ठरले) आता फॅव्हिएल मार्च १८५२पासून एकटेच झुंजत आहेत. फॅव्हिएल यांच्यासमोर 'स्थानिक' मजुरांवरच अवलंबून राहण्याशिवाय दुसरा पर्याय नव्हता. हे मजूर मिळणंही खूप कठीण आहे. भाताच्या हंगामात तर कोणीच कामाला मिळत नाही. अशा वेळी नियोजन करणं अशक्य होतं. मग कामामध्ये आयत्या वेळी बदल करावे लागतात. कधी कंत्राटदार कठोरपणे हुकूम सोडतात, तर कधी ५० किंवा १००च्या जथ्याने मजूर काम सोडून गेले की, त्यांच्या विरोधात ठणाणा करतात. अशा वेळी त्यांना त्यांच्या कामाची अत्यल्प मजुरी देणंही कठीण होतं. नाग आणि साप यांचा तर नुसता सुळसुळाट आहे. हे साप हमखास दगडांखाली सापडतात. यातल्या नागाची हे लोक पूजा करतात; पण हे दोन्ही साप विषारी असतात आणि ते डसले, तर जीवसुद्धा जाऊ शकतो.[२५]

या रेल्वेमार्गाच्या उभारणीत फॅव्हिएल आणि त्यांच्या स्थानिक मजुरांसमोर आ वासून उभा होता तो परळ-माटुंगा आणि धारावी-सालसेत (साष्टी) या दोन बेटांदरम्यानचा दलदलीचा भाग. या दलदलीत ते कसा भराव टाकणार होते? त्यांच्या सुदैवाने रेल्वेचं हे भूत जगभरात सगळ्यांच्याच मानगुटीवर बसलं होतं आणि जगातील अनेक देशांमध्ये नवनवीन रेल्वेमार्ग बांधण्याचं काम सुरू होतं. या देशांमधली भौगोलिक परिस्थिती आणि जमीन वेगवेगळी होती; त्यामुळे तुम्ही म्हणाल त्या प्रदेशातून रेल्वेमार्ग टाकण्यासाठीचे सगळे उपाय शक्य होते.

ग्रेट इंडियन पेनिन्सुला रेल्वेचे सल्लागार अभियंता रॉबर्ट स्टीफन्सन यांनी त्यांच्या वडिलांचीच क्लृप्ती वापरली. जॉर्ज स्टीफन्सन यांनी दोन रुळांवरून धावणारी आणि दोन शहरांदरम्यान प्रवाशांची ने-आण करणारी जगातली पहिली रेल्वे लिव्हरपूल आणि मँचेस्टरदरम्यान बांधली होती. १५ सप्टेंबर १८३० रोजी

---

२५. The Illustrated London News, 4 June 1853, पृ. ४३६-४३८

ती सुरू झाली. या रेल्वेमार्गावर चॅट मॉस या स्थानकाजवळ अशीच दलदल होती. या दलदलीवरून रेल्वेमार्ग नेण्यासाठी जॉर्ज स्टीफन्सन यांनी एक भन्नाट शक्कल लढवली होती. त्यांनी एकमेकांना गच्च बांधलेली झुडपं आणि फांद्या या दलदलीवर टाकल्या; त्यावर डांबर टाकून ते सगळं दगड-विटांच्या तुकड्यांनी भरून टाकलं आणि त्यावर रेल्वेलाइन टाकली.

परळ-माटुंगा आणि धारावी-सालसेत या बेटांच्या दरम्यान असलेल्या दलदलीवरचं काम जॉर्ज स्टीफन्सन यांच्या मॉडेलनुसारच सुरू झालं. बॉम्बे आणि सालसेत या बेटांदरम्यान रेवा नावाचं एक छोटंसं बेट होतं. या बेटावर सायनचा किल्ला होता. भराव टाकण्यासाठी या किल्ल्याचा ताबा घेण्यात आला. फॅव्हिएल आणि त्यांची माणसं जोमाने कामाला लागली. या किल्ल्याच्या ठिकाणी दगडांची खाण सुरू झाली. हा किल्ला तसा भग्नावस्थेत असला, तरी किल्ल्याची जुनी तटबंदी आणि मनोरा अस्तित्वात होता. मुंबईच्या इतिहासाचा एक महत्त्वाचा साक्षीदार असलेला हा मनोरा तेवढा सुरक्षित ठेवण्यात आला. खरं तर हा ऐतिहासिक ठेवा कटाक्षाने जपणाऱ्या त्या कंत्राटदाराचे आपण आभारच मानायला हवेत, कारण इतिहासाच्या या पाऊलखुणा जपण्याऐवजी त्या पुसून टाकण्याची अहमहमिकाच इतर कंत्राटदारांमध्ये दिसते. उदाहरणच द्यायचं, तर लाहोर-मुलतानदरम्यान रेल्वेमार्ग उभारणाऱ्या कंत्राटदाराने हडप्पा संस्कृतीतल्या एका शहरातल्या जुन्या विटा रुळांमध्ये खडी टाकायला अजाणतेपणी वापरून टाकल्या. इतकं लांब कशाला जायचं! फॅव्हिएल यांच्या कामाच्या ठिकाणापासूनच अगदी हाकेच्या अंतरावर काम करणाऱ्या वॅथ्स आणि जॅक्सन यांनी ठाणे-कल्याण मार्गातला पारसिकचा बोगदा खोदताना पारसिकच्या डोंगरावर असलेला १७व्या शतकातला जुना किल्ला पाडून टाकला. सुदैवाने सायन स्टेशनवरून (आताचं शीव) बारकाईने बघितलं, तर इथे काळाच्या पाऊलखुणा आजही दिसतात.

सायनच्या दलदलीवर भराव टाकण्यासाठी या दलदलीतली खारफुटीची झाडं तोडून त्यांच्या चटयांसारख्या गाद्या बनवल्या जायच्या. त्यावर चिखल टाकला जायचा. मग त्या थरावर खारफुटीच्या झुडपांच्या आणखी चटया टाकल्या जायच्या. खारफुटी आणि चिखल यांचा हा थर दगड आणि लोखंडी रुळांचं वजन सहन करण्याइतपत जाड होईपर्यंत हे थर एकावर एक रचले जायचे. या खारफुटीच्या झाडांच्या आणि चटयांच्या बळावर आणि छोट्या दगडांपासून बनवलेल्या पुलाच्या मदतीने रेल्वे सालसेत बेटांवर पोहोचणं शक्य झालं. (दुर्दैवाने सायन इथल्या या छोट्या पुलाच्या काहीच खुणा आता शिल्लक राहिलेल्या दिसत नाहीत.)

एका नव्या देशात नवीन तंत्रज्ञान रुजवण्याचे प्रयत्न सुरू असताना अशा समस्या उभ्या राहिल्या ज्या सोडवण्यासाठी आतापर्यंत कधीच न वापरलेल्या

क्लृप्त्या वापराव्या लागत होत्या. पहिल्या टप्प्यातले रूळ टाकताना गेजशी तंतोतंत जुळतील असेच टाकण्यात आले होते. म्हणजे जिथं वळणावर रुळांची रुंदी बदलायची गरज होती, तिथेही ती न बदलता ५ फूट सहा इंच एवढीच ठेवण्यात आली होती. रूळ आणि स्लीपर यांच्यात योग्य मापाची कॉटर पीन बसवायची, हे स्थानिक मजुरांना समजावणं कंत्राटदार आणि मजुरांवर लक्ष ठेवणाऱ्या पर्यवेक्षक यांना खूपच कठीण जात होतं. रुळांच्या बाहेरच्या बाजूला पातळ कॉटर बसवण्याऐवजी जाड कॉटर बसवले गेले; त्यामुळे रूळ थोडेसे बाहेरच्या बाजूला पसरण्याऐवजी ते आत ओढले गेले. गेज अत्यंत काटेकोरपणे पाळलं गेल्याने बऱ्याच ठिकाणी गाड्या रुळांवरून घसरण्याच्या घटना घडल्या. बर्कले यांच्या हे लक्षात आल्यावर त्यांनी गाड्यांच्या चाकांमध्ये योग्य ते बदल करण्यास सांगितले.[२६]

~

फॅव्हिएल आणि त्यांचे कामगार प्रचंड वेगाने काम करत होते आणि ठाण्यापर्यंतचा रेल्वेमार्ग तयार झाल्यावर सर्वांना आश्चर्याचा धक्काच बसला. हा रेल्वेमार्ग बांधण्यासाठी प्रस्तावित केलेल्या किमतीपेक्षा २० टक्के कमी किमतीत हा मार्ग बांधून झाला होता. त्याहीपेक्षा आश्चर्याची गोष्ट म्हणजे हे काम नियोजित वेळेच्या आधीच संपलं होतं.[२७] १८५२ च्या अखेरपर्यंत ठाणे ते सिपॉय लाइन्स म्हणजे आजच्या मसजिद बंदर स्टेशनच्या जवळपर्यंतचा रेल्वेमार्ग तयार होता. याच वर्षात ग्रेट इंडियन पेनिन्सुला रेल्वेने या संपूर्ण ३४ किलोमीटरच्या मार्गावर पहिली चाचणीही घेतली.

या मार्गाचं काम पूर्ण झाल्यानंतर फॅव्हिएल यांनी बोर घाटातला रेल्वेमार्ग बांधण्याचं काम हाती घेतलं होतं; पण हे काम व्यवहार्य आणि परवडणारं नसल्याचं सांगून त्यांनी ते मध्येच सोडून दिलं. त्यानंतर लगेचच ते सिलोन म्हणजे आताच्या श्रीलंकेत गेले. तिथे त्यांनी कोलंबो ते कँडीदरम्यानचा ११७ किलोमीटरचा रेल्वेमार्ग यशस्वीपणे तयार केला.

जेम्स जॉन बर्कले यांचं काय? भारतासारख्या उष्णकटिबंधीय देशात काम करून दमलेला आणि आजारी पडलेला हा भारताचा पहिला रेल्वे अभियंता एप्रिल

---

२६. The Locomotive, 15 November 1926, पृ. ३६६

२७. एस. एन. शर्मा, History of The GIP Railway (१८५३-१८६९). भाग १, खंड १, (Bombay : Chief Public Relations Officer, Central Railway, 1990), पृ. २५

१८६१ मध्ये मायदेशी रवाना झाला. वर्षभरातच म्हणजे ऑगस्ट १८६२मध्ये त्यांचा मृत्यू झाला. १८५० मध्ये एका वृत्तपत्राने बर्कले यांच्या कौशल्याबाबत आणि त्यांनी कागदावर आखलेल्या रेल्वेमार्गाच्या आराखड्याबाबत प्रश्नचिन्ह उपस्थित केलं होतं; पण त्यांच्या मृत्यूनंतर GIPRच्या संचालकांनी मुंबईत एक ठराव पास करत त्यांचा गौरवपूर्ण उल्लेख केला. आज त्यांच्या नावाची एक छोटीशी रेल्वे कॉलनी मध्य रेल्वेच्या भायखळा स्टेशनच्या बाजूला उभी आहे. तसेच मुंबई छत्रपती शिवाजी महाराज टर्मिनसच्या (व्हिक्टोरिया टर्मिनस) मागच्या बाजूला असलेल्या बेस्टच्या डेपोकडे तोंड केलेला बर्कले यांचा अर्धाकृती पुतळा या टर्मिनसच्या इमारतीवर दिसतो.

बर्कले यांच्या निधनाच्या दोन वर्षं आधी म्हणजे १८६० मध्ये लॉर्ड डलहौसी यांचा मृत्यू झाला. ते ४९ वर्षांचे होते. हिमाचल प्रदेशामधल्या एका गावाला ब्रिटिशांनी त्यांचं नाव दिलं आहे. आजही डलहौसी हे ठिकाण थंड हवेचं ठिकाण म्हणून प्रसिद्ध आहे.

आपल्याला या पहिल्या आणि मूळ रेल्वेमार्गाबद्दल आज काय काय माहिती आहे? आपल्याला हे माहिती आहे की, या कामाचा दर्जा अत्यंत निकृष्ट होता; पण ते तसेच असणार होतं. या अभियंत्यांना भूभागाची व्यापक माहिती नव्हती आणि त्यांच्या हाताशी दिलेले मजूरही अकुशल आणि अप्रशिक्षित होते. त्याहीपुढे जात अशा प्रकारचं काम देशात पहिल्यांदाच हाती घेतलं गेलं. आता वाचताना धक्का बसेल; पण सह्याद्री पर्वतरांगांच्या पायथ्याशी असलेला खोपोलीपर्यंतचा (त्या वेळचं कॅम्पोली) रेल्वेमार्ग १८६१पर्यंत दरवर्षी पावसाळ्यात वाहून जायचा आणि हा मार्ग दरवर्षी नव्याने बांधायला लागायचा. आज, १५० पेक्षा जास्त वर्षांनीही कर्जत-खोपोली मार्गावरची स्थानके पडतझडत का होईना; पण उभी आहेत. या भागात बर्कले यांचं नावही कोणाला माहीत नाही; पण त्यांनी उभारलेला हा मार्ग या गावांमधील हजारो लोकांसाठी जीवनवाहिनी ठरत आहे.

कापसासाठी रेल्वेमार्ग

ऑक्टोबर १८४७ मध्ये, म्हणजे आपल्याला स्वातंत्र्य मिळायच्या सुमारे शंभर वर्षांपूर्वी इंग्लंडच्या हाउस ऑफ कॉमन्समध्ये भारत आणि इंग्लंड यांच्यातील व्यापार संबंधांबाबत चर्चा झाली. या चर्चेच्या केंद्रस्थानी होता कापूस!

भारताच्या अंतर्गत भागांमध्ये, जिथे वाहतुकीची आणि दळणवळणाची साधनं नाहीत, अशा ठिकाणी कापसाची लागवड होते, असं या चर्चेत म्हटलं होतं; त्यामुळे मध्य भारतात किंवा इतर ठिकाणी पिकणारा कापूस किनाऱ्यावरच्या शहरांमध्ये येईपर्यंत खराब होत असे. हा कापूस बहुतांश वेळा बैलगाडीतूनच एका

ठिकाणाहून दुसऱ्या ठिकाणी पोहोचवला जात होता; त्यामुळे तर तो खराब होण्याचं प्रमाण जास्तच होतं. दुष्काळी परिस्थितीत तर बैलगाड्यांसाठी बैल मिळणंही कठीण होत असे. अशा परिस्थितीत बंदरांमध्ये जहाजे मालाची वाट पाहत खोळंबून राहत.

रेल्वेमार्ग सुरू झाल्यास यात बदल होणं शक्य होतं. कापूसच नाही, तर प्रत्येक प्रकारचा कच्चा माल आता वेगाने बंदरांपर्यंत पोहोचवणं शक्य होणार होतं. एकदा का कापूस बंदरांपर्यंत आला की, तो मोठ्या प्रमाणात ब्रिटनमधल्या कापडाच्या गिरण्यांपर्यंत पोहोचवला जाणार, हे स्पष्ट होतं.

त्या काळात ब्रिटनमधल्या कापडाच्या गिरण्यांसाठी अत्यंत महत्त्वाचा कच्चा माल असलेला कापूस प्रामुख्याने अमेरिकेतून विकत घेतला जायचा. १८३० पर्यंत ब्रिटन आणि अमेरिका यांच्यातला हा कापसाचा धागा कायम होता. भारतातूनही कापूस निर्यात होत असला, तरी त्याचं प्रमाण अमेरिकेतल्या कापसाच्या निर्यातीपुढे नगण्य होतं; पण ब्रिटनला कापसासाठी सर्वस्वी अमेरिकेवर अवलंबून राहायचं नव्हतं; त्यामुळे १८४० पासून त्यांनी भारतातल्या कापूस उत्पादनात चांगलाच रस घ्यायला सुरुवात केली.

१८४९ मध्ये मुंबईत प्रकाशित झालेल्या एका जाहिरात पत्रिकेत नेमक्या याच मुद्द्यावर भर दिला होता. या जाहिरात पत्रिकेचं नाव होतं 'रेल्वेज फॉर बॉम्बे'! यामध्ये चार मुद्दे उपस्थित करण्यात आले होते. पहिला मुद्दा होता तो म्हणजे अमेरिका आपल्याकडच्या कापसाने इंग्लंडमधील बाजारपेठा भरून टाकत आहे. हे त्यांना केवळ त्यांच्या देशात असलेल्या रेल्वेच्या विस्तृत जाळ्यामुळे शक्य होत आहे, हा दुसरा मुद्दा होता. पश्चिम भारतातील व्यापार उदीम आणि प्रामुख्याने कापसाचा व्यापार खालावण्यामागे अंतर्गत वाहतुकीच्या साधनांचा अभाव आहे, असं या पुस्तिकेतल्या तिसऱ्या मुद्द्यात म्हटलं होतं. तसेच चौथ्या मुद्द्यामध्ये या संकटावर उपाय सुचवला गेला होता. हे गंभीर संकट टाळण्याचा एकमेव मार्ग म्हणजे भारतात रेल्वेचं जाळं तयार करणं!

मँचेस्टर कमर्शिअल असोसिएशनचे अध्यक्ष जे. ए. टर्नर यांनी १८४७ मध्ये लिहिलेल्या एका पत्रात रेल्वेची स्थापना करण्यामागची आपली भूमिका आणि दृष्टिकोन स्पष्ट केला. ते लिहितात :

> भारतातून येणारा कापूस तिथून स्वच्छ आला, तर भारतातल्या कापसाची मागणी वाढेल, असा मला विश्वास वाटतो. अमेरिकन कापसाचे दर सध्याच्या किमतीपेक्षा घसरले, तरीही कापड गिरण्यांमधून भारतीय कापसासाठीची मागणी कमी होणार नाही. अर्थात त्या वेळी फक्त

अमेरिकन कापसाशी तुलना करून भारतीय कापसाची किंमत ठरवली जाईल.[२८]

रेल्वेच्या जाळ्याचा आणखी एक उपयोग म्हणजे रेल्वेच्या मदतीने ब्रिटिशांना भारतातला आपला पाया भक्कम करणं सोपं जाईल. स्थानिक लोकांना एकत्रित आणणं आणि त्यांची पांगापांग करणं, तसेच सैन्याच्या तुकड्या एका ठिकाणाहून दुसऱ्या ठिकाणी हलवणं या सगळ्यासाठी रेल्वे हा अतिशय वेगवान पर्याय असल्याचा विश्वास त्या काळात होता. मुंबईचे तत्कालीन महसूल आयुक्त थॉमस विल्यमसन यांनी GIPR कंपनीचे अध्यक्ष लॉर्ड व्हार्नक्लिफ यांना मे १८४६ मध्ये लिहिलेल्या पत्रात हा मुद्दा विस्तृतपणे मांडला आहे. :

> आपली सर्वांत मोठी लष्करी ताकद पश्चिम भारतात बॉम्बेमध्ये एकवटली आहे, याची आठवण मी तुम्हाला करून द्यायची गरज नाही. बॉम्बेचं उत्कृष्ट बंदर हे पश्चिम किनारपट्टीवरील केंद्रबिंदू आहे. भारताशी आपला संबंध पहिल्यांदा आला, तेव्हाही या बंदराने आपलं लक्ष वेधून घेतलं होतं आणि आता तर या भागात आपल्या ताब्यात असलेल्या कोणत्याही वसाहतीपेक्षा बॉम्बेचं महत्त्व अनन्यसाधारण आहे. आपल्या गोदी, आपलं शस्त्रागार, शस्त्रास्त्र बनवण्याचा कारखाना आणि इतर गोदामं इथेच आहेत. तसेच पश्चिम किनारपट्टीवरची ही अशी एकच जागा आहे जिथून आपलं सैन्य वर्षातल्या कोणत्याही काळात समुद्रातून विनासायास जा-ये करू शकतं.
>
> युरोपमध्ये सैन्याची मोठी तुकडी वेगाने आणि तरीही आरामात एका ठिकाणाहून दुसऱ्या ठिकाणी हलवण्यापर्यंतच रेल्वेचं महत्त्व आहे. भारतात मात्र रेल्वेचं महत्त्व कित्येक पटींनी वाढतं. याचं मुख्य कारण म्हणजे कोणाच्याही आरोग्याला कोणताही धोका न पोहोचता आणि पर्यायाने कोणतीही जीवितहानी न होता युरोपीय सैन्य हव्या त्या ठिकाणी वेगानं पोहोचू शकतं.
>
> भविष्यात कधी इजिप्तमधून आपल्या सैन्याच्या तुकड्या पुढे न्यायची वेळ आली तर, ग्रेट इंडियन पेनिन्सुला रेल्वेचं महत्त्व कित्येक पटींनी वाढेल.

---

२८. जॉन चॅपमन, The Cotton & Commerce of India Considered in Relation to the Interests of Great Britain; With Remarks on Railway Communication in the Bombay Presidency (London : Strand, 1851) पृ. ३

माळशेज घाटातून नागपूरच्या दिशेने जाणारी 'द ग्रेट ट्रंक लाइन' ही थेट जाणारी आणि बॉम्बे व कलकत्ता या दोन शहरांना जोडणारी लाइन म्हणून निवडली जाऊ शकेल.[२९]

या टप्प्यावर येईपर्यंत भारतीयही आता रेल्वेच्या विस्तृत जाळ्याचं स्वप्न बघायला लागले होते. वेगवेगळ्या प्रांतांमधील व्यापारी, स्थानिक गट आणि अगदी प्रशासकीय अधिकारीही आपापल्या प्रांतांमध्ये नवीन रेल्वेलाइन टाकायचा प्रयत्न करत होते.

तांत्रिकदृष्ट्या औद्योगिक कारणांसाठी एक छोटी स्टॅन्डर्ड गेज रेल्वे मद्रासमध्ये १८३६ मध्येच सुरू झाली होती. 'द रेड हिल रेलरोड' या नावाने ओळखली जाणारी ही रेल्वे रोटरी स्टीम इंजिनावर धावत होती. रस्तेबांधणीसाठी लागणाऱ्या सामानाची ने-आण करणं एवढंच या रेल्वेचं काम होतं. हा रेल्वेमार्ग १८४५ मध्ये बंद झाला, तरीही भारतातली पहिली प्राथमिक रेल्वे होण्याचा मान या रेल्वेकडे जाऊ शकतो. इंडियन रेल्वेज फॅन क्लब असोसिएशनचे ज्येष्ठ सदस्य सायमन डार्व्हिल यांनी २०११ मध्ये केलेल्या संशोधनामध्ये असं आढळलं होतं की, मद्रासमधल्या या रेल्वेसाठी वापरलेले रूळ भारतातल्याच पोर्टो नोव्हो स्टील ॲण्ड आयर्न कंपनी या भट्टीमध्ये तयार करण्यात आले होते. या कंपनीला सरकारकडून घोटीव लोखंडामध्ये बनवलेल्या ६०० तोफा वाहकांची आणि मोठ्या संख्येने या रुळांची ऑर्डर देण्यात आली होती.[३०]

रेड हिल रेल्वेच्या इंजिनाबद्दल १८३८ मध्ये मद्रास हेराल्ड या वर्तमानपत्रात एक मजेशीर प्रसंग छापून आला होता. मजेशीर अशासाठी की, हा मार्ग सामानाच्या वाहतुकीसाठी असला, तरी या प्रसंगात प्रवाशांच्या वाहतुकीचं वर्णन आहे :

गेल्या सोमवारी दुपारी आम्ही रेड हिल रेल्वेतून समाधानकारक प्रवास अनुभवला. जाताना आणि परतीच्या प्रवासात वारा योग्य दिशेने वाहत

---

२९. थॉमस विल्यमसन, Two Letters on the Advantages of Railway Communication in Western India, Addressed to The Right Hon. Lord Wharncliffe, Chairman of the Great Indian Peninsula Railway Company (London : Richard and John E. Taylor, 1846)

३०. The Asiatic Journal, खंड २२, जानेवारी-एप्रिल १८३७, पृ. १७०. तामिळनाडूच्या कुड्डालोर जिल्ह्यातील पारंगीपेट्टई या छोट्या शहराचं पोर्तुगीज नाव पोर्टो नोव्हो होतं. १८२८ मध्ये या शहरात सुरू झालेला लोखंडाचा कारखाना हा भारतातील पहिल्या काही कारखान्यांपैकी एक होता.

होता. या रेल्वेचा डबा म्हणजे एखाद्या छोट्या वाहनासारखा आणि स्प्रिंगवर बसवलेला होता. या डब्यात चार ते पाचजण बसू शकत होते आणि डब्यावर चौकोनी शीडही लावलेलं होतं. या गाडीची चाकं छोटी होती आणि नुकत्याच पडून गेलेल्या पावसामुळे काही ठिकाणी रस्ताही खराब झाला होता. या एवढ्या सगळ्या अडथळ्यांचा सामना करूनही ही गाडी एका तासात जवळपास १२ मैल म्हणजे साधारण १९ किलोमीटर एवढं अंतर धावली. त्यानंतर वारा जोमानं वाहायला लागल्यावर हे शीड गुंडाळून ठेवावं लागलं. नाही तर गाडी नियोजित वेगापेक्षा आणखी जोरात पळायला लागली असती. ते गाडीसाठी धोकादायक ठरलं असतं.[३१]

१८४०च्या दशकाच्या सुरुवातीलाच मुंबई आणि कोलकाता या दोन्ही शहरांसाठी साधारण एकाच वेळी रेल्वेचं नियोजन सुरू झालं. स्थानिक बुद्धिजीवी वर्गात आणि व्यावसायिकांमध्ये रेल्वेबद्दल कुतूहल आणि रस दोन्ही होतं. त्यामुळे अनेक जण आपल्या कल्पना आणि आपल्याकडलं धन घेऊन पुढे सरसावले होते. पण एक प्रश्न सगळ्यांनाच भेडसावत होता, रेल्वेचं जाळं तयार कसं करायचं?

~

भारतात रेल्वेमार्ग बांधण्याचा अधिकृत आणि औपचारिक प्रस्ताव १८४३ मध्ये पहिल्यांदा मांडण्यात आला. कर्नल जॉर्ज थॉमस क्लार्क नावाच्या एका स्थापत्य अभियंत्याने मुंबईजवळच्या सालसेत बेटावर रेल्वेमार्ग बांधण्यासाठी एक आराखडा तयार केला होता. या मार्गाला त्यांनी 'द बॉम्बे ग्रेट इस्टर्न रेल्वे' असं नावही दिलं होतं. विशेष म्हणजे क्लार्क यांना मुंबई प्रांताचे गव्हर्नर जॉर्ज आर्थर यांनीही प्रोत्साहन दिलं होतं.

हे क्लार्क महाशय अभियंताही होते आणि डॉक्टरही! ऑक्स्फर्ड डिक्शनरी ऑफ नॅशनल बायोग्राफीमध्ये त्यांचा उल्लेख ब्रिस्टलमध्ये डॉक्टरकी करणारा एक सर्जन असा आहे; पण काही वर्षांनी या क्लार्कनी इसॅमबर्ड किंग्डम ब्रुनेल या

३१. The Madras Herald, 16 January 1838. आणि Simon Darvill, 'India's First Railway' IRFCA, December 2011, ३ सप्टेंबर २०१४ रोजी हाताळलेल्या in<http://www.irfca.org/docs/history/india-first-railways.html#ftnri>. या वेबसाइटवरील माहितीनुसार.

नामवंत अभियंत्यासह काम करायला सुरुवात केली.[३२] इंग्लंडमधील ग्रेट वेस्टर्न ॲण्ड टाफ वेल रेल्वेच्या कामाच्या वेळी हे क्लार्क ब्रुनेल यांच्यासह काम करत होते.

जेव्हा क्लार्क भारतात आले आणि त्यांनी मुंबईपासून पश्चिम घाटाच्या पायथ्यापर्यंत ८९ किलोमीटरचा रेल्वेमार्ग बांधण्याचा प्रस्ताव मांडला.[३३] हे असं काही अचाट धाडस करणारे ते पहिलेच होते; पण ते एकटेच नव्हते. त्यांच्या साथीला होते ते सेठ फ्रामजी कावसजी बानाजी हे पारशी व्यापारी! जोखीम उचलण्याची तयारी असलेल्या या पारश्याला सुरुवातीपासूनच रेल्वेमध्ये प्रचंड रस होता. १८४४ मध्ये त्यांनी प्रस्तावित रेल्वे कंपनीचे एक लाख रुपये मूल्याचे २०० शेअर्स विकत घेतले होते. त्यांनी क्लार्क यांच्या या आराखड्यावर त्यांच्यासह कामही केलं होतं. खरं तर हा आराखडा तयार झाला, तोच सेठ बानाजी यांच्या पवईमधील मळ्यातल्या बंगल्यात! क्लार्क महाशय या बंगल्याला भेट द्यायला आले होते. त्यांनी या मळ्याचं वर्णन करताना म्हटलं आहे की, या मळ्यात जवळपास प्रत्येक देशातलं प्रत्येक फळ आहे. ठाण्याच्या रस्त्यावरील इंग्लिश प्रवाशांसाठीचा बंगला, असं त्यांनी या बंगल्याचं वर्णन केलं आहे. ते पुढे लिहितात की, हा मळा बॉम्बे आणि ठाणे यांच्या बरोबर मध्यावर (आणि सालसेत बेटावर) आहे. या उत्साही क्लार्क महाशयांनी कुर्ला ते ठाणे या दरम्यानच्या रेल्वेमार्गाचा

---

३२. इसॅमबर्ड किंग्डम ब्रुनेल या ब्रिटिश अभियंत्याने आपला वाफेवरच्या इंजिनमधला पहिला प्रवास १८३१ मध्ये लिव्हरपूल-मँचेस्टर या खडखडाटात चालणाऱ्या रेल्वेमार्गावर केला. त्यानंतर त्यांनी वचन दिलं की, ते असा रेल्वेमार्ग बांधतील, ज्या मार्गावरून गाडी ७२ किलोमीटर प्रतितास वेगाने जाताना अजिबात आवाज होणार नाही किंवा धक्का लागणार नाही. या गाडीत तुम्ही कोणताही त्रास न होता कॉफी पिऊ शकता किंवा लेखनही करू शकता. ब्रुनेल यांनी ७ फूट .२५ इंच रुंदीच्या गेजचे ट्रॅक असलेला रेल्वेमार्ग बांधला. ब्रुनेल यांनी पूलबांधणी, वाफेवर चालणाऱ्या जहाजांची बांधणी आणि डॉकयार्ड बांधणीही सुरू केली. तसेच ब्रिटनमधील द ग्रेट वेस्टर्न रेल्वे ही पहिली मोठी रेल्वे आणि वाफेवर चालणारी अनेक जहाजेही त्यांनी बांधली.

३३. इयान जे. केर, 'John Chapman and the Promotion of the Great Indian Peninsula Railway : 1842-1850', Financing the World's Railways in the Nineteenth and Twentieth Centuries, संपादन : राल्फ रॉथ आणि गंथर डिनहोब्ल (Aldershot : Ashgate Publishing, 2008)

आराखडा तयार केल्यावर ते कामाला लागले.[३४]

क्लार्क यांनी त्यांच्या आराखड्यात प्रवासी वाहतुकीसाठी दहा इंजिनं आणि माल वाहतुकीसाठी ३३४ घोड्यांचं नियोजन केलं होतं. क्लार्क यांनी लिहिलेल्या रोजनिशीतही त्यांच्या या प्रस्तावित मार्गाच्या काही वैशिष्ट्यांची नोंद आढळते :

- या मार्गावर रूळ वाहून नेण्यासाठी सरासरी चार फूट लांबीचा उंचवटा पुरेसा असेल.
- बॉम्बे टर्मिनसवरून सपाट प्रदेशावर येताना या मार्गात एक बेट आहे. पूर्वी हे बेट समुद्राच्या पाण्याखाली होतं.
- भायखळ्यावरून सायनपर्यंतच्या सपाटीच्या प्रदेशातही उंचवटा उभारणं गरजेचं आहे. काही ठिकाणच्या सखल भागांमध्येही या उंचवट्याची उंची चार ते पाच फुटांपेक्षा जास्त नसेल.
- सायनच्या थोडंसं पुढे डोंगराचा काही भाग तासावा लागणार आहे; पण हे अंतर खूपच कमी असेल आणि त्यासाठी येणारा खर्चही नगण्य असेल. कुर्ल्याजवळ जमीन समतल आहे. या ठिकाणी भरतीच्या वेळी पाणी रस्त्याच्या अगदी कडेपर्यंत येतं; त्यामुळे इथेही थोडासा उंचवटा करावा लागेल.
- कुर्ल्यापासून २० मैलांच्या दगडापर्यंत हा मार्ग टण्णा नदीच्या पश्चिम किनाऱ्याला समांतर जाईल. कॅप्टन क्रॉफर्ड यांनी या प्रदेशाचं सर्वेक्षण केलं आहे आणि या सर्वेक्षणानुसार या संपूर्ण अंतरासाठी दहा फुटांपेक्षा जास्त उंचवटा उभारायची गरज नाही.
- २० मैलांच्या दगडापासून ते थेट टण्णापर्यंत या मार्गाच्या आसपास फक्त भातशेती आहे.[३५]

स्थानिक अधिकारी, काही प्रतिष्ठित आणि श्रीमंत नागरिकांनी जुलै १८४४ मध्ये एक तात्पुरती समिती स्थापन करून क्लार्क यांच्या या आराखड्यावर पुढे विचार करायला सुरुवात केली. तब्बल चार महिन्यांच्या चर्चेनंतर ९ नोव्हेंबर १८४४ रोजी हा आराखडा सरकार दरबारी सादर करण्यात आला. या आराखड्याला वजन प्राप्त व्हावं म्हणून वरिष्ठ न्यायमूर्ती थॉमस एर्स्कीन पेरी, जगन्नाथ शंकरशेट, कर्सेटजी

---

३४. एस. एन. शर्मा, History of The GIP Railway (१८५३-१८६९). भाग १, खंड १, (Bombay : Chief Public Relations Officer, Central Railway, 1990)

३५. Ibid.

जमसेटजी जीजीभॉय अशा काही प्रतिष्ठित नागरिकांची पत्रंही या आराखड्याबरोबर जोडण्यात आली होती.[३६] १९ एप्रिल १८४५ रोजी तत्कालीन बॉम्बेच्या टाउन हॉलमध्ये एक सार्वजनिक सभा घेण्यात आली. याच दिवशी 'इनलॅन्ड रेल्वे असोसिएशन' स्थापन करण्याचा ठराव एकमुखाने संमत करण्यात आला आणि कर्नल क्लार्क यांच्या डोक्यातल्या या कल्पनेची मूर्तरूपाकडे वाटचाल सुरू झाली.[३७]

~

मुंबईमध्ये रेल्वे उभारणीसाठी खटाटोप सुरू असताना सातासमुद्रापार इंग्लंडमध्येही भारतातल्या रेल्वेमार्गांसाठी प्रस्ताव तयार होत होते. भारतात रेल्वे आणण्यात जॉन चॅपमन नावाच्या एका ब्रिटिश माणसाचा मोठा वाटा आहे. त्यांचा रेल्वेचे डबे आणि इतर काही सुटे भाग तयार करण्याचा व्यवसाय होता! त्यानंतर या चॅपमन महाशयांनी चक्क फ्लाइंग मशीन तयार केलं. तसेच घोड्याने खेचल्या जाणाऱ्या गाड्यांमध्येही[३८] त्यांनी सुधारणा घडवून आणल्या होत्या; पण या महाशयांचा आणि आपल्या भारतातल्या रेल्वेचा काय संबंध? त्यासाठी आपल्याला १८४१ पर्यंत मागे जावं लागेल.[३९] या वर्षी चॅपमन ब्रिटिश पार्लमेंटमधल्या एका खासदाराच्या संपर्कात आले. जॉर्ज थॉम्पसन नावाच्या या खासदारांना 'भारताचा विकास' करण्याची खूप कळकळ होती. हे कळल्यानंतर चॅपमन महाशय या खासदारांच्या कानाशी लागले आणि त्यांना पटवून दिलं की, कोणत्याही प्रकारच्या विकासाचा मार्ग हा रस्ते आणि रेल्वे यांच्यामार्फतच जातो. रस्ते आणि रेल्वे झाली, तर भारतातला कापूस खूप कमी कष्टांत आणि अत्यल्प दरात ब्रिटनमध्ये पोहोचेल; त्यामुळे ब्रिटनच्या आणि भारताच्या प्रगतीलाही मोठा हातभार लागेल. 'कॉटन अ‍ॅण्ड कॉमर्स

---

३६. डॉ. थेरेसा अल्बुकर्क, Urbs Prima in Indis : An Epoch in the History of Bombay, 1840-1865 (India : Promila and Company, 1985), पृ. ४, शाहीद खान, 'The Great Indian Railway Bazaar', The Hindu : Metro Plus, Bangalore, 18 April 2002.

३७. The Civil Engineer and Architect's Journal : Scinetific and Railway Gazette, खंड ८, १८४५.

३८. इयान जे. केर, 'John Chapman and the Promotion of the Great Indian Peninsula Railway: 1842-1850', Financing the World's Railways in the Nineteenth and Twentieth Centuries, संपादन : राल्फ रॉथ आणि गंथर डिनहोब्ल (Aldershot: Ashgate Publishing, 2008)

३९. Ibid.

ऑफ इंडिया' या त्यांच्या लेखात चॅपमन यांनी मुंबईतील बंदरापर्यंत कापूस वाहून आणण्यातल्या अडचणींचा आढावा घेत भारतात रेल्वे किती महत्त्वाची आहे हे अधोरेखित केलं आहे :

> थोड्याफार फरकाने प्रत्येकच मोसमात वेगवेगळ्या आणि कधीकधी परस्परविरोधी कारणांमुळे कापसाच्या बाबतीत घोर निराशा होतेच. कधी पाऊस लवकर येतो, तर कधी खूप उशिरा; कधी खूप कमी पडतो, तर कधी खूप जास्त; तसेच दुष्काळ, प्राण्यांमध्ये येणाऱ्या साथी, या आणि अशा अनेक कारणांचा परिणाम कापसाच्या मालवाहतुकीवर होत असतो; त्यामुळे कापसाची वाहतूक अनिश्चित, अपुरी आणि अत्यंत महागडी होते.[४०]

भारतातल्या रेल्वेच्या आगमनासाठी हा निर्णायक मुद्दा ठरला. याआधी कधीच भारतात रेल्वेमार्ग टाकायचा, या कल्पनेचा पाठपुरावा झाला नव्हता, एवढ्या वेगाने सुरू झाला. या चॅपमन महाशयांनी आपल्या प्रत्येक विधानाला पुष्टी देणारी आकडेवारी संशोधनातून मांडली. ते तेवढ्यावरच थांबले नाहीत, तर भारतात कोणत्या प्रदेशात रेल्वेमार्ग बांधला तर ते फायदेशीर ठरेल, हेदेखील त्यांनी आपल्या बारकाईने केलेल्या संशोधनाद्वारे पटवून दिलं. चॅपमन यांनी केलेल्या सुरुवातीच्या सर्वेक्षणानुसार ठाणे ते माळशेज घाट या मार्गाला पसंती दिली होती. १७ जुलै १८४४ रोजी ईस्ट इंडिया कंपनीच्या संचालकांना लिहिलेल्या पत्रात चॅपमन यांनी म्हटलं :

> १८३७ मध्ये बॉम्बे इंजिनिअर्सच्या लेफ्टनंट स्टुअर्ट यांनी माळशेज घाटाचं काळजीपूर्वक सर्वेक्षण केलं आहे. त्यांच्या सर्वेक्षणानुसार असं दिसतं की, उत्तर आणि दक्षिण या दोन्ही दिशांकडील वाहतुकीसाठी आणि रेल्वेमार्ग उभारणीसाठी आवश्यक असलेल्या सगळ्या गोष्टी या ठिकाणी आहेत. थळ आणि बोर घाटातल्या रेल्वेमार्गाची कल्पना सध्या बाजूला ठेवू या; पण आशा करू या की, वाढत्या रेल्वे वाहतुकीमुळे आज ना उद्या या दोन्ही घाटांमध्येही रेल्वे वाहतुकीसाठी आवश्यक बांधणी करावी लागेल.[४१]

---

४०. जॉन चॅपमन, The Cotton & Commerce of India Considered in Relation to the Interests of Great Britain; With Remarks on Railway Communication in the Bombay Presidency (London : Strand, 1851)

४१. Ibid.

ईस्ट इंडिया कंपनीने मे १८४५ मध्ये इंग्लंडला पाठवलेल्या पत्रात असं सुचवलं होतं की, भारतातल्या रेल्वेबाबतचा आराखडा इंग्लंडवरून येईल, अशी तयारी त्यांनी ठेवली आहे. त्यानंतर चॅपमन कामाला लागले. त्यांनी इंग्लंडमध्ये ग्रेट इंडियन पेनिन्सुला रेल्वे नावाचा एक गट तयार केला. ते तेवढ्यावरच थांबले नाहीत, तर एक तात्पुरती समिती बनवून त्यांनी GIPR ही एक जॉइंट स्टॉक कंपनीच बनवून टाकली.

या नव्या 'कंपनी'चा 'प्रोजेक्टर' म्हणून जबाबदारी सांभाळलेल्या चॅपमन यांनी भारताबद्दल उपलब्ध असलेल्या सगळ्या सरकारी नोंदींचा आणि दस्तावेजांचा अभ्यास केला. सलग तीन महिने अथक काम करून त्यांनी माहिती गोळा केली. व्हाइटहॉल प्लेसचे सॉलिसिटर असलेल्या मे. व्हाइट, बॅरेट आणि कंपनी यांनी चॅपमन यांना लंडनमध्ये काही भांडवलदारही गाठून दिले. या एवढ्या खटपटीनंतर १० मे १८४५ रोजी या कंपनीच्या समितीने आपली पहिली बैठक घेतली. त्या वर्षी जुलैपर्यंत त्यांनी एक माहितीपुस्तिकाही तयार करून घेतली. या माहितीपुस्तिकेचं सदस्यत्व घ्या, असं आवाहनही त्यांनी भारत आणि ब्रिटनमध्ये केलं. चॅपमन यांच्या या प्रकल्पाला मिळणारा पाठिंबा दिवसेंदिवस वाढत होता. लिव्हरपूलमधले कापड गिरण्यांचे आणि कापसाचे व्यापारी कापसाच्या नव्या पुरवठादारांच्या शोधात होतेच. त्यांनी आपलं सगळं पाठबळ चॅपमन यांच्या मागे उभं केलं.[४२] ऑगस्ट १८४५ उजाडला आणि चॅपमन आपलं स्वप्न प्रत्यक्षात उतरवण्यासाठी भारताच्या दिशेने निघाले होते.

~

चॅपमन यांना मुंबईत पोहोचायला एक महिना आणि चार दिवस लागले.[४३] चॅपमन यांना प्रत्यक्ष जमिनीवर पाहणी करण्यासाठी स्थानिकांचा आणि स्थानिक अधिकाऱ्यांचा पाठिंबा मिळावा, अशा आशयाचं मुंबई प्रांताच्या गव्हर्नरना लिहिलेलं पत्र त्यांच्याकडे होतं. सर्वप्रथम त्यांनी बॉम्बे ग्रेट ईस्टर्न रेल्वेच्या समिती सदस्यांशी संपर्क साधला. या सदस्यांनी आपल्याला मदत करावी, असा आग्रह त्यांनी धरला. लंडन आणि मुंबईतल्या दोन्ही समित्यांचं एकाच समितीत विलीनीकरण करण्यात आलं आणि

---

४२. जी. एस. खोसला, A History of Indian Railways (India : A. H. Wheeler & Co. 1988) पृ. ३३

४३. एस. एन. शर्मा, History of The GIP Railway (१८५३-१८६९). भाग १, खंड १, (Bombay : Chief Public Relations Officer, Central Railway, 1990) पृ. २

एक आयोग नेमण्यात आला. या आयोगाचं उद्दिष्ट एकच होतं, मुंबईत वाफेच्या इंजिनावर चालणारी रेल्वे धावण्यासाठी रेल्वेमार्ग बांधणे![४४] जॉन पी. विलोबी या आयोगाचे अध्यक्ष बनले आणि रॉबर्ट स्टीफन्सन सल्लागार अभियंता! या मार्गाचं स्वप्न बघणारे जॉन चॅपमन, मार्गाची आखणी करणारे कर्नल जॉर्ज थॉमस क्लार्क आणि तरुण अभियंता हेन्री कॉनीबेअर[४५] या तिघांनी प्रत्यक्ष पाहणी आणि सर्वेक्षण करायला सुरुवात केली. मुंबईतील लोक नेमके कुठून, कसा आणि किती प्रवास करतात याचा अभ्यास करण्यासाठी हे सर्वेक्षण करण्यात आलं होतं. या सर्वेक्षणानंतर मुंबईतील सर्व कार्यालयं आणि आस्थापनांना एक पत्र पाठवण्यात आलं. त्यात म्हटलं होतं :

> मुंबईत दर दिवशी किती प्रवासीवाहतूक होते, हे रेल्वे कंपनीला शक्य तेवढ्या अचूकपणे कळावं म्हणून हे पत्र पाठवण्यात येत आहे. तुमच्या कार्यालयातील सर्व कर्मचाऱ्यांची यादी आम्हाला पाठवण्यात यावी. या यादीत त्यांच्या राहण्याचं ठिकाण, तसेच राहण्याच्या ठिकाणापासून ते सकाळी कसे कामाला येतात आणि संध्याकाळी घरी कसे परत जातात या माहितीचाही समावेश असावा. या यादीत कार्यालयातल्या अशा सगळ्या कर्मचाऱ्यांची नावे असावीत जे कोणत्या ना कोणत्या वाहनाने प्रवास करतात. त्या वाहनाचंही वर्णन द्यावं. तसेच अशाही लोकांच्या नावाचा समावेश असावा ज्या लोकांचा महिन्याचा पगार १५ रुपयांपेक्षा जास्त आहे आणि जे पायी ये-जा करतात. एखाद्या कर्मचाऱ्याकडे स्वतःचे वाहन असेल किंवा कार्यालयात येण्यासाठी तो दर दिवशी भाड्याने वाहन घेत असेल किंवा कधीतरी चालत येत असेल, तर त्याचाही उल्लेख असावा.[४६]

१ ऑगस्ट १८४६ रोजी या कंपनीने भायखळा इथे एक रेल्वेमार्ग उभारण्यासाठी अर्ज सादर केला. हा मार्ग भायखळ्याहून गिरगाव, ग्रँट रोड, बेलासिस रोड आणि

---

४४. Ibid., पृ. ३
४५. नंतर कॉनीबेअर मुंबईचे मुख्य अभियंता बनले. त्यांनी मुंबईत जलवाहिन्यांमार्फत पाणीपुरवठ्याची योजना आखली. मुंबईला आजही याच जलवाहिन्यांद्वारे पाणीपुरवठा होतो.
४६. डॉ. ए. के. अरोरा, History of Bombay Suburban Railways : 1853-1985 (Bombay : The Indian Railway Electrical Engineers Association, 1985)

परळ इथं जाणार होता. परळपुढे ठाण्यापर्यंत जाणारा रेल्वेमार्ग बांधण्यात येणार होता. यातील एक मार्गिका माहिमच्या बंदराकडे जाणार होती.[४७] कंपनीने बॉम्बे प्रांताच्या सरकारकडे सध्याच्या चर्चगेट स्थानकासमोरच्या मोकळ्या मैदानात ठाण्याकडे जाणाऱ्या रेल्वेमार्गासाठी टर्मिनस बांधण्याची परवानगी मागितली.[४८] पण या रचनेनुसार हा रेल्वेमार्ग अत्यंत गर्दीच्या भागातून जात असल्याने तो अव्यवहार्य असल्याचं लक्षात आलं. (या जुन्या रचनेनुसारच रेल्वेमार्ग बांधला असता, तर आपल्याला आज दिसणाऱ्या मुंबई शहराचा चेहरा काही वेगळाच असता.)

त्यानंतर बोरीबंदरवरून शहराच्या पूर्व किनाऱ्याला लागून ठाण्याकडे जाणाऱ्या तुलनेने सोप्या मार्गाचा आराखडा आखण्यात आला. हेन्री कॉनीबेअर यांनी २१ जून १८४९ रोजी याबाबतचा अहवाल सादर केला. या अहवालात सायन येथे असलेल्या दलदलीची समस्याही त्यांनी अधोरेखित केली होती. तसेच हा प्रस्तावित मार्ग दाट लोकवस्तीच्या भागातून जाणार असल्याने जमीन अधिग्रहणामध्येही अडचणी येतील, असंही त्यामध्ये नमूद करण्यात आलं होतं. आता एखादा प्रकल्प आपल्या लोकवस्तीतून जाणार म्हटल्यावर होणारा विरोध, वाद, खटले आणि भरपाईची प्रकरणं नोंदवली गेली नसती, तरच नवल होतं. या प्रकल्पासाठी लागणारे भूखंड, त्या भूखंडाच्या वापरातून मिळणारा महसूल आणि भरपाईचा दर यांबाबत मुंबईचे जमीन महसूल विभागाचे जिल्हाधिकारी ह्यू पॉएन्झ मालेट यांना माहिती विचारली, तेव्हा त्यांनीही भूसंपादनासाठी येणाऱ्या अडचणींचा पाढा वाचला. ही प्रकरणे हाताळण्यासाठी आणि खासगी मालमत्तेचं भूसंपादन करण्यासाठी एक विशेष कायदा करण्यात यावा, असंही त्यांनी सुचवलं. हे मालेट महाशय नंतर ठाण्याचे जिल्हाधिकारी म्हणून काम पाहत होते. १८५० मध्ये त्यांनीच माथेरानचा शोध लावला.

या घडामोडींना एक वर्षं उलटलं आणि १८५० मध्ये मुंबई सरकारच्या अर्थ विभागाने मध्यवर्ती यंत्रणेद्वारे जमिनी विकत घेण्यासाठी स्वतंत्रपणे रेल्वे शाखेची स्थापना केली. यात रेल्वेच्या अधीक्षक अभियंत्यांचीही मदत घेण्यात आली. विकत घेतलेल्या जमिनींची आणि त्याच्या व्यवहारांची माहिती प्रत्येक टप्प्यावर सरकारला कळवण्यासाठी कॅप्टन जे. एच. जी. क्रॉफर्ड यांची नेमणूक करण्यात आली. ज्यांनी जमिनी द्यायला नकार दिला, त्यांना त्यांची बाजू ज्यूरींसमोर मांडण्याची आज्ञा देण्यात आली. या पहिल्यावहिल्या रेल्वेमार्गाच्या भूसंपादन प्रक्रियेत क्रॉफर्ड यांनी

---

४७. Ibid.

४८. Ibid.

मोलाची भूमिका बजावली, हे मात्र खरं.[४९]

हे सगळं भारतात सुरू असताना इंग्लंडमध्येही भारतातल्या या रेल्वेसाठी प्रयत्न सुरू होतेच. GIPR या कंपनीला समाविष्ट करून घेण्यासाठी ब्रिटनच्या पार्लमेंटमध्ये पहिल्यांदा मार्च १८४७ मध्ये एक विधेयक मांडलं गेलं. या विधेयकातल्या काही कलमांबद्दल ईस्ट इंडिया कंपनीला आक्षेप असल्याने कंपनीने त्याला विरोध केला; त्यामुळे हे विधेयक मागे घेण्यात आलं. दोन वर्षांनी १ ऑगस्ट १८४९ रोजी हे विधेयक पुन्हा मांडण्यात आलं आणि ते संमतही झालं. या विधेयकाचं कायद्यात रूपांतर झाल्यावर १७ ऑगस्ट १८४९ रोजी GIPR कंपनी आणि ईस्ट इंडिया कंपनी यांच्यात ठाणे ते मुंबई या दरम्यानचा ३४ किलोमीटर लांबीचा रेल्वेमार्ग बांधण्याचा करार झाला. GIPR कंपनी हा मार्ग बांधेल आणि त्या मार्गावरची वाहतूक चालवेल, असं या करारानुसार ठरलं. तसेच या कंपनीत गुंतवणूक करणाऱ्यांना ५ टक्क्यांचा परतावा देण्याचंही या करारात नमूद करण्यात आलं. हा करार झाल्यानंतर ईस्ट इंडिया कंपनीच्या संचालकांनी तत्कालीन भारत सरकारला एक सल्लाही दिला, काटकसर करण्याचा! त्यांचं असं म्हणणं होतं की, इंग्लंडमध्ये रेल्वेशी संबंधित दिमाखदार वास्तू उभारण्याचा चुकीचा पायंडा पडला आहे, तसा भारतात पाडू नका! भारतात साध्यासुध्या वास्तूच बांधाव्यात, असा एक सल्ला सरकारला देण्यात आला.[५०]

भारतातल्या रेल्वेचे मुख्य अभियंता म्हणून बर्कले यांची नियुक्ती होण्याआधी एवढ्या सगळ्या घटना घडल्या. हा कायदा अस्तित्वात आला आणि बर्कले महाशयांची नियुक्ती करण्यात आली. ते भारताकडे रवाना झालेसुद्धा!

'अग्निरथा'चं आगमन

फॅव्हिएल आणि फ्वॉलर हे कंत्राटदार रेल्वेमार्ग पूर्ण करण्यासाठी झगडत होते, हे तर आपण आधीच पाहिलं; पण त्याच दरम्यान १८५२ मध्ये मुंबईत वाफेच्या इंजिनाचं आगमन झालं. मुंबईकरांसाठी ही मोठी नवलाईची आणि आकर्षणाची बाब होती.

---

४९. मरिअम डोसल, Mumbai : Theatre of Conflict, City of Hope : 1660 to Present Times (India : Oxford University Press, 2012) पृ. ११७

५०. एस. एन. शर्मा, History of The GIP Railway (१८५३-१८६९). भाग १, खंड १, (Bombay: Chief Public Relations Officer, Central Railway, 1990) पृ. ५-६

हे भारतातलं पहिलंच वाफेवर चालणारं इंजिन नव्हतं. हे इंजिन येण्याआधी अगदी काहीच महिन्यांपूर्वी मुंबईपासून काही शे किलोमीटर दूर उत्तर भारतातल्या रूरकीमध्ये पहिलं वाफेचं इंजिन अवतरलं होतं. सहा चाकांचं हे महाकाय थॉमसन नावाचं इंजिन डिसेंबर १८५१ मध्ये रूरकीत आणलं गेलं. लीड्समधील ई. बी. विल्सन रेल्वे फाउंड्रीमध्ये बनवलेलं हे स्टॅन्डर्ड गेज टँक इंजिन होतं. ब्रिटिश सरकारने १८४५ मध्ये गंगेच्या काठी कालवे बांधण्याचा प्रकल्प हाती घेतला होता. त्यापैकी सोलानी कालव्याच्या बांधकामासाठी म्हणून हे इंजिन भारतात आणलं होतं. इंडियन रेल्वे फॅन क्लबच्या माहितीनुसार :

> हे इंजिन फार काळ टिकलं नाही. जवळपास नऊ महिन्यांनी या इंजिनाच्या बॉयलरचा स्फोट होऊन ते निकामी झालं. हा स्फोट झाल्याचा सगळ्यात जास्त आनंद झाला तो या कालव्याचं काम करणाऱ्या मजुरांना! कारण त्यांच्यासाठी हे इंजिन मदत कमी आणि अडथळा जास्त होतं.[५१]

या थॉमसन इंजिनाच्याही खूप आधी १८३६ मध्ये मद्रास प्रांतात रेड हिल रेल्वेलाइन चालू होती, हे आपण बघितलं आहेच.[५२]

रूरकीमध्ये आलेलं इंजिन ज्या फाउंड्रीत तयार झालं होतं, त्याच ई. बी. विल्सन फाउंड्रीत तयार झालेलं इंजिन मुंबईत आणलं गेलं. रूरकीतल्या इंजिनाप्रमाणे हे इंजिनही अवाढव्य होतं; पण ते बनवताना ई. बी. विल्सन फाउंड्रीने ५ फूट ६ इंचाच्या नव्या गेजचा विचार करून त्यात बरेचसे बदल केले होते. हे इंजिन पाहण्यासाठी हजारो लोकांनी गर्दी केली. एवढंच नाही, तर बॉम्बेचे तत्कालीन गव्हर्नर ल्युसिअस बेंटिंक कॅरी अर्थात लॉर्ड फॉकलंड यांच्यावरून लोकांनी या इंजिनचं नाव 'लॉर्ड फॉकलंड' असंच ठेवलं. त्या काळात वाफेवरची यंत्रे आणि वाफेवर चालणारं जहाज या गोष्टी भारतातील लोकांनी बघितल्या होत्या; पण वाफेवर धावणारं इंजिन ही मात्र त्यांच्यासाठी नवलाईची बाब होती. असं वाफेवर

---

५१. 'IR History, Early Days', IRFC, ३ सप्टेंबर २०१४ रोजी हाताळलेल्या in <http://www.irfca.org/faq/faq-hist.html#first>, या वेबसाइटवरील माहितीनुसार

५२. कॅप्टन जे. टी. स्मिथ, Reports, Correspondence and Original Papers on Various Professional Subjects Connected with the Duties of the Corps of Engineers : Madras Presidency, खंड १, (Madras, Vepery Mission Press, 1839)

चालणारं इंजिन ते पहिल्यांदाच बघत होते. 'लॉर्ड फॉकलंड'ने लोकांना वेडच लावलं. या इंजिनाच्या पिस्टनचा हाश्शऽहुश्श असा आवाज, कानठळ्या बसवणारी शिटी, इंजिनातून निघणारा धूर आणि त्या धुराचा वास या सगळ्याच गोष्टींचं मुंबईकरांना अप्रूप वाटत होतं. मुंबईच्या बंदरावरून GIPRच्या जागेत नेण्यासाठी 'लॉर्ड फॉकलंड'ची रस्त्यावरून वरात निघाली. हे महाकाय इंजिन खेचण्यासाठी २०० पेक्षा जास्त हमाल जोर लावत होते आणि ही वरात बघण्यासाठी हजारो लोक मुंबईच्या रस्त्यांवर जमले होते. काहीजण या इंजिनाचा प्रचंड आकार बघूनच घाबरले. मात्र, अनेक मुंबईकरांवर या इंजिनाने आल्या दिवसापासूनच मोहिनी घातली.

पुढे भायखळ्याजवळ या इंजिनाच्या चाचण्या सुरू झाल्या. विल्यम फिलिप्स या गोऱ्या साहेबाच्या मालकीच्या वनराईमध्ये या चाचण्या सुरू झाल्या. या वनराईमध्ये ताडीची अनेक झाडं होती. तसेच याच ठिकाणी दगडाच्या खाणीही होत्या. याच खाणीतला दगड पुढे रुळांखाली खडी म्हणून वापरण्यात आला. दगडाच्या खाणींसाठी इथली ताडीची झाडे पूर्णपणे तोडावी लागणार होती. तसेच

भायखळा येथील लोको कर्मचारी आणि सजवलेलं वाफेवरचं इंजिन.
आभार – मध्य रेल्वे संग्रह

या जमिनीवर रेल्वेला हवा तसा बदल करावा लागणार होता. म्हणूनच रेल्वेला या जमिनींचा पूर्णपणे ताबा हवा होता. शेवटी GIPR ने ही जमीन चार हजार रुपये देऊन विकत घेतली.[५३] याच जागी भारतातलं पहिलं वाफेवर धावणारं इंजिन ठेवलं होतं. मग हे इंजिन बघायला गर्दी झाली नसती, तरच नवल! मुंबईच्या आसपासच्या गावांमधूनही लोक हे वाफेवरचं इंजिन बघायला येत होते. त्यांच्या डोळ्यांसाठी तर ही पर्वणीच होती.[५४]

या लोकांपैकी काहींनी तोपर्यंत वाफेवर चालणारं जहाज बघितलं होतं. ते या इंजिनाला 'आगबोट' असंच म्हणायला लागले. तर काहींना हे इंजिन म्हणजे 'अग्निरथ' वाटला. या इंजिनाला 'स्थानिक' भाषेत आगबोट म्हणायचं, अग्निरथ म्हणायचं की अजून काही, या विषयावरून त्या काळच्या इंग्रजी वृतपत्रांमध्ये चांगलाच वाद रंगला होता :

> स्थानिकांमध्ये हे रेल्वे इंजिन कोणत्या नावाने ओळखलं जाईल? हा काही अगदीच फालतू प्रश्न नाही. त्यांनी या इंजिनाला आगबोट म्हणायला सुरुवातही केली आहे. ते वाफेवर चालणाऱ्या जहाजाला आगबोटच म्हणतात; पण इंजिनाला आगबोट म्हणणं जरा मूर्खपणाचंच आहे. काहींच्या मते 'बाफ का रथ' म्हणजेच 'वाफेवरचा रथ' हे या इंजिनाचं योग्य वर्णन आहे. आता या महत्त्वाच्या प्रश्नाचं उत्तर शोधायची वेळ आली आहे. आत्ताच काही केलं नाही, तर 'आगबोट' हेच नाव या इंजिनाला कायमचं चिकटेल.[५५]

याच काळात भायखळ्याच्या रेल्वेच्या मैदानात हे इंजिन पाहायला जमणाऱ्या 'जत्रे'नेही त्या वेळच्या प्रसारमाध्यमांचं लक्ष वेधलं. १७ फेब्रुवारी १८५२ रोजी प्रसिद्ध झालेल्या बॉम्बे टेलिग्राफमध्ये खालील मजकूर छापून आला होता :

> इकडच्या स्थानिकांमध्ये वाफेवरचं इंजिन बघण्यात भलताच रस निर्माण झाला आहे. त्यांनी या इंजिनाला 'अग्निरथ' असं नावही ठेवलं आहे.

---

५३. मरिअम डोसल, Mumbai : Theatre of Conflict, City of Hope : 1660 to Present Times (India : Oxford University Press, 2012) पृ. ११७

५४. The Locomotive, १५ जून १९२६, पृ. १८२-१८३

५५. Allen's Indian Mail, and Register of Intelligence for British and Foreign India, China and All Parts of the East, खंड १०, जानेवारी-डिसेंबर १८५२, पृ. १९६. बॉम्बे टेलिग्राफचा दाखला

लोक हे इंजिन बघायला गर्दी करतात. या इंजिनाचा आकार, त्याचं वजन आणि वस्तुमान त्यांच्या वेगाच्या कल्पनेशी प्रचंड विसंगत आहे. त्यात त्यांच्यापैकी अनेकांनी दोनशे हमाल हे इंजिन रस्त्यावरून कूर्मगतीने ओढत आणताना पाहिलं आहे; त्यामुळे हे इंजिन अगदी थोड्याच दिवसांत रेसकोर्सवरच्या सगळ्यात अबलख अरबी घोड्यालाही मागे टाकेल, असं सांगितल्यावर त्यांच्या चेहऱ्यावर प्रचंड अविश्वास दिसतो. अर्थात त्यात त्यांची काही चूक नाही, म्हणा!'[५६]

~

मुंबईकरांचे हे लाडके 'लॉर्ड फॉकलंड' १८ फेब्रुवारी १८५२ रोजी पहिल्यांदा 'धावताना' दिसले. या इंजिनाची पहिली चाचणी भायखळा ते परळ या दरम्यान झाली. त्या काळी बॉम्बे प्रांताचे गव्हर्नर परळला राहायचे. ही चाचणी बघण्यासाठी लोकांनी शक्य त्या सगळ्या ठिकाणी गर्दी केली होती. काही लोक तर उत्साहाच्या भरात या इंजिनाबरोबर धावायला लागले. अखेर मुंबईत रेल्वे आली होती आणि लोकांनी मोठ्या जोमाने या रेल्वेचं स्वागत केलं होतं. बॉम्बे टेलिग्राफ या वृत्तपत्राने या चाचणीचं वर्णन 'वंडर रन' अशा समर्पक शब्दांमध्ये केलं होतं.[५७] त्यांनी पुढे म्हटलं होतं :

या चाचणीसाठी डझनभरसुद्धा युरोपीय लोक नव्हते; पण चेहऱ्यावर भलं मोठं आश्चर्य घेऊन हजारो स्थानिकांनी भायखळ्याच्या शेडजवळ अमाप गर्दी केली होती. इंजिनातून येणारा धूर, पिस्टनचा आवाज, उभ्या उभ्या इंजिन सोडत असलेले सुस्कारे हे सगळंच हे लोक चमत्कार बघितल्यासारखं बघत होते. जसंजसं हे इंजिन हळूहळू पुढे सरकायला लागलं, तसंतसं त्यांच्या चेहऱ्यावरच्या आश्चर्याची जागा कौतुकाने घेतली. हे एवढं जगड्व्याळ यंत्र चालेल, यावर त्यांचा जणू विश्वासच बसत नव्हता. अखेर या इंजिनाने जोरदार शिट्टी फुंकली, लोकांवर धुराचा सुस्कारा सोडला आणि ते चालू लागलं. सुरुवातीला इंजिन हळूहळू चालत होतं, नंतर ते दुडक्या चालीने चालायला लागलं आणि सरतेशेवटी ताशी १५ मैल (२४ किलोमीटर) वेगाने धावायला लागलं. भायखळ्यापासून दोन मैलांवर असलेल्या परळला जाऊन हे इंजिन थांबलं. या अजस्र 'लॉर्ड

---

५६. Ibid., पृ. १६५
५७. Ibid., पृ. १९६, बॉम्बे टेलिग्राफच्या दाखल्यानुसार

> फॉकलंड'ला बघायला कदाचित गव्हर्नर लॉर्ड फॉकलंड आले असावेत. मग हे इंजिन पुन्हा भायखळ्याला परतलं. लवकरच याच मार्गावर दुसऱ्यांदा हे इंजिन धावलं. या वेळी काही तांत्रिक चाचण्यांसाठी हे इंजिन मध्ये थांबलंही.

१८ नोव्हेंबर १८५२ रोजी, म्हणजेच या इंजिनाची पहिली धाव झाल्यानंतर नऊच महिन्यांनी - एका गुरुवारी या इंजिनाची मोठी परीक्षा घेण्यात आली. फॅव्हिएल, जॅक्सन आणि वाएथ्स या कंत्राटदारांच्या आग्रहावरून GIPR कंपनीच्या संचालकांनी 'लॉर्ड फॉकलंड'मध्ये बसून पहिल्यांदाच मुंबई ते ठाणे असा प्रवास केला. हा प्रवास ४५ मिनिटांमध्ये पार पडला.[५८]

१८५२ च्या या चाचणीचा वृत्तान्त बॉम्बे टाइम्समध्ये छापून आला होता. तो असा :

> बोरीबंदरवरून निघालेली ही रेल्वे सुरुवातीला दाट लोकवस्तीच्या भागातून गेली. त्यानंतर किनाऱ्याच्या कडेकडेने जाताना नवरोजी हिल्सच्या (आताचं सॅन्डहर्स्ट रोड स्टेशन) कड्याखालून ही रेल्वे पुढे गेली. लोकांनी गजबजलेल्या सदर अदालतच्या समोर असलेल्या माझगावच्या पुलाखालून ही रेल्वे पुढे सरकली. सदर अदालत या ठिकाणाहून रेल्वेमार्ग व्यवस्थित दिसत होता. तसेच इंजिन आणि पूर्ण गाडी दोन्ही बाजूंनी दिसणं शक्य होतं. इथं रेल्वे अर्धवर्तुळाकार वळण घेऊन भायखळ्याचा रस्ता ओलांडत होती. तिथून पुढे ही रेल्वे बिशप्स हाउसवरून अर्धवट बांधकाम झालेल्या पुलाखालून पुढे गेली. इथं लोकांसाठी तात्पुरता रस्ता बांधला असून या रस्त्यावर रेल्वे फाटक नाही; त्यामुळे इथं गर्दी अडवायला पोलीस बंदोबस्त ठेवला होता. पुढे ही रेल्वे रेसकोर्सजवळच्या सपाट प्रदेशात आली. फिप्स ऑर्ट या नावाने ओळखल्या जाणाऱ्या वाळूच्या काठावरून ही रेल्वे पुढे सायनच्या पठारावर आली. इथं येईपर्यंत जवळपास सहा मैल एका सरळ रेषेमध्ये सपाट प्रदेश होता. सायनच्या टेकडीच्या पायथ्याशी असलेल्या रस्त्याखालून ही रेल्वे मराठ्यांच्या एका जुन्या किल्ल्याजवळून आणि एका चर्चजवळून पुढे सरकली. माहिमला जाणारा मार्ग या मार्गाला नेमका याच ठिकाणी येऊन मिळाला. मासेमारी

---

५८. डॉ. ए. के. अरोरा, History of Bombay Suburban Railways : १८५३-१९८५ (Bombay : The Indian Railway Electrical Engineers Association, 1985), पृ. vii.

करणाऱ्या कोळी लोकांचं गाव, एवढीच सध्या माहिमची ओळख आहे. या गावाला फारसं महत्त्वदेखील नाही; पण ते रेल्वेला जोडलं गेल्याने भविष्यात एक महत्त्वाचं बंदर म्हणून या गावाचा विकास होण्याची शक्यता आहे. माहिमकडे जाणारा मार्ग साधारण दहा मैल लांबीचा आहे. या मार्गाचं कामही पूर्ण झालं आहे.

या वृत्तान्तात उल्लेख केलेला जुना मराठी किल्ला म्हणजे रेवा किल्ल्याच्या मनोऱ्याचे अवशेष आणि त्यापुढचं चर्च म्हणजेच सायन स्टेशनसमोरचं चर्च. पुढे या वृत्तान्तात म्हटलं आहे की,

यापुढे हा मार्ग सायनच्या दलदलीतून पुढे जातो. एके काळी या दलदलीवर भराव टाकून रेल्वेमार्गासाठी उंचवटा तयार करणं हे खूप कटकटीचं काम होतं; पण आता या उंचवट्याच्या दोन्ही बाजूंना आणखी भराव टाकून कृत्रिम बेटच तयार करण्यात आलं आहे. इथंच रेल्वेमार्गाला समांतर असा सायन कॉजवे आपल्याला दिसतो. जमशेटजी जीजीभॉय यांनी हा रस्ता १८४४ मध्ये बांधला आहे. हा रस्ता जवळपास दोन मैल म्हणजेच तीन किलोमीटरपर्यंत रेल्वेमार्गाला समांतर जातो.

पुढे रेल्वे उजव्या दिशेला वळते आणि मिठागरे ओलांडून सालसेत बेटांवर येते. हा मार्ग बांधताना आलेला एकमेव अडथळा इथं दिसतो. हा अडथळा म्हणजे एक छोटासा डोंगर. हा डोंगर फोडून त्याच्या बाजूला लाकडं लावून आता हा मार्ग तयार केला आहे. हा भाग सुमारे एक किलोमीटर लांब आणि १२० फूट रुंद आहे. इथे हा 'अग्निरथ' थांबला आणि इंजिनाने थोडासा श्वास घेतला.

ही जागा म्हणजे आजचं कुर्ला पूर्व! या वृत्तान्तात वर्णन केलेला डोंगर आजही दिसतो. तुम्ही विचाराल, हा कोणता भाग? बरोबर आहे, कारण काळाच्या ओघात हा डोंगर अजूनच नष्ट झाला आहे. आता हा भाग कसाईवाडा नावाने ओळखला जातो. गाडी कुर्ल्यावरून मुंबईकडे निघाली की, पूर्वेकडे आजही हा छोटासा डोंगर दिसतो. या वृत्तान्तात पुढे गाडीच्या वेगाचं आणि गाडीतून दिसणाऱ्या प्रदेशाचंही वर्णन केलं आहे :

मुंबईपासून नऊ मैलांचं (१४ किलोमीटरचं) हे अंतर या गाडीने फक्त १८ मिनिटांमध्ये कापलं. एकदा तर गाडीचा वेग ताशी ५० मैल (८० किलोमीटर) एवढा होता; पण गाडीने सरासरी ताशी ३० मैल (४८

> किलोमीटर) एवढा वेग राखला. कुर्ल्यापासून पुढे जवळपास १४ मैल (२२.५ किलोमीटर) रेल्वेमार्ग व्यवस्थित सपाट आहे. या प्रदेशात पडणारा पाऊस लक्षात घेऊन रूळ वाहून जाऊ नयेत, यासाठी जमिनीवर खूपच भराव टाकून उंचवटा तयार केला आहे; त्यावर रूळ टाकल्याने त्यांची पातळी सारखीच आहे.
>
> या पहिल्या रेल्वेमार्गाच्या दुतर्फा मोकळा प्रदेश आहे. रेल्वेतून बाहेर विहंगम दृश्य दिसतं. डाव्या बाजूला सालसेत बेटांवरची घनदाट झाडीने वेढलेली डोंगररांग दिसते. एकामागोमाग एक दिसणारी शेतं, त्यात हारीने उभी असलेली पिकं, अध्येमध्ये दिसणारी छोटेखानी घरं आणि त्यांच्या खिडक्या यांवरून नजर हटत नाही. उजव्या बाजूला रेल्वेमार्गाला समांतर जवळपास ८ मैल म्हणजे १३ किलोमीटर एवढं अंतर खाडी आहे. ही खाडी टण्णा (ठाणा) नदी म्हणून ओळखली जाते. या नदीच्या पलीकडे उंचच उंच घाट आहेत.

आजही ठाण्याकडे जाताना डाव्या बाजूला बघितलं, तर विक्रोळी स्टेशनजवळ ही डोंगररांग दिसते. फरक एवढाच आहे की, आता ही डोंगरराग घनदाट झाडीने नाही, तर झोपड्यांनी आणि घरांनी वेढलेली आहे. पवईजवळ या डोंगराचा काही भाग फोडून तिथे टॉवर्स उभे राहिले आहेत. उजवीकडे ईस्टर्न एक्सप्रेस हायवे आहे; पण या हायवेच्या पलीकडे आजही मिठागरे आणि खाडी आहे.

~

या इंजिनाने पहिली धाव घेतली आणि मुंबईच्या सांस्कृतिक विश्वामध्ये मोठी खळबळ उडाली. तसेच या इंजिनाबाबत वेगवेगळे मतप्रवाह समोर येऊ लागले. इंजिनाबद्दल अनेक कंड्या पिकू लागल्या. जगाच्या दुसऱ्या टोकाला, सातासमुद्रापार सुरू असलेल्या औद्योगिक क्रांतीबद्दल अनभिज्ञ असलेल्यांसाठी तर हे वाफ ओकणारं, धूर फेकणारं आणि एवढे डबे खेचणारं इंजिन अजब असंच होतं. काहींचा तर एवढा ठाम विश्वास होता की, या इंजिनाला कोणीतरी सैतान ताकद पुरवतो. 'कोणत्याही दृश्य शक्तीच्या मदतीशिवाय हे इंजिन एवढ्या वेगामध्ये कसं धावू शकतं? नक्कीच या मागे कोणाचा तरी हात आहे. एक तर देवाचा किंवा सैतानाचा; बहुतकरून सैतानाचाच!' अनेकांचा दृढ विश्वास होता की, हा राक्षस आपल्या मायावी शक्तीने लवकरच सर्व लोकांना सळो की पळो करून सोडणार. लोक या गाडीला 'लोखंडी राक्षस' म्हणायला लागले. कोणत्याही उच्च जातीचा स्थानिक माणूस या गाडीमध्ये बसून स्वतःला अपवित्र करून घेणार नाही, असं बोललं जाऊ

लागलं.[५९]

भारतातल्या एवढ्या मोठ्या साधू आणि ऋषिमुनींना अशा काही गोष्टीचा शोध लावता आला नाही आणि हे कोण मर्त्य मानव हे इंजिन बनवणारे लागून गेले? वाफेवर चालणाऱ्या इंजिनाचा शोध लागायचाच होता, तर तो याआधीच लागला असता. हा नक्की राक्षसच असला पाहिजे, असाही एक सूर उमटू लागला.

त्या वेळी अगदी हाताच्या बोटांवर मोजता येतील, एवढ्याच मोजक्या लोकांना रेल्वेचं महत्त्व समजत होतं; पण असाही एक वर्ग होता ज्याला या इंजिनाबाबत पसरलेल्या अंधश्रद्धांमध्येही रस नव्हता आणि त्यांना या रेल्वेकडून काही अपेक्षाही नव्हत्या. त्यांच्यासाठी 'लॉर्ड फॉकलंड' म्हणजे एक शुद्ध थाप होती. गरीब भारतीयांना मूर्ख बनवण्यासाठी लढवलेली एक शक्कल! असं या इंजिनाबद्दल त्यांचं मत होतं. हीच कल्पना पुढे नेत काहींनी असंही म्हटलं की, भारतातली सगळी संपत्ती लुटून, पळून जाण्यासाठीच गोऱ्या साहेबाने ही गाडी सुरू केलेली आहे.

'लॉर्ड फॉकलंड'च्या 'कारवाया' दर दिवशी सुरूच होत्या आणि नवनवीन अंधश्रद्धाही बळावत चालल्या होत्या. अशीच एक भयानक अफवा म्हणजे, या इंजिनाला शक्ती मिळावी, म्हणून रुळांच्या स्लीपर्सखाली लहान मुलांना आणि तरुण जोडप्यांना जिवंत पुरतात. म्हणूनच ब्रिटिश शिपाई रस्त्यावर लहान मुलं आणि तरुण जोडप्यांच्या शोधात असतात आणि अशी जोडपी व मुलं दिसली की, त्यांना ताब्यात घेतात. मग या पकडलेल्या लोकांना रुळांखाली टाकलं जातं. हेच सैतानाचं खाद्य आहे, अशीही अफवा वाऱ्यासारखी पसरू लागली.

रेल्वेने प्रवास केला, तर तुमचं आयुष्य कमी होतं, असाही एक समज बळावू लागला. एखाद्या ठिकाणी पोहोचायला पूर्वीपेक्षा कमी वेळ लागला म्हणजेच माणूस अपेक्षित वेळेआधीच एखाद्या ठिकाणी जाऊ लागला, तर आयुष्य वेगानेच पुढे सरकणार ना, असा हा युक्तिवाद होता.

पूर्वापारपासून चालत आलेले काही संकेत रेल्वे मोडत असल्याने संतापाची एक लाट उसळली. भंगी, चांभार अशा खालच्या जातीचे लोक उच्च जातीच्या लोकांबरोबर एकाच डब्यातून प्रवास करतात; त्यामुळे काही उच्च जातीच्या हिंदूंमध्ये कशी नाराजी होती, याचं वर्णन १८७४ मध्ये के. आर. वैद्यनाथन नावाच्या लेखकांनी केलं आहे. हिंदूंप्रमाणेच उच्चभ्रू मुस्लिमांमध्येही रेल्वेबाबत नाराजी होती. सामान्य लोकांबरोबर म्हणजे आपल्या प्रतिष्ठेपेक्षा कमी दर्जाच्या लोकांबरोबर

---

५९. बाळकृष्ण बापू आचार्य आणि मोरो विनायक शिंगणे, मुंबईचा वृत्तान्त, (India : राज्य साहित्य संस्कृती मंडळ, १८८९), पृ. २२०-२२१

आपल्याला प्रवास करावा लागतो, अशी त्यांची भावना होती. समाजातल्या उच्चभ्रू मुस्लिमांसाठी आणि उच्च जातीच्या हिंदूंसाठी वेगळा डबा आणि इतर खालच्या जातीच्या लोकांसाठी वेगळा डबा असावा, अशी मागणीही लखनौच्या एका उर्दू वर्तमानपत्राने केली होती.६०

'अग्निरथ'. आभार – मुंबई पोर्ट ट्रस्ट संग्रह

६०. के. आर. वैद्यनाथन, 150 Glorious Years of Indian Railways (India : English Edition Publishers, 2003)

सुदैवाने या सगळ्या अंधश्रद्धा आणि हरकतींपेक्षाही लोकांना साध्या, सोप्या, स्वच्छ आणि वेगवान प्रवासाची भुरळ पडली आणि या अंधश्रद्धा मागे पडल्या. कापूस आणि मालाची वाहतूक करण्यासाठी म्हणून सुरू झालेली रेल्वे लवकरच प्रवाशांसाठी एक किफायतशीर सेवा म्हणून उदयाला आली. म्हणूनच असं म्हटलं गेलं की :

> या वाफेच्या इंजिनाने लोकांचे पूर्वग्रह उलटसुलट करून टाकले, लोकांच्या सवयी पार उखडून टाकल्या आणि काही प्रथाही बदलून टाकल्या. रेल्वे सुरू होण्याआधी जो माणूस थोडं वजन उचलून चार पावलंही न चालता पालखीने येत होता, तो आता चक्क आपली वळकटी बखोटीला मारून स्टेशनपर्यंत चालत येऊ लागला. एवढंच नाही, तर वेळेच्या बाबतीतली ढिलाई स्टेशन मास्तरने स्टेशनवरची घंटा वाजवल्यावर पार पळून जायला लागली. इंग्लंडमध्ये रेल्वेने फक्त अंतर कमी करण्याचं काम केलं. भारतासारख्या खंडप्राय देशात रेल्वेने अंतर तर कमी केलंच; पण त्याच बरोबर सरकारचा पाया भक्कम करणं; व्यापाराला चालना देणं अशा गोष्टीही केल्या. त्याहीपेक्षा महत्त्वाचं म्हणजे, बदलत्या काळानुसार लोकांच्या मनातून दूर न झालेले काही पूर्वग्रह रेल्वेने खोडून काढले.[६१]

~

१६ एप्रिल १८५३... 'लॉर्ड फॉकलंड'च्या भायखळा ते परळ या पहिल्या धावेनंतर केवळ चौदा महिन्यांमध्ये भारतात पहिलीवहिली प्रवासी गाडी धावली.

दुपारी बरोबर साडेतीन वाजता बॉम्बे प्रांताचे तत्कालीन गव्हर्नर लॉर्ड फॉकलंड यांच्या पत्नी लेडी फॉकलंड गाडीत चढल्या. त्यांच्या मागोमाग या समारंभासाठी खास आमंत्रित केलेले काही राजे महाराजे, बडे गोरे अधिकारी, लब्धप्रतिष्ठित जमीनदार आणि आणखी खास पाहुणे गाडीत चढले. बरोबर ३ वाजून ३५ मिनिटांनी या पहिल्यावहिल्या ट्रेनला सलामी देण्यासाठी २१ तोफा धडाडल्या. गाडीने जोरदार शिट्टी फुंकली आणि ही गाडी बोरीबंदर स्टेशनातून ठाण्याच्या दिशेने रवाना झाली. ही गाडी खेचायला तीन इंजिने जोडलेली होती. त्यांना सिंध, सुलतान आणि साहिब अशी नावंही दिली होती. रॉबर्ट स्टीफन्सन यांच्या इंग्लंडमधील

---

६१. एडवर्ड डेव्हिडसन, The Railways of India with an Account of Their Rise, Progress and Construction (London : E. & F.N. Spon, 1868) पृ. २३१

व्हल्कन फाउंड्रीमधून आलेल्या आठ इंजिनांपैकी ही तीन इंजिनं होती. या गाडीने सायनला पाण्याच्या टाक्या भरण्यासाठी एक थांबा घेतला होता. ३२ किलोमीटरचं हे अंतर पार करायला गाडीला ५७ मिनिटं लागली.

या 'लोहमार्गा'च्या पहिल्या यात्रेचं वर्णन मराठी विद्वान कृष्णशास्त्री भाटवडेकर यांनी मोठ्या खुमासदार शैलीत केलं आहे. त्यांनी लिहिलं आहे की, या दिवशी एखाद्या सणासुदीला असतं, तसं वातावरण होतं :

> बरोबर साडेतीनच्या ठोक्याला डोंगरी किल्ल्यावरून (नवीन नाव सेंट जॉर्ज फोर्ट) तोफा धडाडल्या. गाडीच्या एका डब्यात असलेल्या गव्हर्नर साहेबांच्या बॅन्डवर राष्ट्रगीत वाजायला सुरुवात झाली. मुंबईकरांसाठी हे अप्रूप होतं आणि हे आश्चर्य बघण्यासाठी लहान-थोरांनी, बायामाणसांनी गर्दी केली. लोक घराच्या छतावर, गच्चीवर जमले होते. या रेल्वेच्या मार्गाजवळ असलेल्या सगळ्या उंच जागा लोकांनी पटकावल्या होत्या. डब्यांची साखळी ओढून नेणाऱ्या या इंजिनाने भायखळा, सायन आणि माहिमचा पूल ओलांडला तशी ही गाडी बघण्यासाठी गर्दी वाढतच गेली.[६२]

गाडीतून निघणारा धूर बघून लोकांच्या तोंडून आश्चर्योद्‌गार निघत होते. 'द ओव्हरलॅन्ड टेलिग्राफ ॲण्ड कुरिअर' या वर्तमानपत्राने तर म्हटलं होतं की, 'हे शक्तिशाली इंजिन गाडी खेचत पुढे जाताना स्थानिक लोक या इंजिनाला सलाम ठोकत होते.'[६३] रेल्वे अभ्यासकही म्हणतात की, 'स्थानिकांसाठी हा चमत्कार होता, त्यांच्यासाठी ही गाडी एखाद्या देवतेपेक्षा कमी नव्हती. त्यांनी या इंजिनाच्या धुराच्या नळकांड्याला टिळा लावला, त्यासमोर नैवेद्य आणि दक्षिणा ठेवली; एवढंच नाही, तर या इंजिनाच्या मार्गावर म्हणजेच रुळांवर फुलांच्या पायघड्या घातल्या होत्या.'[६४]

---

६२. A Short Account of Railways, Selected from Lardner's Railways Economy. भाषांतर : कृष्णशास्त्री भाटवडेकर (Bombay : गणपत कृष्णाजी प्रेस, १८५४) पृ. २

६३. The Overland Telegraph and Courier, 16 April 1853

६४. अनुराग मल्लिक आणि प्रिया गणपती, 'Boribunder to Thana : 1853 Revisited', Redscarab, 14 April 2013. २ सप्टेंबर २०१४ रोजी हाताळलेल्या in<http://redscarabtravelandmedia.wordpress.com/2013/4/14/Boribunder-to-thana-1853-revisited/>, या वेबसाइटवरील माहितीच्या आधारे.

भारतात झालेलं रेल्वेचं आगमन हा ब्रिटिशांसाठी मोठा विजय होता. नेमकी हीच बाब हेरून 'द ओव्हरलॅन्ड टेलिग्राफ अॅण्ड कुरिअर'ने लिहिलं होतं :

भारतात रेल्वे सुरू होणं हा निखालस ब्रिटिशांचा मोठा विजय आहे. या विजयश्रीच्या तुलनेत त्यांनी पूर्वेकडे मिळवलेले इतर सर्व विजय नीरस आणि अत्यंत सामान्य ठरतील. प्लासी, असाये, मिआनी आणि गुजरात या सगळ्या लढाया इतिहासातील महत्त्वाची प्रकरणं असली, तरी ग्रेट इंडियन पेनिन्सुलर रेल्वेची सुरुवात स्थानिकांच्या मनावर कायमची कोरली जाईल.[६५]

१९२५ मधला लोकल ट्रेनचा डबा. आभार – पश्चिम रेल्वे संग्रह

---

६५. The Overland Telegraph and Courier, 16 April 1853

मुंबईच्या पहिल्या रेल्वेचं कौतुक करताना 'द बॉम्बे टाइम्स'नेही हा जाज्वल्य देशाभिमानाचा सूर कायम ठेवला होता. त्यांनी तर या प्रसंगाचं वर्णन करणारी कविताच छापली होती :

Hark, hark, reverberating over land and sea,
The kind of cannon's boom and jubilee,
And lo! Solemnly standing, wroth'd in clouds,
Hissing steam, amidst the breathless clouds,
The sight of wonder, in whose grasp appears,
The flag that's brav'd its foes a thousand years.[66]

सुरुवातीच्या काळातल्या रेल्वेची छायाचित्रं त्या वेळी उपलब्ध असलेल्या फोटोग्राफी तंत्रज्ञानाने काढली आहेत; त्यामुळे ती सगळीच ब्लॅक ॲण्ड व्हाइट आहेत; पण प्रत्यक्षात पहिल्यांदाच धावलेली गाडी, स्टेशनं सगळंच रंगीबेरंगी आणि साजिरं होतं. मुंबईच्या पहिल्या रेल्वेचं इंजिन हिरव्या रंगात रंगवलं होतं. त्या इंजिनावर काळी पट्टी होती. ते अत्यंत चकचकीत आणि स्वच्छ होतं. तसेच त्याची नेमानं देखभाल दुरुस्तीही केली जायची. या इंजिनाच्या बाजूच्या पट्टीवर आणि पुढच्या भागात पिवळ्या रंगात GIPR ही अक्षरं कोरलेली होती. अनेक इंजिनांवर तांब्याचे चकचकीत तारे लावले होते, तसेच स्वच्छ आणि चमकवलेले कंदीलही होते. धूर बाहेर येण्याच्या नळकांड्यांवरही कोरीव नक्षीकाम होतं.[६७] काही दशकांनंतर म्हणजेच साधारण १८७५ ते १८८९ च्या दरम्यान, इंजिनाला राखाडी रंगावर लाल पट्ट्या असलेलं आवरण देण्यात आलं. हा रंग १९०१ पर्यंत कायम होता. त्यानंतर मात्र भाजलेल्या लाल मातीपासून तयार केलेला गडद लाल रंग इंजिनांवर दिसू लागला.

भारतातल्या पहिल्या रेल्वेचे डबे कसे दिसायचे? इंग्लंडमध्ये तयार झालेले हे डबे वॉर्निश केलेल्या लाकडापासून बनवलेले होते. भारतातल्या पहिल्यावहिल्या रेल्वेमार्गावर धावण्यासाठी ते तातडीने जहाजाने भारताच्या दिशेने रवाना करण्यात आले. या डब्यांचं डिझाइन खरंच मागास होतं. या भरभक्कम डब्यांखालीही लाकडी चौकट होती. तसेच डब्यांच्या चाकांचे आरे उघडे होते.

---

६६. 'The Opening of the Bombay Railway', बॉम्बे टाइम्स, १८ एप्रिल १८५३

६७. The Locomotive, १५ जून १९२६, पृ. १८२-१८३

या पहिल्या रेल्वेतही 'वर्गव्यवस्था' होती. थर्ड क्लासच्या डब्यांच्या चाकांवर बाहेरून ठोकळ्यासारख्या लाकडी चौकटी बसवल्या होत्या. तेच फर्स्ट क्लास आणि सेकंड क्लासच्या डब्यांना मात्र अगदी गुळगुळीत लाकडी पट्ट्या बसवल्या होत्या. सूर्यप्रकाश रोखण्यासाठी किंवा अडवण्यासाठी वरच्या दर्जाच्या डब्यांमध्ये हिरव्या रंगाच्या खिडक्या होत्या. तसेच प्रत्येक दर्जाच्या डब्याचा रंगही वेगळा होता. धांदरट स्थानिक लोकांना त्यांचा 'दर्जा' लक्षात राहावा, म्हणून ही 'सोय' करण्यात आली होती. १८८५च्या एका अहवालानुसार फर्स्ट क्लासचा डबा पांढऱ्या रंगाचा, सेकंड क्लासचा डबा खाकी रंगाचा आणि थर्ड क्लासचा डबा गडद लाल रंगाचा होता. जसजसा काळ पुढे गेला, तसतसं ब्रिटिशांच्या लक्षात आलं की, हे स्थानिक लोक आपल्या जमातीतल्या लोकांबरोबरच जास्त रमतात. त्यामुळे त्यांना डब्याच्या रंगांशी काहीच देणंघेणं नसतं. म्हणून ब्रिटिशांनी 'दर्जानुसार डब्याचा रंग' ही संकल्पना सोडून देत सगळ्याच वर्गाचे डबे एकाच रंगात रंगवून काढायला सुरुवात केली. डब्याच्या एका बाजूला असलेल्या लोखंडी पट्टीवर त्या त्या भागातल्या रेल्वेचं नाव लिहिलं होतं. तसेच डब्याच्या सुरुवातीला आणि शेवटी लोखंडी चौकट नसल्याने डब्याचं छत पुढे-मागे आणि बाजूला जरा धोकादायकपणे झुलायचं.[६८]

थर्ड क्लासचा/तृतीय श्रेणीचा डबा. आभार – पश्चिम रेल्वे संग्रह

६८. Ibid., १५ डिसेंबर १९२६, पृ. ३९५-३९७

पहिला मार्ग बांधायला वापरलेलं साहित्य

पहिल्या रेल्वेमार्गाच्या उभारणीसाठी डबल T आकाराचे रूळ वापरण्यात आले होते. ठाण्यापर्यंत प्रत्येक यार्डसाठीच्या या रुळांचं वजन ८१ पौंड एवढं होतं. त्याच्या पुढे हे वजन प्रती यार्ड ६५ आणि ६८ पौंड एवढं होतं, अशी नोंद जेम्स बर्कले यांनी आपल्या कागदपत्रांमध्ये केली आहे.[६९] आजही दोन्ही बाजूला हे T आकार असलेले रूळ वेगवेगळ्या स्टेशनांवर खांब किंवा तुळया म्हणून वापरलेले दिसतात.

रेल्वेमार्गाची बांधणी करताना रूळ टाकणं ही सर्वांत मोठी आणि किचकट प्रक्रिया होती. पाच फूट सहा इंच गेजचा रेल्वेमार्ग उभारायला १० फूट लांबीचे, १२ इंच रुंदीचे आणि ६ इंच उंचीचे लाकडी स्लीपर्स आवश्यक होते. हे स्लीपर्स ठेवायला आधी दगडांचा किंवा खडीचा थर टाकला जायचा. दीड किलोमीटरचे रूळ टाकायला जवळपास १७०० स्लीपर्सची गरज होती. नेमके कोणत्या पद्धतीचे स्लीपर्स टाकायचे, यावरूनही त्या वेळी वाद झाला होता. भारतातल्या वातावरणासाठी लाकडी स्लीपर्स योग्य ठरतील की लोखंडी, असा हा वाद सुरू होता. लाकडी स्लीपर्सला अभियंत्यांची पसंती होती; पण योग्य प्रकारचं लाकूड मिळणं आणि या लाकडी रुळांचा अव्याहत पुरवठा सुरू राहणं, या दोन महत्त्वाच्या समस्या होत्या. खास करून योग्य प्रकारचं लाकूड मुंबईपासून खूप लांबच्या अंतरावरच उपलब्ध असण्याची शक्यता होती.

परिणामी, एका अभियंत्याला फक्त वेगवेगळ्या जंगलांचं सर्वेक्षण करायला पाठवण्यात आलं. अर्थात या अभियंत्याने फक्त जंगलांचं सर्वेक्षण करणं अपेक्षित नव्हतं. त्या बरोबरच त्याला या जंगलांच्या आसपास ही लाकडं साठवण्यासाठी एक वखार उभी करायला जागा शोधायची होती. लाकडं साठवल्यावर ती मुंबईपर्यंत किंवा कामाच्या जागेपर्यंत आणण्यासाठी स्थानिक जिल्हाधिकाऱ्याची परवानगी घेतली जायची. त्यानंतर एखाद्या पक्क्या गाडीतून ही लाकडं मुंबईच्या दिशेने रवाना व्हायची. लाकडांची निर्यात झाल्याच्याही नोंदी आहेत; पण प्रामुख्याने स्थानिक जंगलांमधूनच लाकडांचा पुरवठा झाला होता. इमारतींच्या बांधकामासाठी वापरलं जाणारं टिंबर हे लाकूड भारतातल्या रेल्वेच्या स्लीपर्ससाठी योग्य असल्याचं अभियंत्यांचं मत होतं. खास करून मुसळधार पावसासाठी, वादळवाऱ्यांसाठी भगभगीत उन्हासाठी आणि कीटकांसाठी ओळखल्या जाणाऱ्या घाटांमध्ये तर टिंबरसारखं लाकूड अत्यंत योग्य

---

६९. भारतीय अभियांत्रिकीवर व्यावसायिक पेपर. खंड ३, मेजर जे. जी. मेडली द्वारा संपादित (भारत : थॉमसन कॉलेज प्रेस, १८६६)

होतं. साग, खैर अशा झाडांची लाकडंही निवडली जायची.

भारतातल्या जंगलांचं पहिलं व्यापक सर्वेक्षण इंग्रजांनी १८४० मध्ये केलं. त्यानंतर जिल्हानिहाय तपशीलवार सर्वेक्षणही झालं. १८५६ ते १८६० या काळात बॉम्बे प्रांतातल्या जंगल सर्वेक्षणाची जबाबदारी वनसंवर्धक अलेक्झांडर गिब्सन आणि सहाय्यक वनसंवर्धक विल्यम फेन्नर यांच्या खांद्यावर होती. गिब्सन हे स्कॉटिश सर्जन होते. वनस्पतीशास्त्राचाही त्यांचा अभ्यास होता. बॉम्बे प्रांतातल्या जंगलांचं सर्वेक्षण करताना गिब्सन यांनी खंडाळा घाटातल्या रेल्वेमार्गाचीही तपासणी केली. या रेल्वेमार्गाचं काम पुढे सरकलं आणि झाडं पाडली गेली. त्या प्रत्येक तोडलेल्या किंवा पाडलेल्या झाडाच्या नोंदी गिब्सन यांनी ठेवल्या आहेत. तसेच या रेल्वेच्या उभारणीतून वन विभागाला मिळालेल्या महसुलाची नोंदही अत्यंत बारकाईने करण्यात आली आहे.

स्टेशनांचं नामकरण आणि ख्रिश्चन प्रभाव

भारतातल्या पहिल्यावहिल्या रेल्वेमार्गावरच्या स्टेशनांची नावं ही बहुतकरून या रेल्वेमार्गाच्या आसपास असलेल्या जुन्या गावांवरूनच ठेवण्यात आली होती.

१४ व्या शतकातल्या उत्तर अपरांत भागातल्या (म्हणजे उत्तर कोकणातल्या, ज्यात मुंबईच्या बेटांचाही समावेश आहे.) विविध घटना, ठिकाणं आणि घराणी यांची नोंद केशवाचार्य नावाच्या एका व्यक्तीने महिकावतीची बखर या ऐतिहासिक दस्तावेजात करून ठेवली आहे. १४ व्या शतकापासून ते पोर्तुगिजांच्या आगमनापर्यंतच्या ४०० वर्षांच्या काळात या भागात घडलेल्या घटना या बखरीत नोंदवल्या गेल्या आहेत. वेगवेगळ्या कालखंडांमध्ये वेगवेगळ्या लोकांनी या बखरीतली विविध प्रकरणं लिहिली. ही बखर आपल्याला काही गावांच्या नावांवर प्रकाश टाकायला मदत करते. विशेष म्हणजे ब्रिटिशांनी केलेल्या महसूल सर्वेक्षणातही याच नावांनी या गावांची नोंद झाली; पण ही नोंद करताना ब्रिटिशांनी त्यांच्या उच्चारांच्या सोयीसाठी या गावांची आंग्लाळलेली रूपं लिहून ठेवली. पुढे हीच नावं पहिल्या रेल्वेमार्गावरच्या अनेक स्टेशनांच्या नशिबी आली.

महिकावतीच्या बखरीमध्ये उल्लेख असलेल्या गावांमध्ये कुरार्ली, चेंभूर, नावूर, भांडूप, मुलुंडा, विखरोळी, कांझुरी यांचा समावेश आहे. आजच्या उपनगरीय रेल्वेमार्गावर या नावांची स्टेशनं आहेत. ब्रिटिशांकडून करण्यात आलेल्या सर्वेक्षणांपैकी पहिलं सर्वेक्षण १८१२ मध्ये थॉमस डिकिन्सन यांनी केलं. त्यानंतर १८२७ मध्ये सालसेत बेटाचं सर्वेक्षण करताना विल्यम टेट यांनी या नावांचा उच्चार जरा वेगळ्या पद्धतीने केला. कुरार्लीचं कूर्ला (Coorla) झालं. वास्तविक कुर्ला इंग्रजीमध्ये लिहिताना K पासून सुरुवात करतात; पण आजही मध्य रेल्वेच्या खाती कुर्ला

स्टेशनची नोंद C या अक्षराने आहे. कुरार्लीचं कुर्ला झालं, तर चेंभूरचं चिंबूर आणि नंतर चेंबूर झालं. काही 'नव्या' स्टेशनांना नाव देताना मात्र प्रतिष्ठित ब्रिटिश नागरिकांची किंवा ब्रिटनमधल्या काही प्रसिद्ध जागांची नावं देण्यात आली. सॅन्डहर्स्ट रोड, करी रोड आणि कॉटन ग्रीन ही त्यातली काही उदाहरणं आहेत.[७०]

काही स्टेशनांच्या नावात रोड किंवा मार्ग असा उल्लेख का आहे, असा प्रश्न तुम्हाला कधी पडला आहे का? ब्रिटिशांच्या काळात भारतात अगदी वारंवार रोगराई किंवा साथीचे रोग पसरत असत. या रोगराईमध्ये तापाने फणफणून अनेक गोरे साहेब दगावले होते. या रोगाची लागण टाळण्यासाठी ब्रिटिशांनी दाट लोकवस्तीपासून लांब रेल्वेमार्ग टाकले. जेणेकरून भारतीयांच्या वस्त्यांशी त्यांचा कमीतकमी संबंध येईल; पण या भारतीयांच्या वस्तीपासून रेल्वे स्टेशनपर्यंत येण्यासाठी एखादा रस्ता बांधला जायचा. या स्टेशनला नाव असायचं भारतीयांच्या वस्त्या असलेल्या गावाचं; पण ते स्टेशन वस्तीपासून लांब असल्याने आणि स्टेशन आणि गावाला जोडणारा रस्ता असल्याने त्या रस्त्याचं 'रोड' किंवा 'मार्ग' हे शेपूट गावाच्या नावामागे चिकटायचं. मग कांजूरचं झालं कांजूरमार्ग!

स्टेशनचं गोलातलं नाव!

मुंबईतील उपनगरीय रेल्वे स्टेशनवरच नाही, तर भारतातल्या कोणत्याही रेल्वे स्टेशनवर त्या स्टेशनचं नाव एका चौकोनातल्या गोलात असलेल्या एका पट्टीवर लिहिलेलं आढळतं. पांढरा, निळा आणि लाल अशी रंगसंगती असलेल्या या लोखंडी पट्टीला राउंडेल म्हणतात. या राउंडेललाही इतिहास आहे. या राउंडेलचा जन्म इंग्लंडमधलाच आहे.

लंडनमध्ये १८५५ ते १९३३ या काळात शहरभरात जनरल ओम्निबस कंपनी बससेवा चालवत होती. राउंडेलचा जन्म होण्याआधी या कंपनीच्या स्टॉपची नावं एका गोलामध्ये फुल्लीच्या आकाराची खूण असलेल्या पाट्यांवर लिहिली जात होती.

लंडनमधील 'द अंडरग्राउंड इलेक्ट्रिक रेल्वेज कंपनी ऑफ लंडन' या कंपनीने १९०८ मध्ये पहिल्यांदा या अशा राउंडेलचा वापर केला. ही कंपनी म्हणजे लंडनमध्ये सध्या धावणाऱ्या 'भुयारी रेल्वेची आज्जी' म्हणता येईल. एका पांढऱ्या चौकोनामध्ये लाल रंगाचा गोल आणि त्या गोलात निळ्या रंगाची आडवी पट्टी

---

७०. केशवाचार्य यांच्या 'महिकावतीची बखर' या पुण्यातल्या चित्रशाळा प्रेसने १९२४ मध्ये प्रसिद्ध केलेल्या मूळ ग्रंथातील इतिहासाचार्य वि. का. राजवाडे यांच्या प्रस्तावनेतून

आणि त्यात पांढऱ्या रंगात स्टेशनचं नाव असं हे राउंडेल होतं. लंडन ट्रान्सपोर्ट या संस्थेचा पहिला कार्यकारी अधिकारी बनण्याचा मान पटकावणाऱ्या फ्रँक पिक यांनी या राउंडेलचं डिझाइन तयार केलं होतं.[७१] यासाठी त्यांनी सुलेखनकार एडवर्ड जॉन्स्टन यांची मदत घेतली होती. या दोघांनी हे डिझाइन तयार करताना स्टेशनच्या नावाच्या फॉन्टबाबतही खूप गांभीर्याने विचार केला होता. स्टेशनचं नाव एकाच जाडीच्या फॉन्टमध्ये लिहिलं जाईल, याची काळजी घेण्यात आली.[७२] हा फॉन्ट 'जॉन्सन सॅन्स' या नावाने ओळखला जातो. हे डिझाइन लंडनच्या भुयारी रेल्वे स्थानकांवर प्रचंड लोकप्रिय झालं. २००८ मध्ये या राउंडेलचं शताब्दी वर्षही मोठ्या उत्साहात साजरं करण्यात आलं.

नक्की तारीख माहीत नाही; पण याच वर्षाच्या आसपास या राउंडेलने मुंबईतल्या रेल्वे स्टेशनच्या खांबांवर आपली जागा पटकावली. लंडनप्रमाणे भारतातही ही राउंडेल लोकप्रिय झाली...

भारतातील राउंडेल

७१. 'In Praise of Frank Pick'. द गार्डियन, १७ ऑक्टोबर २००८

७२. 'Frank Pick : Designing Modern Britain', Design Museum. १२ सप्टेंबर २०१४ रोजी हाताळलेल्या in>http://designmuseum.org/design/frank-pick>, या वेबसाइटवर उपलब्ध असलेल्या माहितीनुसार

फायदाच फायदा!

ट्रेनने प्रवास करण्याचे प्रमुख फायदे

मनःशांती – प्रत्येक प्रवासाची जबाबदारी प्रशिक्षित कर्मचाऱ्यांवर आहे. यात इंजिनचालक किंवा मोटरमन, रुळांच्या बाजूला असलेल्या सिग्नलच्या केबिनमध्ये अद्ययावत यंत्रणा हाताळणारे सिग्नलमेन आणि प्रत्येक गाडीसोबत असणारा गार्ड यांचा समावेश आहे.

आगमन आणि प्रस्थान यांच्यातील सातत्य – इतर कोणत्याही वाहतुकीच्या साधनापेक्षा रेल्वे ट्रेनचा वक्तशीरपणा उच्च प्रतीचा आहे.

रुळांचा खासगी हायवे – रेल्वेने टाकलेल्या रुळांची देखभाल-दुरुस्ती अत्यंत उच्च दर्जाच्या अचूकतेने केली जाते; त्यामुळे इतर कोणत्याही साधनांपेक्षा रेल्वेचा प्रवास सुखाचा होतो.

सर्व ऋतूंमध्ये प्रवास – ऊन, पाऊस आणि थंडी यांच्यापासून संरक्षण करणाऱ्या ट्रेन. डब्यात तापमान नियंत्रित करण्याची सोय असते. तसेच स्टेशनमध्ये ऊन-पावसापासून संरक्षण देणारे पत्रे. हवामान कसंही असलं, तरी आरामदायक प्रवासाची हमी.

हालचालीचं स्वातंत्र्य – प्रत्येक डब्यात वावरण्यासाठी पॅसेज, शौचालयांची सोय, रेस्तराँ, बुफेची सोय आणि लांबच्या प्रवासी गाड्यांमध्ये शयनयान डबा.

धावत्या गाडीत जेवण – प्रवासाचा वेळ वाया न घालवता धावत्या गाडीतच जेवणाची सोय.

विचारविनिमय करण्यासाठी वेळ – शांततेत प्रवास चालल्याने शांतपणे विचार करण्याची सोय. काही महत्त्वाची संभाषणं किंवा अगदी प्रणय करण्यासाठीही योग्य वातावरण.

विहंगम दृश्य – डब्याच्या खिडक्यांमधून सातत्याने बदलती दृश्यं दिसतात. हिरवीगार शेतं, जुन्या-नव्या इमारती, शहरं, गावं आणि अगदी अकल्पित दृश्य दिसण्याची संधी.

प्रकाशाची उत्तम सोय – वाचन, लेखन, अभ्यास किंवा अगदी आराम करण्यापासून ते अगदी शिवणकामापर्यंत सर्व कामांसाठी पुरेशा प्रकाशाची सोय.

अवर्णनीय वेग – अनेक गाड्या आता ताशी ९० मैलांपेक्षा जास्त वेगाने धावतात. रेल्वेचा प्रवास जलद प्रवास.

संपूर्ण सुरक्षा – रेल्वे - ट्रेन हे प्रवासाचे सर्वांत सुरक्षित साधन आहे. रेल्वे रूळ हे सुरक्षित आणि जगभरात व्यवस्थित देखभाल केलेले हायवे आहेत.

रेल्वेची जुनी जाहिरात

ऐतिहासिक फेरीनंतरची रेल्वे : निषेधाचा सूर आणि अभिनव पूरक उद्योगांची सुरुवात

देशातील पहिल्यावहिल्या रेल्वेचा पहिला महिना स्वप्नातीत होता. पहिल्या फेरीनंतर दर दिवशी नियमित धावणाऱ्या फेऱ्यांची सुरुवात १८ एप्रिल १८५३ पासून झाली. आणि पुढच्या १२ दिवसांमध्ये म्हणजेच ३० एप्रिल १८५३ पर्यंत या रेल्वेतून २१९२२ लोकांनी प्रवास केला होता. या प्रवासापोटी GIPRला ९१०९ रुपये तीन आणे आणि आठ पैसे एवढं घसघशीत उत्पन्न मिळालं होतं. पुढच्याच महिन्यात म्हणजे मे १८५३ मध्ये उत्पन्नाचा आकडा ४०,०७१ रुपये एवढा वाढला आणि त्या वर्षाच्या अखेरपर्यंत म्हणजेच डिसेंबर १८५३ मध्ये GIPRला ६१,४१३ रुपयांचं उत्पन्न मिळालं.[७३]

रेल्वेनं आपली पाळंमुळं भारताच्या मातीत रुजवली नाहीत, तोच रेल्वेला एका वेगळ्याच क्षेत्रातून कडाडून विरोध झाला. या वेळी विरोध करणारे वाहतूक क्षेत्रातलेच होते. बैलगाड्यांच्या मालकांनी रेल्वेशी भांडण सुरू केलं. रेल्वेनं त्यांच्याकडचे प्रवासी तर हिरावलेच; पण तेवढ्यावरच न थांबता बैलगाड्यांमधून होणारी मालवाहतूकही रेल्वेकडेच वळली होती; त्यामुळे ते रेल्वेवर प्रक्षुब्ध झाले होते. माणूस असो वा सामान, सगळ्यांनाच वाहून नेण्याचं काम रेल्वे करत होती.

इथे बैलगाडीवाल्यांनी डोकं चालवलं. आपला जम मजबूत करण्यासाठी सपाटीच्या प्रदेशापासून किंवा पठारापासून बॉम्बेत येण्यासाठी या बैलगाडीवाल्यांनी एक ठरावीक दर आकारायला सुरुवात केली. या बदलानंतर प्रवासी आणि सामान वाहून नेणाऱ्या व्यापाऱ्यांनीही संपूर्ण प्रवास रेल्वेने करण्याऐवजी मधल्या स्टेशनवर उतरून बैलगाड्यांमधून प्रवास करायला सुरुवात केली. बैलगाडी चालकांचा डाव यशस्वी झाला; पण यामुळे रेल्वे व्यवस्थापकांसाठी चांगलीच डोकेदुखी निर्माण झाली. भारतात रेल्वे सुरू होऊन १५ वर्षं झाल्यानंतर १८६८ मध्ये GIPRने रेल्वे बोर्डाला एक पत्र लिहिलं. या पत्रात रेल्वे बोर्डाने वाहतुकीचा हा वाद सोडवण्यासाठी एका माणसाची नियुक्ती करावी, अशी विनंती त्यांनी केली.

> कळविण्यास खेद होतो की, जवळच्या जिल्ह्यांमधील कापसाच्या बाजारातल्या बैलगाडीचालकांकडून आम्हाला अत्यंत कडवी स्पर्धा सहन करावी लागत आहे. या कापसाच्या बाजारपेठा मुंबईच्या आग्नेयेला आमच्या स्टेशनपासून २० ते १२० मैल (१९३ किलोमीटर) एवढ्या अंतरावर वसलेल्या आहेत. हे बैलगाडीचालक आता एकत्र आले आहेत. रेल्वेची

---

७३. Ibid., पृ. १-३

स्टेशनं किंवा पनवेल यापैकी कुठेही माल नेण्यासाठी त्यांनी एकच दर आकारायला सुरुवात केली आहे. पनवेल हे बॉम्बे नदीच्या किनाऱ्यावर आणि घाटांच्या पायथ्याशी वसलेलं गाव आहे. इथून सगळा कापूस बोटीत टाकून तो मुंबईपर्यंत पोहोचवला जातो. बोटीने पनवेलपर्यंत माल पोहोचवण्यासाठी त्यांना रेल्वेपेक्षा ४० पैसे कमी लागतात. रेल्वेद्वारे होणारी वाहतूक कायम राहावी आणि वाढावी यासाठी काय करता येईल, हे पाहण्यासाठी मी या परिसरात जाऊन पाहणी केली. उपनगरांप्रमाणेच या भागातही मला कार्टिंग एजन्सी स्थापन कराव्या लागतील. वेगवेगळ्या बाजारांच्या गरजा काय आहेत, त्यांच्या वाहतुकीच्या मागण्या काय आहेत, याचा विचार करण्यासाठी एका व्यक्तीची नेमणूक करण्याचीही गरज आहे.^{७४}

काही काळासाठी ही योजनाही प्रत्यक्षात आणली गेली. कालौघात रेल्वेबाबत उठलेल्या अफवांचा धुरळा जसा खाली बसला, तसाच बैलगाडी मालकांच्या निषेधातला जीवही संपला.

~

रेल्वे सुरू झाली आणि त्यामुळे स्थानिक प्रकाशन संस्थाही रेल्वेच्याच वेगाने धावायला लागल्या. या संस्थांनी रेल्वे म्हणजे काय आणि ती कशी चालते, यावर पत्रकं छापून विकायला सुरुवात केली. वेगवेगळ्या भाषांमध्ये निघालेल्या या मार्गदर्शक पुस्तिका वाचणं आजही खूप आनंददायक आहे.

रेल्वे म्हणजे काय, याची तोंडओळख एतद्देशीयांना करून देण्यासाठी कृष्णशास्त्री भाटवडेकर या विद्वानांनी डायनोशियस लार्डनर^{७५} यांच्या पुस्तकातली काही प्रकरणं मराठीत भाषांतरित केली होती.^{७६} हे भाषांतर म्हणजे भारतातल्या पहिल्यावहिल्या रेल्वेमार्गाची सर्वांत जुनी छायाचित्रं असलेलं आणि या रेल्वेमार्गाबद्दलचं पहिलंच

७४ एस. एन. शर्मा, History of the GIP Railway (१८५३-१८६९), भाग १, खंड १, (Bombay : Chief Public Relations Officer, Central Railway, 1990) पृ. ८९

७५. डायनोशियस लार्डनर, Railway Economy : A Treatise on the New Art of Transport (London : Taylor, Walton and Maberly 1850)

७६. A Short Account of Railways, Selected from Lardner's Railways Economy. भाषांतर : कृष्णशास्त्री भाटवडेकर (Bombay : गणपत कृष्णाजी प्रेस, १८५४) पृ. ५६-६२

साहित्य असावं. रेल्वे, रेल्वेचे डबे आणि इंजिन यांना स्थानिक भाषेत कोणतेही प्रतिशब्द नसल्याने कृष्णशास्त्री भाटवडेकर यांनी या गोष्टी समजावून देण्यासाठी काही सोपे सोपे शब्द वापरले. म्हणजे यंत्र किंवा डब्यांचा हार, अशा शब्दांद्वारे त्यांनी लोकांना रेल्वेची माहिती देण्याचा प्रयत्न केला. या विचित्र कल्पना लोकांना अधिक

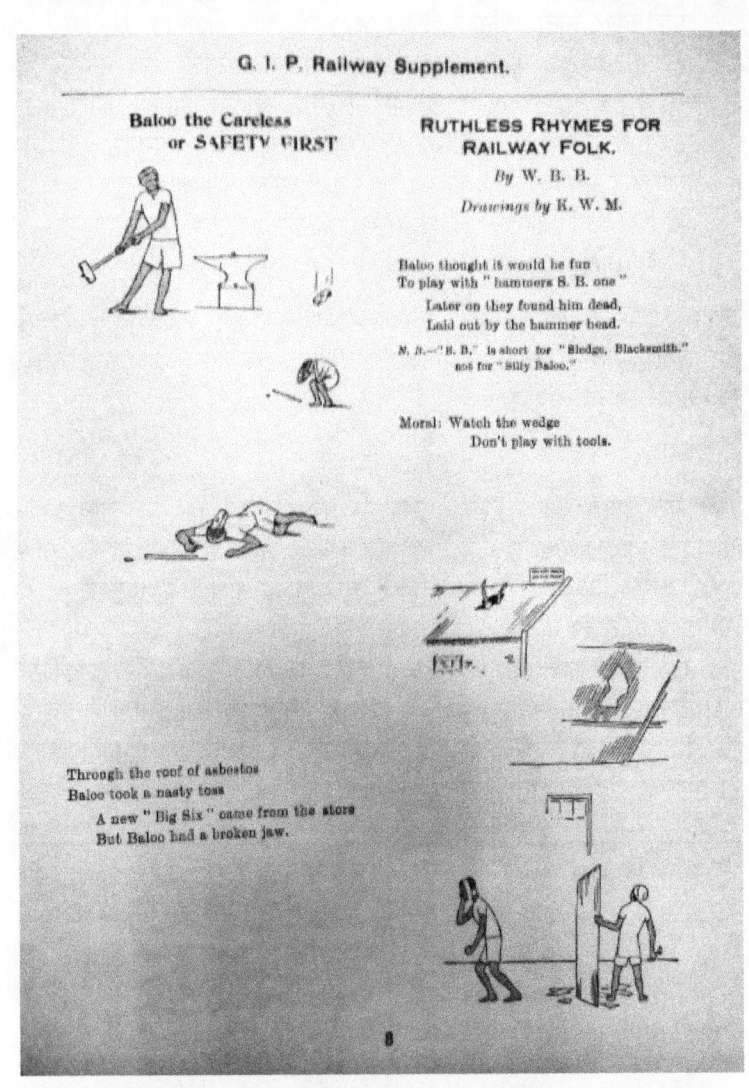

G. I. P. Railway Supplement.

Baloo the Careless
or SAFETY FIRST

RUTHLESS RHYMES FOR
RAILWAY FOLK.

By W. B. B.

Drawings by K. W. M.

Baloo thought it would be fun
To play with " hammers S. B. one "
Later on they found him dead,
Laid out by the hammer head.

N. B.—" S. B." is short for " Sledge, Blacksmith."
not for " Silly Baloo."

Moral: Watch the wedge
Don't play with tools.

Through the roof of asbestos
Baloo took a nasty toss
A new " Big Six " came from the store
But Baloo had a broken jaw.

8

१९००मध्ये GIPRने प्रसिद्ध केलेलं डमीज् गाइड टू ट्रेन्स. आभार – डब्ल्यू. एच. बरफोर्ड, आयएसआर मॅगझिन : GIP रेल्वे सप्लिमेंट, मध्य रेल्वे संग्रह

स्पष्टपणे समजावून देण्यासाठी त्यांनी रेल्वे स्टेशन आणि इंजिनांची रेखाचित्रंही यात छापली होती. ही रेखाचित्रं आणि ही इंजिनं तयार करणाऱ्या लंडनमधल्या व्हल्कन फॅक्टरीत तिथल्या अभियंत्यांनी काढलेली रेखाचित्रं यांत कमालीचं साम्य आहे.

सुरुवातीच्या काळात एकेरी प्रवासाचं तिकीट विकणाऱ्या रेल्वेने १८५४ पासून मासिक पासाची सुरुवात केल्याची माहितीही भाटवडेकर यांच्या पुस्तकात मिळते. ११ मार्च १८५३ रोजी GIPR प्रशासनाने रेल्वे प्रवासासाठीचे २४ नियम तयार केले होते. त्या नियमांच्या यादीचाही या पुस्तकामध्ये समावेश आहे. GIPRने मुंबई प्रांतासाठी तयार केलेल्या नियमावलीतूनच आपल्याला कळतं की, आजच्यासारखाच त्या काळातल्या गाड्यांमध्येही महिलांसाठी राखीव डबा होता. नियम मोडणाऱ्यांना २० रुपयांपर्यंत दंड ठोठावण्याचीही सोय होती. तसेच रेल्वेत चढण्यासाठी 'चिट्ठी' म्हणजेच तिकीट घेणं अनिवार्य होतं.

या नियमावलीतील तिसऱ्या नियमानुसार विनातिकीट प्रवास, गाडीत धूम्रपान अशा बहुतांश गुन्ह्यांसाठी २० रुपयांचा दंड आकारण्यात येत होता. रेल्वेच्या हद्दीत आपली गुरं चरायला आणणाऱ्यांना १० रुपये दंड होता तर, रेल्वे फाटक ओलांडून झाल्यावर ते बंद न करणं, रेल्वेच्या मालमत्तेचं नुकसान करणं, दिवे काढून नेणं अशा गुन्ह्यांसाठी दंडाची रक्कम ५० रुपये एवढी प्रचंड होती. रेल्वेच्या मालमत्तेचं प्रचंड नुकसान झालं, तर त्यासाठी जबाबदार असलेल्या व्यक्तीला समुद्रापार पाठवण्यात येत असे.

पहिल्या इंजिनाचं झालं काय?

आपल्या आगमनाने मुंबईच्या भावविश्वात खळबळ उडवणारं ते पहिलं इंजिन आठवतंय ना? त्या 'लॉर्ड फॉकलंड'नं आपली धाव या नव्या मार्गावर कायम ठेवली. काही वर्षांनंतर GIPRने हे इंजिन BB&CI या मुंबईतल्याच त्यांच्या शेजारी रेल्वे कंपनीला विकलं. (आज आपण GIPRला सेंट्रल रेल्वे आणि BB&CI ला वेस्टर्न रेल्वे म्हणून ओळखतो.) या कंपनीने पुढे हे इंजिन टँक इंजिन म्हणून वापरलं.

व्हल्कन फाउंड्रीमधून आलेल्या सगळ्याच इंजिन्सच्या तपशीलवार नोंदी उपलब्ध आहेत. व्हल्कन फाउंड्रीमध्ये अत्यंत सुवाच्य अक्षरांत लिहिलेला इंजिनं पाठवण्याचा तपशील आहे. या तपशिलात इंजिन्सच्या संख्येची जंत्रीच आहे. इंजिन्सचे रोटेशन नंबर ३२४ पासून ३३१ पर्यंत होते. या इंजिन्सची कार्यसंख्या ६८० ते ६८७ होती. तसेच त्यामध्ये पाण्याची क्षमता ८०० गॅलन इतकी होती. १८५२ ते १९५२ या शंभर वर्षांच्या कालखंडात व्हल्कन फाउंड्रीकडून भारतात आलेल्या २७५० इंजिन्सपैकी ही सुरुवातीची काही इंजिन्स होती. जहाजांमधून आलेली ही

इंजिन्स बोरीबंदरला उतरायची. या इंजिन्सचे सुटे भाग पाठवून ही इंजिन्स बहुधा मुंबईत तयार केली जात असावीत.

ही पहिली इंजिन्स बराच काळ रेल्वेच्या सेवेत होती. यांपैकी शेवटचं इंजिन तर १०० वर्षांनी भारतीय रेल्वेच्या शताब्दी वर्षपूर्तीच्या सोहळ्यातही धावलेलं लोकांनी बघितलं होतं. भारतीय रेल्वेला शंभर वर्ष पूर्ण झाल्याबद्दल पहिल्या गाडीसारखीच एक गाडी मुंबई छत्रपती शिवाजी महाराज टर्मिनस ते ठाणे या दरम्यान धावली होती. त्या गाडीला हे इंजिन जोडण्यात आलं होतं.

मुंबईत आलेल्या पहिल्या नऊ इंजिन्सचा तपशीलवार इतिहास त्यांच्या प्रवासाबद्दल अचूक माहिती देतो. ही इंजिन्स कुठे गेली, कशासाठी गेली आणि कधी गेली याची माहिती आपल्याला मिळू शकते. पहिलं, दुसरं आणि आठवं इंजिन BB&CI कंपनीला विकण्यात आलं. ही तीनही इंजिन्स पुढे जाऊन टँक इंजिन बनली. तीन, चार, सहा आणि नऊ ही चार इंजिन्स रेल्वेच्या कार्यशाळेत वापरण्यात आली. या चारपैकी तीन नंबरचं इंजिन १९१६ मध्ये परळच्या इंजिन्सच्या कार्यशाळेत रोलिंग मिल चालवत होतं. पाच नंबरचं इंजिन वेस्ट ऑफ इंडिया पोर्तुगीज रेल्वेच्या[७७] रेल्वे डेपोमधल्या लाकूड कापण्याच्या कारखान्यात काम करत होतं. सात नंबरचं इंजिन इब्राहिम दादूर या व्यक्तीला विकण्यात आलं. या इंजिनाचं पुढे काय झालं, हे एक गूढच आहे.

जुन्या कायद्यांचं विसर्जन

भारताला १५ ऑगस्ट १९४७ रोजी स्वातंत्र्य मिळालं, तरी ब्रिटिश सरकारने भारतीय रेल्वेच्या बांधणी आणि देखभाल दुरुस्तीबाबतच्या कायद्यांच्या थप्प्या ऑक्टोबर २०१२ मध्ये रद्दबातल केल्या. हे कायदे रद्द करताना भारतीय उच्चायुक्त आणि भारतीय रेल्वे बोर्ड यांच्याशी सल्ला-मसलत करण्यात आली. या कालबाह्य झालेल्या रेल्वेच्या ३८ कायद्यांमध्ये रेल्वेची पायाभरणी करणाऱ्या १८४९च्या 'द ग्रेट इंडियन पेनिन्सुला रेल्वे कंपनी कायद्या'चाही समावेश होता. रद्द केलेल्या इतर कायद्यांमध्ये १९४२चा बॉम्बे बडोदा अँण्ड सेंट्रल इंडिया रेल्वे कायदा, १८९७चा द आसाम रेल्वेज अँण्ड ट्रेडिंग कंपनी कायदा, १८५८चा औडी रेल्वे कायदा, १८५७चा सिंध रेल्वे कायदा, १८५८चा द ग्रेट सदर्न ऑफ इंडिया रेल्वे कायदा आणि १८५७चा द कलकत्ता अँण्ड साउथ-ईस्टर्न रेल्वे कायदा यांचाही समावेश होता. या रद्दीकरणानंतर खऱ्या अर्थाने भारतीय रेल्वेच्या इतिहासातील एका युगाचा अंत झाला.

---

७७. The Locomotive, १५ जून १९२६, पृ. १८२-१८३

GIPRला घर सापडलं

भारतात रेल्वे युगाची सुरुवात होताना GIPRने मुंबईत बस्तान बसवायचं ठरवलं; पण त्यांना अनेक वर्षं कायमस्वरूपी जागा मिळत नव्हती; त्यामुळे GIPRच्या मुंबईमधल्या ऑफिसची जागा सतत बदलत होती.

रेल्वेमार्गाचं बांधकाम सुरू झालं, तेव्हा मुख्य अभियंत्याचं कार्यालय टाउन हॉलच्या म्हणजे आताच्या एशियाटिक लायब्ररीच्या इमारतीच्या समोर होतं. त्यानंतर त्यांची बदली माझगावच्या व्हिक्टोरिया रोडवरील माउंट कॅसल या इमारतीमध्ये करण्यात आली.

१८६३ च्या सुमारास GIPRचं ऑफिस ग्रँट रोड स्टेशनसमोरच्या गल्लीत हलवण्यात आलं; पण हे ऑफिसही अगदीच अल्पकालीन ठरलं. तीनच वर्षांनी GIPRचं चंबूगबाळं भायखळ्याच्या बंगल्यात येऊन पडलं. या पूर्ण कालावधीत GIPRचे एजंट आणि अकाउंटंट यांचं ऑफिस कंपनीच्या एका स्थानिक संचालकांच्या बंगल्यात स्थापन झालं होतं. हा बंगला भायखळ्याच्या सिनेगॉगसमोर होता आणि या बंगल्याच्या मालकांचं नाव होतं जगन्नाथ शंकरशेट! त्या वेळी रेल्वेकडे स्वतःची जागाही नव्हती. आम्ही आमच्या राहत्या बंगल्यात रेल्वे कंपनीला त्यांचं तिकीट ऑफिस उघडायला जागा करून दिली, शंकरशेट घराण्याच्या चौथ्या पिढीतले सुरेंद्र शंकरशेट सांगतात.[७८]

१८६९ मध्ये पुन्हा एकदा GIPRच्या मुख्य अभियंत्याचं कार्यालय हलवून चर्चगेट स्ट्रीटवरच्या BB&CI कंपनीच्या जुन्या इमारतीत आणलं; पण एजंट आणि अकाउंटंट यांना थोड्या कालावधीसाठी आताच्या काळा घोडा परिसरातल्या टेम्पल बार हॉटेलमध्ये जागा करून देण्यात आली. १८७० मध्ये ही तीनही कार्यालये मे. रेमिंग्टन ॲण्ड कंपनीच्या एल्फिन्स्टन सर्कल इथल्या इमारतीत हलवण्यात आली. ही इमारत टाउन हॉलच्या समोरच होती.

रेल्वेच्या वाहतुकीशी संबंधित असलेल्या अधिकारी आणि कर्मचारी यांची कार्यालयं मात्र बोरीबंदरच्या जुन्या स्टेशनाच्या इमारतीतच होती. तसेच लोकोमोटिव्ह म्हणजेच इंजिन विभागाचं मुख्यालय भायखळ्याला होतं. तिथून हे मुख्यालय १८८२ मध्ये परळला हलवण्यात आलं.

भारतात पहिली ट्रेन धावल्यानंतर तब्बल ३० वर्षांनी, १८८२ मध्ये जेव्हा व्हिक्टोरिया टर्मिनसच्या इमारतीचं बांधकाम पूर्ण झालं, तेव्हा GIPRची सगळी कार्यालयं एका इमारतीत आली. १८८६ मध्ये लोकोमोटिव्ह विभागाचं मुख्यालय

---

७८. २०१३ मध्ये सुरेंद्र शंकरशेट यांच्याशी झालेल्या संभाषणातून

वगळलं, तर सगळ्या विभागांचे अधिकारी नव्याने बांधलेल्या दिमाखदार व्हिक्टोरिया टर्मिनसच्या इमारतीत बसायला लागले.[७९]

या घटनेला दहा वर्षं उलटून गेल्यावर १८९६ मध्ये BB&CI कंपनीने मुंबईत कुलाबा इथं आपलं टर्मिनस उभं केलं. या महत्त्वाच्या घटनेनंतर मुंबईला भारताची आर्थिक राजधानी बनवण्याच्या प्रक्रियेत GIPR आणि BB&CI या दोन कंपन्यांचं योगदान खूपच महत्त्वपूर्ण ठरलं. वाहतूक या विषयावर अधिकारवाणीनं भाष्य करणाऱ्या ब्रिटनच्या ख्रिस्तियन वॉल्मर यांच्या शब्दांत :

> इतर कोणत्याही देशापेक्षा भारताच्या इतिहासात रेल्वेने जास्त निर्णायक भूमिका बजावली आहे. इतर देशांमध्ये रेल्वेचं महत्त्व हळूहळू कमी झालं; पण भारतात मात्र रेल्वे लोकांच्या दैनंदिन जीवनात अजूनही महत्त्वाची भूमिका बजावते. इतर मोठ्या राष्ट्रांमध्ये त्यांना एक तर एवढं मोठं जाळं उभारता आलं नाही किंवा चीनप्रमाणे त्यांना रेल्वेच्या जाळ्याचा उपयोग खूप उशिराने लक्षात आला. युनायटेड स्टेट्स ऑफ अमेरिकेच्या आर्थिक विकासात रेल्वेने खूप मोठा हातभार लावला असला, तरी आता तिथे रेल्वे फक्त मालवाहतुकीपुरती उरली आहे. भारतात मात्र रेल्वेने पहिली धाव घेतल्यापासून ती लोकांची जीवनवाहिनी बनली आहे आणि हा सगळा प्रवास सुरू झाला, तो मुंबई ते ठाणा या अगदी छोट्या टप्प्यापासून![८०]

इतिहासाच्या पाऊलखुणांचा माग काढत आपण याच छोट्या मार्गावरून चालायचा प्रयत्न करणार आहोत.

---

७९. एस. एम. एडवर्ड्स, The Gazetteer of Bombay City and Island, खंड १, (India : Cosmo Publications, 2002) पृ. ३४६

८०. 'Blood, Iron and Gold : How the Railways Transformed the World (New York : Public Affairs, 2010)' या पुस्तकाचे लेखक ख्रिस्तियन वॉल्मर यांनी या पुस्तकाचा कच्चा खर्डा वाचून सुचवलेल्या बदलांनुसार

पहिल्या रेल्वेमार्गावर चालताना...

आशिया खंडातली आणि भारतातली पहिली ट्रेन १६ एप्रिल १८५३ रोजी दुपारी ३ वाजून ३५ मिनिटांनी बॉम्बे ते ठाणे दरम्यानच्या आपल्या ऐतिहासिक दौडीसाठी रवाना झाली. कदाचित भारतातील रेल्वेच्या आगमनाची आठवण म्हणूनच असेल; पण आज मध्य रेल्वेच्या उपनगरीय गाड्यांच्या वेळापत्रकात T-८१ असा उल्लेख असलेली ठाणे लोकल साधारण त्याच वेळेला निघते.[१]

अर्थात आता प्रचंड बदल झाले आहेत. GIPR ही रेल्वे कंपनी आता भारतीय रेल्वेचा एक विभाग सेंट्रल रेल्वे अर्थात मध्य रेल्वे झाली आहे. पूर्वी वाफेवर धावणारं रेल्वेचं इंजिन आता बाद झालं असून संपूर्ण रेल्वेगाडीच विद्युत ऊर्जेवर धावते; पण अजूनही या गाड्या इतिहासाच्या पाऊलखुणा पार करतच प्रवास करतात. पूर्वी जंगलं आणि दलदलीतून एकाकी वाट काढत जाणाऱ्या रेल्वे रुळांच्या दुतर्फा आता चांगलीच घनदाट लोकवस्ती झाली आहे. या मार्गावरची रेल्वे स्थानकं गर्दीने ओसंडून वाहत आहेत.

या गाडीचा पहिला प्रवास म्हणजे जगाच्या या कोपऱ्यातल्या लोकांसाठी एक आनंद सोहळाच होता. १८५०च्या दशकातली मुंबई किल्ल्याच्या भिंतीआड लपलेली आणि अर्धग्रामीण स्वरूपाची होती आणि या छोट्याशा जगात रेल्वेचं आगमन म्हणजे नवलाईच होती. म्हणूनच त्या वेळी रेल्वेची पहिली यात्रा सुरू होण्याआधी अगदी लष्करी इतमामात तोफांची सलामी देण्यात आली होती. आता तब्बल १६० वर्षांनंतर T-८१ ही ठाणे लोकल आपला प्रवास करते, तेव्हा

---

१. रेल्वेच्या कोष्टकातली T-८१ किंवा ठाणे-८१ डाउन ही गाडी १९ स्थानकं पार करून ३४ किलोमीटरचा प्रवास करते.

कोणीही तिच्या स्वागतासाठी थांबलेलं नसतं, कोणाला तेवढा वेळही नसतो; पण कोणीही काहीही बोललं नाही, तरी लोकल सेवा ही मुंबईची जीवनवाहिनी आहे, हे सत्य कोणालाही खोडून काढता येणार नाही.

आपण याच जीवनवाहिनीचा माग काढत जाणार आहोत.

व्हिक्टोरिया टर्मिनस - युगारंभ

२६ नोव्हेंबर २००८, रात्री साडेनऊची वेळ! मोहम्मद कसाब आणि इस्माईल खान या दोन दहशतवाद्यांनी मुंबईच्या व्हिक्टोरिया टर्मिनसमध्ये शिरून अंदाधुंद गोळीबार केला. काही ग्रेनेड्सही फेकले. या हल्ल्यात ५८ जणांचा जीव गेला, तर १०४ जण गंभीर जखमी झाले.[२] हा सगळा प्रकार स्थानकात लावलेल्या CCTV कॅमेऱ्यांमध्ये दिसत असूनही सुरक्षा दलांमध्ये एकच गोंधळाचं वातावरण होतं. ते या अशा अचानक हल्ल्यासाठी तयार नव्हते. सुरक्षा दलांनी दिलेल्या प्रत्युत्तरात त्याच रात्री खान मारला गेला, तर कसाबला जिवंत पकडण्यात आलं. चार वर्षं चाललेल्या खटल्यानंतर शेवटी त्याला फाशी देण्यात आली.[३]

त्या रात्री घडलेल्या या भीषण घटनेचा संबंध एका विचित्र योगायोगाने इतिहासातल्या एका गोष्टीशी लागतो. व्हिक्टोरिया टर्मिनसमध्ये जिथे उभं राहून कसाब आणि खान गोळीबार करत होते, तिथेच ब्रिटिशांच्या काळात वधस्तंभ होते. इथेच गुन्हेगारांना फासावर लटकवलं जायचं. विचित्र योगायोग असा की, या दहशतवाद्यांच्या नशीबातही नेमकं हेच लिहिलं होतं.

युनेस्कोच्या यादीत समावेश झालेल्या व्हिक्टोरिया टर्मिनसची इमारत आज जिथे उभी आहे, तिथेच दोनशे वर्षांपूर्वी हा वधस्तंभ होता. या ठिकाणी खुनी-दरोडेखोर किंवा गंभीर गुन्हा केलेल्या आरोपींना बांधलं जायचं. लोक त्यांना शिव्याशाप द्यायचे. त्यांच्यावर सडकी अंडी, फाटकी पायताणं, चिखल, दगड

---

२. ४ सप्टेंबर २०१४ रोजी हाताळलेल्या in<http://www.saharasamay.com/regional-news/others-news/676518074/we-have-got-justice-26-11-victim-s-wife.html>, वेबसाइटवर उपलब्ध 'We Have Got Justice : 26/11 Victim's Wife' या लेखावर आधारित

३. रॉयटर्ससाठी २१ नोव्हेंबर २०१२ रोजी कौस्तुभ कुलकर्णी आणि नईम अब्बास यांनी लिहिलेल्या 'Mumbai Attacker Ajmal Kasab Executed Secretly, Sparks Celebrations' या लेखावरून. ३ सप्टेंबर २०१४ रोजी हाताळलेल्या <http://in.reuters.com/article/2012/11/21/india-kasab-death-execution-idINDEE8AK01N20121121 या वेबसाइटच्या आधारे

फेकून मारायचे.[४] त्यानंतर या गुन्हेगारांना फासावर लटकवलं जायचं. व्हिक्टोरिया टर्मिनस ही भोसकाभोसकी करण्याची किंवा रक्तपात घडवून आणण्याची जागा होती. इथे जवळच असलेल्या तलावाचं नावही 'फासी तलाव' किंवा 'फाशी तलाव' असंच होतं. १९व्या शतकातले लेखक गोविंद नारायण मडगावकर यांनी या 'फाशी तलावा'चं अगदी हुबेहूब वर्णन केलं आहे. ते लिहितात,

गुन्हेगारांना शासन करण्याची ही जागा अगदी विचार करून निवडलेली होती. ही जागा बझार गेटच्या समोरच होती. इथे नेहमीच लोकांची वर्दळ असे. चारचौघांत गुन्हेगारांची धिंड काढण्याची प्रथा अगदी प्राचीन काळापासून चालत आलेली आहे. चारचौघांत ही अशी धिंड काढल्याने लोकांमध्ये जरब बसते आणि ते पुन्हा असा गुन्हा करण्यापासून परावृत्त होतात, असं मानलं जायचं. लोकांनी अंडी फेकून मारणं, यात गुन्हेगारांसाठीही काही नवीन नव्हतं. जणू तशी पद्धतच होती. काहींना पिंजऱ्यात बंद करून त्यांची धिंड काढायचे, तर काहींना खांबाला बांधून चाबकाने फोडून काढायचे. कधीकधी गुन्हेगारांना अर्धवट भादरून, त्यांना गुलाल फासून, कांद्याचा किंवा चपलांचा हार घालून गाढवावरून ही धिंड निघायची. या गाढवाच्या मागे लहान मुलं मोठमोठ्याने पत्र्याचे डबे वाजवत फिरायची. फाशी तलावाजवळच हा वधस्तंभ होता. इथेच या गुन्हेगारांना फासावर लटकवलं जायचं. या वधस्तंभाच्या बाजूलाच एक लाकडी यंत्र होतं. या यंत्राचा वापर गुन्हेगारांवर शेण फेकण्यासाठी केला जायचा. याच परिसरामध्ये असा एक पिंजरा होता जो गरगर फिरायचा. आतमध्ये बंद केलेला अपराधी बेशुद्ध पडेपर्यंत तो फिरत राहायचा. दोषींना शिक्षा देण्यासाठी चार ते पाच वेगवेगळ्या गोष्टी इथे होत्या; पण सरकारने या सगळ्या प्रथांवर बंदी आणली आहे. आता हा वधस्तंभ किंवा ही फाशीची जागा डोंगरीला जुन्या कारागृहामागे हलवली आहे.[५]

व्हिक्टोरिया टर्मिनसचं बांधकाम सुरू होण्याच्या अगदी काहीच काळ आधी, मे १८७६ मध्ये रेल्वेसाठी नेमलेल्या सल्लागार अभियंत्याने लिहिलेलं एक पत्र

---

४. एस. एम. एडवर्ड्स, The Gazetteer of Bombay City and Island, खंड ३ (India : Cosmo Publications, 2002), पृ. ३८२

५. गोविंद नारायण मडगावकर, मुंबईचे वर्णन, संपादन- नरहर रघुनाथ फाटक (इंडिया : मराठी ग्रंथ संग्रहालय, १८६३) पृ. ८५

सार्वजनिक बांधकाम खात्याने पुढे पाठवलं. या पत्रात या अभियंत्याने फाशी तलाव बुजवण्यासाठीची परवानगी मागितली होती.[६] त्याच ठिकाणी उभ्या राहिलेल्या व्हिक्टोरिया टर्मिनसच्या भव्य इमारतीने ही पोर्तुगीजकालीन वधस्तंभाची आठवण पुसून टाकली.

GIPR च्या हंगामी मुख्य अभियंत्याने तयार केलेल्या 'GIPR Contract number one' अंतर्गत येणाऱ्या 'बॉम्बे स्टेशन'च्या बांधकामाच्या नकाशात या तलावाची नेमकी जागा दाखवण्यात आली आहे. फाशी तलाव हा युरोपियन हॉस्पिटल आणि नव्या प्रस्तावित रस्त्याच्या जवळ होता.[७] आजच्या खाणाखुणा सांगायच्या झाल्या, तर प्लॅटफॉर्म क्रमांक १८ आणि त्या जवळच्या सार्वजनिक शौचालयाजवळ हा तलाव होता. नेमक्या याच ठिकाणी २६/११ च्या हल्ल्याच्या वेळी दहशतवादी आले आणि त्यांनी बेछूट गोळीबार करायला आपल्या बंदुका सज्ज केल्या.

या दहशतवादी हल्ल्यामुळे झालेली व्हिक्टोरिया टर्मिनसची हानी भरून काढण्यात आली आहे. स्थानकाच्या भिंतींवरच्या बंदुकीच्या गोळ्यांच्या खुणा

एफ. डब्ल्यू. स्टीव्हन्स यांनी रेखाटलेलं व्हिक्टोरिया टर्मिनसचं चित्र.
आभार – मध्य रेल्वे संग्रह

---

६. राहुल मेहरोत्रा आणि शारदा द्विवेदी, A City Icon : Victoria Terminus, 1887 (Now Chhatrapati Shivaji Maharaj Terminus Mumbai, 1996) (India : Eminence Designs, 2006). पृ. ६३-७३

७. Ibid, पृष्ठ ७४-७५

२०१० मध्ये बुजवण्यात आल्या; पण या हल्ल्याच्या कटू आठवणी मात्र मनावर कायमच्या कोरल्या गेल्या आहेत. या स्थानक परिसरातच एक ग्रॅनाइटचा स्तंभ उभारण्यात आला आहे. या दहशतवादी हल्ल्यामध्ये मारल्या गेलेल्या प्रवाशांची, रेल्वे कर्मचाऱ्यांची, पोलिसांची नावे या स्तंभावर कोरली आहेत. या हल्ल्याची ही कायमस्वरूपी आठवण!

~

भारतीय रेल्वे आणि व्हिक्टोरिया टर्मिनस हे जणू समानार्थी शब्द असावेत, असा संकेत जवळपास शंभरएक वर्षं चालत आला आहे. जगभरात सर्वाधिक छायाचित्र काढल्या गेलेल्या इमारतींपैकी ही एक इमारत आहे, असं मानलं जातं. व्हिक्टोरियन गॉथिक शैलीतील आणि पारंपरिक भारतीय वैशिष्ट्ये यांचा मिलाफ असलेली व्हिक्टोरिया टर्मिनसची ही इमारत म्हणजे १९व्या शतकाच्या उत्तरार्धातल्या ब्रिटिश राष्ट्रकुलमध्ये असलेल्या राष्ट्रांमधल्या रेल्वेच्या स्थापत्यशैलीचा उत्कृष्ट नमुना असल्याचं निरीक्षण UNESCOने नोंदवलं आहे.[८] आज या इमारतीमध्ये मध्य रेल्वेचं प्रशासकीय मुख्यालय आहे. तर सरकार दरबारी या इमारतीची नोंद म्हणजे डॉ. डी. एन. रोडवरचं घर क्रमांक १२५ अशी आहे. धातूच्या एका लहान अंडाकृती पट्टीवर हा क्रमांक लिहिलेला आहे.[९]

आशियातली पहिली ट्रेन ज्या स्थानकातून सुटली, ते बोरीबंदरचं जुनं स्थानक जवळपास तीन दशकांमध्येच मोडकळीला आलं होतं. जानेवारी १८८२ मध्ये म्हणजे पहिली ट्रेन धावल्यानंतर सुमारे ३० वर्षांनी हे स्थानक जमीनदोस्त करण्यात आलं. या स्थानकाची जागा 'द बॉम्बे पॅसेंजर स्टेशन' या नव्या स्थानकाने घेतली. आज आपण व्हिक्टोरिया टर्मिनसची जी आलिशान इमारत बघतो, ती तोपर्यंत तयार झालेली नव्हती. तिचं बांधकाम सुरू होतं.

जमिनीचे अधिग्रहण करण्यात अनेक अडचणी येत असल्याने या इमारतीच्या बांधकामात अडथळे येत होते. या नव्या टोलेजंग स्थानकाच्या इमारतीच्या बांधकामासाठी बंदरांच्या जागेपैकी ८० एकर जागा लागणार होती. त्यासाठी समुद्रात भराव टाकावे लागले, तसेच रस्त्यांचीही रचना करावी लागली. १८६१मध्ये तत्कालीन बॉम्बे

८.९ एप्रिल २०१४ रोजी हाताळलेल्या 'छत्रपती शिवाजी टर्मिनस', World Heritage List : UNESCO, in< http://whc.unesco.org/en/list/945>या वेबसाइटवर उपलब्ध

९. 'भारताचे पितामह' नावाने ओळखल्या जाणाऱ्या दादाभाई नवरोजी यांच्या स्मृत्यर्थ या रस्त्यास डी.एन. रोड नाव दिलं गेलं. ते भारतीय राष्ट्रीय काँग्रेसचे सहसंस्थापक होते.

सरकारने मोदी/मॉडी (MODY) बे परिसराची दोनतृतीयांश जागा मिळवण्यासाठी एलफिन्स्टन लॅन्ड ॲण्ड प्रेस कंपनीबरोबर करार केला. १८७८मध्ये या इमारतीच्या बांधकामाची सुरुवात मोठ्या धूमधडाक्यात झाली आणि पुढच्या दहा वर्षांमध्ये मे १८८८ मध्ये आपल्यासमोर आज उभी असलेली व्हिक्टोरिया टर्मिनसची देखणी वास्तू बांधून पूर्ण झाली. त्या वेळी ही इमारत बांधण्यासाठी १६,३५,५६२ रुपये एवढा प्रचंड खर्च आला होता.

ही एक अभूतपूर्व वास्तू होती. मुंबईच्या रहिवाशांनी ही अशी भव्य वास्तू यापूर्वी कधीच बघितली नव्हती. या इमारतीचा पाया निमुळता होता; त्यामुळे पायथ्याशी या इमारतीचा आकार एखाद्या कोळ्याच्या जाळ्याप्रमाणे भासतो. इंग्लंडमधल्या कोणत्याही स्थानकापेक्षा चार अंगुळे अधिक सुंदर आणि दिमाखदार असलेल्या या स्थानकाच्या माध्यमातून भारतीय रेल्वेचं सार्वभौमत्व सिद्ध झालं. ख्रिस्तोफर डब्ल्यू. लंडन या लेखकाच्याच शब्दांत सांगायचं झालं, तर 'भारतातली रेल्वे म्हणजे अभियांत्रिकी पराक्रमाच्या गाथेचं प्रतीक' होती आणि 'मुंबईच्या भाग्योदयात रेल्वेने बजावलेल्या सिंहाच्या वाट्याची आठवण व्हिक्टोरिया टर्मिनसची इमारत सदैव करून देत राहील.'[१०]

या स्थानकाचं नाव त्या वेळी गादीवर असलेल्या राणीच्या नावावरून ठेवण्यात आलं, यात आश्चर्य असं काहीच नव्हतं. राणी व्हिक्टोरियाने राज्यकारभाराची धुरा स्वीकारल्याच्या घटनेला १८८७ मध्ये ५० वर्षं झाली. या सुवर्ण महोत्सवाच्या निमित्ताने या स्थानकाच्या इमारतीला राणी व्हिक्टोरियाचं नाव देण्यात आलं. राजवस्त्र घातलेला आणि टोकाला गोल असलेला राजदंड हातात धरलेल्या राणीचा ९ फूट ६ इंचांचा पुतळा या इमारतीच्या दर्शनी भागातल्या घड्याळाखाली असलेल्या एका बंदिस्त कोनाड्यात बसवला होता. आज या ठिकाणी हा पुतळा दिसत नाही; किंबहुना तो कुठे गेला, हे रहस्य अद्याप उलगडलेलं नाही.

~

आज तुम्ही व्हिक्टोरिया टर्मिनस इमारतीच्या मुख्य दरवाजामधून प्रवेश करून समोर असलेल्या सुंदर बगिचाच्या बाजूने पुढे आलात, तर समोरच्या इमारतीच्या दोन्ही भागांमध्ये कोरलेले अर्धाकृती पुतळे आणि वरचा अवाढव्य घुमट अजूनच मोठा आणि दिमाखदार भासतो. या बागेत अगदी काही वर्षांपूर्वीपर्यंत माथेरान लाइट रेल्वेच्या नॅरोगेज रेल्वेमार्गावर धावणारं ओरेन्स्टाइन ॲण्ड कॉप्पेल या कंपनीचं

---

१०. ख्रिस्तोफर डब्ल्यू. लंडन, Bombay Gothic (India : India Book House, 2002) पृ. ७९-८९

वाफेवरचं इंजिन ठेवलं होतं. हुबेहूब एकसारख्याच दिसणाऱ्या आणि तंतोतंत एकाच रांगेत असलेल्या खांबांचा द्वारमंडप समोर येतो. सध्या या द्वारमंडपाच्या समोर ओळीने रेल्वेतल्या बड्या अधिकाऱ्यांच्या ॲम्बेसडर किंवा तत्सम गाड्या उभ्या असतात. एके काळी इथं हारीने घोड्याच्या बग्गी उभ्या राहायच्या. इथे उभं राहून कान देऊन ऐकलं, तर इमारतीच्या सज्जांमध्ये मोकळेपणे फिरणाऱ्या वाऱ्याचा आवाज ऐकू येतो आणि तो वारा सुखावून जातो. या इमारतीच्या द्रष्ट्या स्थापत्यकारांनी इमारतीसाठी निवडलेल्या मोक्याच्या जागेची ही कमाल आहे. एवढंच कशाला, प्लॅटफॉर्मच्या तुलनेने लहान असलेल्या कौलारांमध्येही व्यवस्थित जागा सोडलेली आहे; त्यामुळे तेव्हा इंजिनांनी सोडलेला धूर आणि वाफ या कौलांमधून सहज बाहेर जायची. अजूनही या छपरांमुळे उत्तम वायुविजन होतं.

इमारतीच्या मुख्य प्रवेशद्वाराशी वाघ आणि सिंह यांचे दगडातले पुतळे बसवण्यात आले आहेत. गेल्या दीडशे वर्षांपेक्षा जास्त काळ इंग्लंडचे प्रतिनिधित्व करणारा सिंह आणि भारताचे प्रतिनिधित्व करणारा वाघ या प्रवेशद्वाराच्या दोन्ही बाजूंना बसून आहेत. या वाघ-सिंहांनी या महानगरीचं बदलतं रूप बघितलं आहे. घोड्यांनी खेचल्या जाणाऱ्या ट्रामपासून ते २१व्या शतकात वेगाने धावणाऱ्या अद्ययावत चारचाकी गाड्यांपर्यंत मोठा बदल या वाघ-सिंहांनी बघितला आहे. ही दोन्ही शिल्पं ब्रिटिश शिल्पकार थॉमस एर्प यांनी आणि त्यांचा भागीदार एडविन हॉब्ज (सीनिअर) यांनी बनवली आहेत. या नव्याने तयार होणाऱ्या रेल्वे स्थानकासाठी मेसर्स एर्प, सन ॲण्ड हॉब्ज या कंपनीने ही शिल्पं बनवून पाठवली. आता या शिल्पांना भेगा पडल्या असल्या, तरी ही दोन्ही शिल्पं राजबिंडी दिसतात. त्यातील सिंहाचा जबडा नुकताच बदलण्यात आला आहे. पूर्वीचा जबडा तुटून पडल्याने ही 'शस्त्रक्रिया' करावी लागली. मात्र, दुर्दैवाने नवा जबडा बनवणाऱ्यांना तो जुन्या बाथ स्टोनमध्ये बनवण्याचं सुचलं नाही; त्यामुळे ही वरवरची रंगरंगोटी नवीन कवळी बसवल्यासारखी दिसते.

पण ही अशी सौंदर्यवर्धक शस्त्रक्रिया झालेलं हे एकमेव शिल्प नाही. प्रगतीचं प्रतीक असलेल्या 'अ लेडी ऑफ प्रोग्रेस'चा १४ फुटी भव्य पुतळा हेदेखील या इमारतीचं एक वैशिष्ट्य आहे. इमारतीच्या मुख्य घुमटावर दिमाखात उभ्या असलेल्या या 'प्रगतीच्या महिलेच्या' डोक्यावर तारा असलेला फुलांचा मुकुट आहे. तिच्या उंचावलेल्या उजव्या हातात मशाल आहे आणि डाव्या हातात चाक आहे. नुकतीच तिचीही सौंदर्यवर्धक शस्त्रक्रिया किंवा कॉस्मॅटिक सर्जरी झाली.

'जंगल बुक' या प्रसिद्ध कादंबरीचे लेखक रुडयार्ड किपलिंग यांचंही या व्हिक्टोरिया टर्मिनसच्या इमारतीशी जवळचं नातं आहे. त्यांचे वडील जॉन लॉकवूड किपलिंग आणि त्यांचे जमशेटजी जीजीभॉय स्कूल ऑफ आर्ट्समधील (जे. जे. स्कूल ऑफ आर्ट्स) विद्यार्थी यांनीच व्हिक्टोरिया टर्मिनसच्या या इमारतीवर शोभेच्या

गोष्टी कोरल्या आहेत. यात मोर, वाघ, भारतीय जंगलांमधील वनस्पती, सरपटणारे प्राणी यांचा समावेश आहे. गमतीची गोष्ट म्हणजे क्रॉफर्ड मार्केटच्या किंवा आताच्या महात्मा ज्योतिबा फुले मंडईच्या इमारतीवरील भारतीय ग्रामीण जीवनाचं दर्शन घडवणारी दृश्यंही जॉन किपलिंग यांनीच घडवली आहेत.

आज व्हिक्टोरिया टर्मिनसच्या इमारतीची समोरची भिंत बघितली, तर त्यावर अनेक गोष्टी कोरलेल्या दिसतात. त्या काळातल्या ११ प्रतिष्ठित माणसांचे अर्धाकृती पुतळे, मुंबईत त्या वेळी नांदणारे १६ विविध जमातींचे लोक आणि त्यांच्या डोक्यावरच्या १६ विविध प्रकारच्या पगड्या, अनेक चिन्हं आणि GIPR या आद्याक्षरांची दगडात कोरलेली आकृती अशा विविध गोष्टी या दर्शनी इमारतीवर अत्यंत सुडौल पद्धतीने कोरलेल्या आहेत. या ११ अर्धाकृती पुतळ्यांमध्ये रेल्वेच्या दोन भारतीय संस्थापक संचालकांच्या पुतळ्यांचाही समावेश आहे. ही दोन भारतीय नावं म्हणजे जगन्नाथ शंकरशेट आणि करसेटजी जमशेटजी जीजीभॉय! त्याशिवाय भारतातल्या या पहिल्या रेल्वेमार्गाची रूपरेषा आखणारे लॉर्ड डलहौसी, १८८४ ते १८८८ या काळात भारताचे व्हॉइसरॉय आणि गव्हर्नर जनरल असलेले अर्ल ऑफ डफरीन, मुंबईचे गव्हर्नर असलेले हेन्री बार्टले फ्रेअर, डोनाल्ड मॅके (लॉर्ड रे), माउंट स्टुअर्ट एल्फिन्स्टन व जॉन एल्फिन्स्टन आणि GIPRच्या संचालक

व्हिक्टोरिया टर्मिनस येथे सागवानी लाकडाच्या चौकटीत बसवलेली जुनी घंटा

मंडळाचे अध्यक्ष कर्नल जेम्स हॉलंड तसेच व्यवस्थापकीय संचालक थॉमस वॅट यांचे अर्धाकृती पुतळेही या भिंतीवर पाहायला मिळतात.

या इमारतीच्या दक्षिणेकडे तोंड करून असलेल्या किंवा बजार गेटकडे तोंड करून असलेल्या भिंतीवरही एक अर्धाकृती पुतळा आहे. या पुतळ्याची दखल घ्यायलाही आजच्या काळात अनेकजण विसरतात. हा पुतळा आहे रेल्वेच्या तत्कालीन मुख्य अभियंत्याचा! जेम्स जॉन बर्कले यांचा!

मुख्य दरवाजातून आत येऊन इमारतीत शिरल्या शिरल्या समोरच असलेल्या चकचकीत सागवानी लाकडाच्या कोंदणात बसवलेली आणि लखलखणारी पितळेची घंटा लक्ष वेधून घेते. या घंटेवर ठळक अक्षरात GIPR असं कोरलं आहे. या घंटेच्या बाजूच्या दरवाजातून आत गेल्यावर आपण छोटेखानी सभागृहात पोहोचतो. या सभागृहातून एक अर्धगोलाकार जिना वर जातो. या जिन्याच्या खालीच ही अद्भुत इमारत बांधण्यात सिंहाचा वाटा असलेल्यांची नावं एका दगडी चौकटीमध्ये

एफ. डब्ल्यू. स्टीव्हन्स यांनी पेन्सिलीने
काढलेली व्हिक्टोरिया टर्मिनसची चित्रं
आभार – मध्य रेल्वे संग्रह

कोरलेली आहेत. यामध्ये मुख्य अभियंता एफ. डब्ल्यू. स्टीव्हन्स, विल्सन बेल; कर्नल जेम्स हॉलंड व थॉमस वॅट आणि कंपनीचा एजंट जॉर्ज ए. बार्नेट यांच्या नावांचा समावेश आहे.

या इमारतीचा स्थापत्यरचनाकार फ्रेडरिक विल्यम स्टीव्हन्स याने या इमारतीच्याच नाही, तर त्या अनुषंगाने येणाऱ्या प्रत्येक गोष्टीच्या तपशिलांकडे अगदी बारकाईने लक्ष दिलं होतं. स्टीव्हन्स यांनी पेन्सिलीने काढलेले या इमारतीचे काही आराखडे मध्य रेल्वेच्या ताब्यात आहेत. या चित्रांमध्ये मजल्यांची रचना, सज्जे आणि अगदी फर्निचरचाही समावेश आहे.

१८६७ मध्ये स्टीव्हन्स यांचं भारतात आगमन झालं. त्यानंतर काही काळ ते मुंबई किल्ल्याची तटबंदी पाडण्यासाठी नेमलेल्या समितीच्या मार्गदर्शनाखाली काही मोठ्या इमारतींच्या प्रकल्पांच्या प्रस्तावांवरही काम करत होते. शहराचा विस्तार करण्यासाठी जुन्या जॉर्ज किल्ल्याची तटबंदी पाडण्याचे आदेश बॉम्बेचे गव्हर्नर हेन्री बार्टले फ्रेअर यांनी दिले होते. या स्थानकाचा आराखडा म्हणजे स्टीव्हन्स यांच्या स्थापत्यकलेचा अत्युच्च नमुना ठरायचा होता. ब्रिटिश साम्राज्याची शक्ती आणि या साम्राज्याच्या यशाचं प्रतीक म्हणजे रेल्वे असं चित्र ब्रिटिशांना उभं

ॲक्सेल हरमन हेग यांनी जलरंगात काढलेलं व्हिक्टोरिया टर्मिनसचं चित्र.
आभार – मध्य रेल्वे संग्रह.

करायचं होतं आणि व्हिक्टोरिया टर्मिनसची ही दिमाखदार इमारत नेमकं तेच करत होती. स्वीडिश चित्रकार ॲक्सल हर्मन हेग याने या स्थानकाचं जलरंगांच्या साहाय्याने काढलेलं चित्र प्रचंड लोकप्रिय ठरलं. इमारतीचे घुमट, छोटेखानी मनोरे, छोटे घुमट, मोठं कारंजं आणि या स्थानकाच्या परिसरात मोकळेपणाने भटकणारे लोक यांचं सुरेख चित्रण हेग यांनी या चित्रामध्ये केलं होतं. या चित्राच्या असंख्य प्रती जगभरात खपल्या.

स्टीव्हन्स यांनी या प्रकल्पावर देखरेख करण्याचं काम केलं; पण प्रत्यक्ष कामाची जबाबदारी सार्वजनिक बांधकाम विभागातील दोन अधिकारी रावसाहेब सीताराम खंडेराव वैद्य आणि महादेवराव जनार्दन यांच्या खांद्यावर होती.

या टर्मिनसची सफर पुढे चालू ठेवू. या इमारतीत जरा फेरफटका मारलात, तर तुम्हाला सहज लक्षात येईल की, या इमारतीच्या बांधकामासाठी जगभरातलं उत्तमोत्तम साहित्य वापरण्यात आलं आहे. काही विभागांतील कार्यालयं आणि काही अधिकाऱ्यांचे कक्ष यांच्या जमिनीकडे लक्ष दिलंत, तर लक्षात येईल की, या भागात लाखेचा वापर केलेल्या फरशा बसवलेल्या आहेत. १९व्या शतकातील इंग्लंडमधल्याच नाही, तर जगभरातील अनेक महत्त्वाच्या आणि सार्वजनिक वापराच्या इमारतींमध्ये अशाच फरशा सापडतात. यात काही चर्चचा आणि अगदी अमेरिकेतल्या युनायटेड स्टेट्स कॅपिटॉलचाही समावेश आहे. व्हिक्टोरिया टर्मिनसच्या इमारतीतलं एक प्रमुख वैशिष्ट्य असलेल्या या लाद्या आता नामशेष होत चालल्या आहेत. काही ठिकाणी ग्रॅनाइट टाकून त्या झाकल्या आहेत, तर काही कार्यालयांमध्ये त्यावर लाल गालिचे अंथरलेले आहेत. त्याशिवाय या इमारतीच्या चारही कोपऱ्यांमध्ये गोलाकार लाकडी जिने आहेत. आता या जिन्यांची डागडुजी करण्याचं काम रेल्वेने हाती घेतलं आहे. तसेच दुसऱ्या मजल्यावर संपूर्ण भिंतभर पसरलेली लाकडी कपाटं आहेत. या कपाटांमध्ये अनेक गोष्टींच्या नोंदी असलेल्या फायली आहेत. या दोन्ही गोष्टी गतकाळाच्या खुणा आहेत.

या टर्मिनसच्या इमारतीत अनेक चित्तवेधक गोष्टींचा खजिनाही दडलेला आहे. उदाहरणच द्यायचं तर खजिना ठेवायचं तळघर! या तळघरात जाण्यासाठी पुलीने खेचता येईल अशी लिफ्टही आहे. घुमट आणि घड्याळाच्या खोलीकडे जाणारा दगडी जिन्याचा बोगदा, अशी अनेक उदाहरणं देता येतील. विश्वास बसणार नाही, पण यापैकी अनेक गोष्टी आजही व्यवस्थित वापरात आहेत. त्या शोधणं आणि नंतर त्यांचा वापर बघणं हा एक अनुभवच असतो. तळघरातील खजिन्याच्या खोलीचं रक्षण करण्यासाठी शस्त्रधारी सुरक्षारक्षक रात्रंदिवस प्रवेशद्वाराशी खडा पहारा देत असतात. या खोलीत पूर्वी रेल्वेच्या तिजोऱ्या आणि महत्त्वाची कागदपत्रं ठेवली जायची. आता या खोलीत काळ्या रंगाचे पोलादी पेटारे ठेवले जातात. मध्य

रेल्वेच्या विविध स्थानकांवरील तिकीट खिडक्यांवर जमा झालेली रक्कम या पेटाऱ्यांमध्ये बंद करून ती इथे ठेवली जाते. ही रक्कम साठवण्यासाठी तयार केलेले हे पेटारे एवढे जड आहेत की, ते उचलायला एका वेळी दहा माणसं लागतात. १९व्या शतकात आगप्रतिबंधक तिजोऱ्या बनवणाऱ्या थॉमस मिल्नर यांनी या तिजोऱ्या तयार केल्या होत्या. आजही त्या वापरल्या जातात.

या खोलीत पोहोचण्यासाठी जमिनीखालच्या एका बोगद्यातून जावं लागतं. २३ दगडी गोलाकार पायऱ्या उतरल्यानंतर तुम्ही भक्कम लोखंडी दरवाजापाशी पोहोचता. हा दरवाजा उघडण्यासाठी दोन चाव्या लागतात. एक 'पुरुष' चावी आणि एक 'स्त्री' चावी! या दोन्ही चाव्या तांब्याच्या एका वळ्यात अडकवलेल्या आहेत. या दरवाजांना चावी लावण्यासाठीची जागा अशा पद्धतीने तयार केली आहे की, ती सहजासहजी दिसत नाही. या खोलीत पुलीने खेचली जाणारी एक छोटी लिफ्ट आहे. या लिफ्टच्या साहाय्याने हे पेटारे खाली तळघरापर्यंत पोहोचवले जातात. १९६७ पासून विद्युत यंत्रणेवर चालणारी ही लिफ्ट सुरू करण्यासाठीही दोन चाव्या आहेत. तळघरात नेहमीच सुरक्षारक्षकांचा पहारा असतो. जमिनीखाली असूनही या तळघरात हवा खेळती ठेवली आहे. जमिनीच्या पातळीवर या तळघराला लोखंडी खिडक्या आहेत. तिथून हवा खेळती राहते.

तळमजल्यावरून इमारतीच्या मध्यभागी असलेल्या अर्धगोलाकार जिन्यावरून तुम्ही मोठ्या घुमटाच्या जरा जवळ जाऊ शकता. हा जिना बाजूच्या भिंतींच्या आधाराने उभा आहे. या घुमटाच्या भोवती गोलाकार सज्जा आहे. या सज्जाला घुमटाच्या भिंतींचा आधार असून १६ खिडक्याही आहेत. यांपैकी काही खिडक्यांच्या काचा स्टीव्हन्स यांच्या काळापासून आहेत. या रंगीत काचांपैकी काही काचांवर चाल करून जाणारे हत्ती, वाफेवरचं इंजिन आणि गाडी, फुलांचे आकार आणि GIPRचं बोधचिन्ह दिसतं.

इमारतीच्या दर्शनी भागातील भिंतीवर स्टीव्हन्स यांनी लावलेलं भलंथोरलं घड्याळ हीदेखील या इमारतीची एक ओळख आहे. या घड्याळाचा व्यास १० फूट सहा इंच एवढा प्रचंड आहे. या घड्याळाच्या लोखंडी पायाशी ते बनवणाऱ्या कंपनीचं नाव लिहिलं आहे. अजूनही पुली आणि वजनांच्या आधाराने चालणारं हे घड्याळ 'लुन्ड ॲण्ड ब्लॉकली, वॉच ॲण्ड क्लॉक मॅन्युफॅक्चरर्स, पाल मॉल, लंडन ॲण्ड बॉम्बे' यांनी बनवलं होतं. या घड्याळाच्या काट्यांसाठीही पुली आणि चाकं यांची गुंतागुंतीची प्रक्रिया वापरली जाते. या प्रक्रियेद्वारेच या घड्याळाची टिक्ऽटिक् चालू आहे; पण काळाबरोबर काही गोष्टींमध्ये बदलही झाले आहेत. पूर्वी या घड्याळाच्या काचेमागे गॅसचे दिवे लावले जायचे. आता ते जाऊन त्यांची जागा ट्यूबलाइट्सनी घेतली आहे. घड्याळाची मूळ काच बदलून ती जागा आता

रंगीबेरंगी काचांमधील फुलांची नक्षी – व्हिक्टोरिया टर्मिनस

ॲक्रलिकच्या ३६ तुकड्यांनी घेतली आहे. जिगसॉ पझलसारखे हे ३६ तुकडे जोडून या घड्याळाची डायल बनवली जाते.

या डायलच्या मागे असलेले मोठे गोल दरवाजे उघडले की, अचानक प्रकाशझोत आत येतो आणि थंड हवा सुरू होते. इथून घड्याळाच्या आडून मुंबईचा सुरेख व दुर्मिळ नजारा बघता येतो. एकेकाळी मोकळं असणारं प्रचंड आझाद मैदान, एस्प्लनाडचा परिसर, वाहतुकीचं जंक्शन आणि समोरची स्टीव्हन्स यांच्याच स्थापत्यकलेचा नमुना असलेली महापालिका मुख्यालयाची टोलेजंग इमारत! लंडनच्या बिग बेनप्रमाणे हे घड्याळ म्हणजे मुंबईचं बिग बेन आहे!

या घड्याळाला दर पाच दिवसांनी एकदा चावी द्यावी लागते. या घड्याळाची चावीही हातभर उंचीची आहे. चावी देताना घड्याळाला जोडलेली १७५ किलोची वजनं १५ ते २० फूट उंच उचलली जातात. दर वेळी घड्याळाची टिक्ऽटिक् झाली की, ही वजनं त्या वेगानेच हळूहळू खाली येतात. गेली तीन दशकं या

घड्याळाची देखभाल करणारे बी. के. जाधव दर दिवशी त्या गोलाकार दगडी जिन्यावरून छपरावर येतात, या घड्याळाच्या खोलीत येतात आणि मुंबईकरांना वेळ दाखवणारं हे घड्याळ व्यवस्थित चाललं आहे ना, हे बघतात.

मध्य रेल्वेचे महाव्यवस्थापक इतर अधिकाऱ्यांबरोबर ज्या मोठ्या बैठकीच्या दालनात महत्त्वाच्या बैठका घेतात, त्याच दालनाच्या वर ही घड्याळाची खोली आहे. ही खोली तशी अंधारी आणि प्रचंड मोठी आहे. या खोलीचं छत लाकडी व दगडी आहे. व्हिक्टोरिया टर्मिनसच्या मूळ इमारतीचं वातावरण या खोलीत आल्यावर जास्त जाणवतं. या खोलीनं ते जपलं आहे. एकेकाळी या छपराची शोभा वाढवणारी रंगीत काचेची काही मोडलेली चित्रंही या खोलीच्या एका कोपऱ्यात ठेवलेली आहेत. घड्याळाच्या डायलचं काम करण्यासाठी एक छोटा लाकडी चौथरा उभारला आहे. या चौथऱ्यावर जाण्यासाठी पायऱ्याही आहेत. जाधव त्यावर चढूनच आपलं काम करतात. त्यांच्याकडे या घड्याळाच्या आणि या इमारतीच्या असंख्य कहाण्या आहेत. काही दशकांपूर्वी या घड्याळाला जोडलेली वजनं खाली पडली होती. खाली असलेल्या बैठकीच्या सभागृहाच्या प्रसाधनगृहात ही वजनं पडल्यावर प्रसाधनगृहाची हानी तर झालीच होती; पण या वजनांचंही प्रचंड नुकसान झालं. हा प्रसंग जाधव यांच्या चांगलाच आठवणीत आहे. त्यानंतर इतर अनेक ठिकाणी या वजनांचा शोध घेत ते भटकले होते. शेवटी फोर्ट परिसरातील मुंबई विद्यापीठाच्या राजाबाई टॉवरच्या घड्याळजींकडे काही जादा वजनं मिळाली आणि जाधव यांच्याबरोबरच व्हिक्टोरिया टर्मिनसच्या घड्याळाच्याही जिवात जीव आला. काही दिवस थांबलेली टिक्ऽटिक् पुन्हा सुरू झाली.

'जॉन वॉकर, लंडन' बनावटीची अशी २० अस्सल घड्याळं मुंबईत आहेत. या सगळ्या घड्याळांचा लंबक काढला असून ती व्यवस्थित कार्यरत आहेत. त्यातली काही तर १८५७ ची आहेत. व्हिक्टोरिया टर्मिनस इमारतीत बसणाऱ्या काही अधिकाऱ्यांच्या दालनातच त्यातली काही घड्याळं आहेत. याच इमारतीतल्या काही अधिकाऱ्यांच्या दालनात भिंतींवर टांगायची जुनी घड्याळंही आहेत. यातली काही खास बनवून घेतलेली दुर्मिळ घड्याळं आहेत. या घड्याळांच्या डायलवर GIPRचं बोधचिन्हं आहे.

~

आज लाखो लोकांच्या गदारोळात हरवून गेलेल्या व्हिक्टोरिया टर्मिनसचं रूपडं फार प्राचीन काळी काहीसं वेगळंच होतं. १८५० मध्ये या परिसरामध्ये १९ एकर जमिनीवर पहुडलेलं पहिलंवहिलं बोरीबंदर स्थानक होतं. या स्थानकाचं नावही या परिसरात असलेली बोराची झाडं आणि समुद्रकिनाऱ्यावरची बंदरं यावरून बोरीबंदर

ठेवलेलं होतं.[११] काही लाकडी बांधणी केलेल्या इमारती मिळून हे स्थानक बनवण्यात आलं होतं. व्हिक्टोरिया टर्मिनसच्या उत्तरेला या स्थानकाचे काही अवशेष आजही शिल्लक आहेत. त्या वेळी फारशी गजबज नसलेल्या बंदराच्या संगतीतलं हे स्थानकही शांत होतं. संध्याकाळी समुद्रावरून येणारा वारा वाहायला सुरुवात झाली की, जेट्टीवर उभं राहूनही समुद्राचा खारा वास सहज नाकात शिरायचा. मुंबईपासून जवळच असलेल्या बेटांवरचे दिवेही सहज बघता यायचे.

आजही वारा वाहतो; पण समुद्राच्या खाऱ्या वासाऐवजी साठवलेल्या मच्छीचा वास येतो. तसेच धूर आणि प्रदूषणामुळे हवादेखील प्रचंड जड झाल्यासारखी वाटते. मुंबईच्या आसपासची छोटी बेटं आजही तग धरून आहेत; पण ती ओळखणं कठीण झालं आहे. आता कर्कश भोंगे वाजवणाऱ्या मोटारींच्या रांगाच रांगा दिसतात आणि पोर्ट ट्रस्टच्या उंचच उंच भिंतीमागे पोलादी यारीतून जहाजांमधला माल काढण्याचं किंवा माल जहाजांमध्ये भरण्याचं काम अहोरात्र सुरू असतं. यामुळे समुद्राचं दर्शन अगदी दुर्लभच होऊन बसलं आहे.

व्हिक्टोरिया टर्मिनसच्या मेल-एक्सप्रेस गाड्यांच्या स्थानकाजवळच पूर्वी फोर्ट जॉर्ज किंवा जॉर्ज किल्ला होता. त्या वेळच्या इंग्रजाच्या घराभोवती या किल्ल्याची तटबंदी होती. या किल्ल्याने आपल्या संपूर्ण कार्यकाळात जेवढी माणसं बघितली नसतील, तेवढी आज व्हिक्टोरिया टर्मिनसची इमारत एका दिवसात बघते. या किल्ल्याला जमिनीच्या दिशेने तीन दरवाजे होते. पहिला म्हणजे अपोलो गेट (आताचं गेट वे ऑफ इंडिया), दुसरं म्हणजे चर्च गेट (जवळच असलेल्या सेंट थॉमस कॅथेड्रलमुळे या गेटला चर्च गेट म्हणत) आणि बझार गेट (हे नाव जवळच असलेल्या बाजारामुळे पडलं होतं. हे गेट सध्याच्या जीपीओच्या इमारतीसमोर उघडत होतं.) बोरीबंदर स्टेशन हे बझार गेटपासून जवळ होतं. आता हे गेट अस्तित्वात नसलं, तरी व्हिक्टोरिया टर्मिनससमोर असलेल्या बोरा बाजाराच्या गल्ल्या याची साक्ष देतात. तसेच या बाजारात असलेली घरं आणि बोळदेखील

---

११. सॅम्युअल टी. शेपर्ड, Bombay : Place Names and Street Names : Exursion Into the By-ways of the History of Bombay City (Bombay : The Times Press, 1917). पृ. ३८. या पुस्तकातील उल्लेखानुसार पारशी समुदायातील अभ्यासू आर. पी. कारकारिया यांनी लिहिलं आहे की, बोरी किंवा बोरा किंवा बोहरा हा गुजरातमधल्या मुस्लिमांमधील एक प्रसिद्ध पंथ आहे. या पंथाचे लोक मुंबईत मोठ्या प्रमाणात आढळतात; पण 'बंदरा'शी त्यांचा नेमका काय संबंध आहे, हे शोधणे कठीण आहे; त्यामुळेच हे नाव एके काळी इथे असलेल्या बोराच्या झाडांवरूनच पडलं असावं, हा समज जास्त रूढ आहे.

आपल्या पुराणपणाच्या खुणा बाळगून आहेत.

१८६० च्या दशकात किल्ल्याची तटबंदी पाडण्यात आली. किल्ल्याभोवतीचे खंदक बुजवण्यात आले आणि झपाट्याने वाढणाऱ्या बॉम्बे शहरासाठी समुद्रात भरावही टाकण्यात आला. पूर्वीचं बोरीबंदर स्थानक आता थोडं दक्षिणेकडे सरकून या भराव टाकलेल्या जमिनीवरच आलं. या फोर्ट जॉर्जवरूनच पहिल्या ऐतिहासिक रेल्वेला तोफांची सलामी देण्यात आली होती. या किल्ल्याचा काही भाग अजूनही शिल्लक आहे. आज आपण त्याला सरकारच्या पुरातत्त्व विभागाचं कार्यालय या नावाने ओळखतो.

या किल्ल्याच्या खाणाखुणा आपल्याला सेंट जॉर्जस् रुग्णालयाच्या नावातही आढळतात. इथेच पूर्वी फोर्ट जॉर्ज उभा होता. त्या वेळी सेंट जॉर्ज्स हॉस्पिटल हे युरोपियन जनरल हॉस्पिटल या नावाने ओळखलं जायचं. शहरातले गरीब युरोपीय लोक, दर्यावर्दी, रेल्वेचे कर्मचारी आणि त्यांच्या कुटुंबीयांसाठी हे रुग्णालय होतं; पण त्याची डागडुजी होत नव्हती; त्यामुळे सरकारने फोर्ट जॉर्ज या किल्ल्याच्या अवशेषांच्या जागी नवीन युरोपियन हॉस्पिटल उभं करण्याचा निर्णय घेतला. फेब्रुवारी १८८९ मध्ये लॉर्ड रे यांनी या नव्या रुग्णालयाच्या पायाभरणीचा कोनशिला समारंभ पार पाडला. त्यांनीच या रुग्णालयाला नवीन नाव दिलं.[१२] हे रुग्णालय उभारण्यासाठी ५,६९,६६७ रुपये एवढा खर्च आला होता. या भग्न किल्ल्याचे दगड वापरूनच या नव्या रुग्णालयाचं बांधकाम झालं असल्याने कधीकधी या किल्ल्याचे अवशेष रुग्णालयात सहज आढळतात. बारकाईने पाहिल्यास आजही या रुग्णालयात काही ठिकाणी उतरत जाणारी भिंत किंवा बंदुका बाहेर काढण्यासाठी असलेल्या खाचा दिसतात.

दुर्दैवाने या ऐतिहासिक अंशाला एका प्रचंड गजबजलेल्या रस्त्याचा आणि सार्वजनिक शौचालयाचा सामना करावा लागतो. हा किल्ला पाडून मुंबईच्या वाढीसाठी जागा करून देणाऱ्या मुंबईच्या गव्हर्नर हेन्री बार्टले फ्रेअर यांच्या नावानेच हा रस्ता ओळखला जात होता. आता या रस्त्याचं नाव बदललं आहे. पोर्ट ट्रस्टमधल्या एका तगड्या कामगार पुढाऱ्याच्या नावावरून ओळखला जाणारा आणि अनेकदा वाहतूक कोंडीमुळे चर्चेत येतो, तोच हा पी. डिमेलो रोड!

या फोर्ट जॉर्जबद्दल आपल्याला किती माहिती आहे? ईस्ट इंडिया कंपनी मुंबईत पाळंमुळं घट्ट रोवत असताना तिने डोंगरीच्या टेकडीवरची जुनी तटबंदी आणि बांधकामं जमीनदोस्त करण्याचा १७६८ मध्ये निर्णय घेतला, हे आपल्याला

१२. एस. एम. एडवर्ड्स, The Rise of Bombay : A Retrospect (Bombay : The Times of India Press, 1920)

माहीत असतं. हा जुना किल्ला जमीनदोस्त करण्यासंबंधीच्या कागदपत्रांवरून आपल्याला समजतं की, हे काम प्रत्यक्ष २३ ऑक्टोबर १७६८ रोजी सुरू झालं. तसेच २,०५,००० चौरसफुटांच्या परिसरातले जुने अवशेष पाडून ही जमीन सपाट करण्यात आली.[१३] जवळपास वर्षभराने म्हणजे १ जानेवारी १७७० रोजी कर्नल केटिंग या प्रमुख अभियंत्याने नव्या डोंगरी किल्ल्याची पायाभरणी केली. तसेच तत्कालीन गव्हर्नर थॉमस हॉजेस यांच्या आदेशानुसार या किल्ल्याला त्या वेळचा इंग्लंडचा राजा तिसरा जॉर्ज याचं नाव देण्यात आलं आणि हा किल्ला फोर्ट जॉर्ज म्हणून ओळखला जाऊ लागला.[१४]

या किल्ल्याभोवतीची मार्टेलो मनोऱ्यांची साखळी असलेली तटबंदी बरीच रुंद होती. आज आपण ज्या परिसराला फोर्ट परिसर म्हणून ओळखतो, तो सगळा परिसर या तटबंदीच्या आत येत असे. १९ व्या शतकात ब्रिटिशांनी संरक्षणासाठी वेगवेगळ्या ठिकाणी बांधलेल्या किल्ल्यांप्रमाणेच या फोर्ट जॉर्जची रचना होती. या किल्ल्याच्या तटबंदीची भिंत ४० फूट उंच आणि प्रचंड रुंद होती. समुद्रमार्गे किंवा जमिनीवरून होणाऱ्या शत्रूच्या हल्ल्यापासून किल्ल्याच्या आतील ब्रिटिशांचं रक्षण करण्याची क्षमता या तटबंदीत होती. या तटबंदीला सहा सुरक्षा गेट्स होती. तसेच तटबंदीभोवती खंदक होता. सहाही सुरक्षा गेट्सला जोडून किल्ल्याच्या बाजूने उचलता येतील, असे दरवाजेही बसवले होते.

या तटबंदीवरील अनेक मनोऱ्यांखाली तळघर होतं, तसेच या तटबंदीखालून जाणारे बोगदे, छुपे मार्ग अनेक सरकारी इमारतींखाली गुडूप व्हायचे. २०११ च्या सुरुवातीला 'जीपीओ'च्या भव्य इमारतीच्या आवारामध्ये असलेल्या उद्यानातील एका गटाराच्या तोंडाखाली खांब आणि दरवाजे असलेला एक बोगदा सापडला होता. असाच एक शोध सेंट जॉर्ज्स हॉस्पिटलच्या आवारातही लागला होता. इथे तर तीन वेगवेगळ्या दिशांना जाणारे बोगदे सापडले होते. विशेष म्हणजे यापैकी एक बोगदा अपोलो गेटच्या दिशेने, तर दुसरा बोगदा ब्लू गेटच्या म्हणजेच जीपीओच्या दिशेने आणि तिसरा बोगदा चर्च गेटच्या दिशेने जात होता. विसाव्या शतकाच्या सुरुवातीला व्हिक्टोरिया टर्मिनसच्या इमारतीखालीही असा एक बोगदा सापडला होता. यावरून हेच स्पष्ट होतं की, पूर्वी जिथे जुना किल्ला व त्याची तटबंदी आणि मनोरे होते त्या परिसरामध्ये जमिनीखाली एकमेकांना जोडलेली भुयारं अस्तित्वामध्ये होती;

---

१३. जे. एम. कॅम्पबेल, Materials towards a Statistical Account of the Town and Island of Bombay, Keb[2 (Bombay : Government Central Press, 1893) पृ. ३७७-३८०

१४. Ibid

पण हे बोगदे नेमके कुठे जातात आणि त्यांची तोंडं नेमकी कुठे उघडतात, हे आजही एक न उलगडलेलं कोडं आहे. अर्थात एक मात्र नक्की की, हे बोगदे म्हणजे काही अंधारकोठड्या नव्हत्या. मग आणीबाणीच्या प्रसंगी पळून जाण्यासाठी किंवा एकमेकांशी छुपा संपर्क ठेवण्यासाठी तर हे बोगदे तयार करण्यात आले नव्हते ना? काहीजण असंही म्हणतात की, गुन्हेगारांना शिक्षा देण्यासाठी हे बोगदे बांधलेले होते.

> पूर्वेकडे असलेल्या तटबंदीच्या उत्तरेला तळघर होतं. असं मानलं जातं की, एके काळी या तळघराचा उपयोग गुन्हेगारांना बंदिवासात ठेवण्यासाठी केला जायचा. ही अशा प्रकारची तळघरं म्हणजे एक प्रकारचा रानटीपणा होता. हा रानटीपणा १०व्या किंवा ११व्या शतकातल्या संस्कृतीला साजेसा होता. ही तळघरं म्हणजे कृष्णविवरांसारखी होती. या कृष्णविवरांच्या तोंडाशी तटबंदीवर मोठमोठी नरसाळी उलटी ठेवली जायची; त्यामुळे या कृष्णविवरांमध्ये प्रकाशाचा एक कणही पोहोचत नसे. काही ठरावीक अंतराने असलेल्या खिडक्या फक्त रस्त्याच्या दिशेने उघडायच्या. स्पेनमधील राजवटीला हे रानटी क्रौर्य शोभून दिसायचं; पण सुरुवातीच्या काळातल्या ब्रिटिशांच्या सुसंस्कृत राजवटीला हे शोभणारं नव्हतं.[१५]

मुंबईतील फोर्ट जॉर्ज हा किल्ला वेळोवेळी संभाव्य आणि प्रत्यक्ष अशा विविध हल्ल्यांना तोंड देण्यासाठी मजबूत केला गेला. नेपोलियनच्या नेतृत्वाखाली फ्रेंच, पोर्तुगीज, डच आणि जंजिऱ्याचा सिद्धी याकुत अशा अनेकांनी मुंबईवर हल्ला केला आणि फोर्ट जॉर्ज त्यांच्यासमोर भक्कम उभा राहिला. लष्करीदृष्ट्या तसेच व्यापारीदृष्ट्या अत्यंत महत्त्वाच्या ठिकाणी असलेल्या मुंबईचा ताबा मिळवण्यासाठी सगळेचजण उत्सुक होते. हा असा ऐतिहासिकदृष्ट्या समृद्ध शेजार घेऊन व्हिक्टोरिया टर्मिनसची इमारत उभी आहे.

~

१८५० च्या दशकातलं जुनं बोरीबंदर स्थानक बघितलेल्या एखाद्या व्यक्तीला आज व्हिक्टोरिया टर्मिनसच्या आवारात आणून उभं केलं, तर त्याला हा परिसर, ही

---

१५. सर दिनशॉ एदलजी वाच्छा, Shells from Sands of Bombay : Being My Recollections and Reminiscences : 1860-1875 (Bombay : The Bombay Chronicle Press, 1920) पृ. ६३

इमारत ओळखताच येणार नाही. आता व्हिक्टोरिया टर्मिनस स्थानकाच्या प्रवेशद्वाराशी ओळीने मेटल डिटेक्टर्स बसवले आहेत. ते पार केल्याशिवाय स्थानकात प्रवेश मिळत नाही. स्थानकातील मुख्य जागेत नेहमीच लोकांची गर्दी आणि कोलाहल असतो. लाल रंगात आकड्यांची उघडमीट करणारे इंटिकेटर्स, पटापट दृश्यं बदलणाऱ्या टीव्ही स्क्रीन्स आणि दर मिनिटाला स्थानकात येणाऱ्या आणि स्थानकातून जाणाऱ्या गाड्या, असं चित्रं तर नेहमीच पाहायला मिळतं. या टर्मिनसमधून दर दिवशी एक हजाराहून अधिक फेऱ्या होतात आणि इथे येणाऱ्यांची संख्या लाखांच्या घरात असते. या अवाढव्य स्थानकात १८ प्लॅटफॉर्म आहेत. प्रत्येक प्लॅटफॉर्मवर दिवसभर काही ना काही चालूच असतं. १८ पैकी सात प्लॅटफॉर्मवरून मुंबईची जीवनवाहिनी असलेल्या लोकल गाड्या धावतात, तर उरलेल्या ११ प्लॅटफॉर्मवरून सुटणाऱ्या लांब पल्ल्याच्या गाड्या मुंबईला भारतातल्या कानाकोपऱ्याशी जोडतात. १९९१ मध्ये उपनगरीय सेवेसाठी वापरल्या जाणाऱ्या प्लॅटफॉर्मची पुनर्रचना करण्यात आली. या नव्या रचनेनुसार गाडी प्लॅटफॉर्मला लागल्यानंतर दोन्ही बाजूंनी उतरता येणं शक्य झालं.

व्हिक्टोरिया टर्मिनसचं बांधकाम सुरू होतं, तेव्हा या इमारतीची मुख्य दर्शनी भिंत ३३० फूट उंचीची होती. तसेच गाड्या थांबण्यासाठी उभारलेले प्लॅटफॉर्म या भिंतीपासून १२०० फूट अंतरावर बांधण्यात आले होते. मुंबईच्या बाहेर जाणारे प्रवासी पश्चिम दिशेकडील दरवाजा वापरायचे आणि मुंबईत येणाऱ्या प्रवाशांचं स्वागत पूर्वेकडचा दरवाजा करायचा. वाफेवर चालणाऱ्या गाड्या प्रवाशांच्या सेवेसाठी थांबलेल्या असायच्या.

आज मात्र व्हिक्टोरिया टर्मिनसच्या उपनगरीय रेल्वेच्या प्लॅटफॉर्मवर विजेवर धावणाऱ्या लोकल गाड्या दिवसभर एकामागोमाग येत असतात आणि प्लॅटफॉर्मवर उभे असलेले लोकांचे लोंढेच्या लोंढे घेऊन परतीचा प्रवास करत असतात. या विजेवर चालणाऱ्या लोकल गाड्या १९२५ मध्ये पहिल्यांदा व्हिक्टोरिया टर्मिनसवरून धावल्या होत्या. या गाड्यांचे डबे परदेशातून आयात केलेले होते. त्यांची रचना इंग्लंडमधल्या गाडीच्या डब्यांसारखीच होती. आज ९० वर्षांनंतरही मुंबईत धावणाऱ्या लोकल गाड्या म्हणजे १९२५ च्या गाड्यांचंच विकसित स्वरूप आहे.

आज मुंबईतील लोकल दोन्ही बाजूंनी वाहणाऱ्या विद्युतप्रवाहावर म्हणजेच अल्टर्नेटिंग करंटवर धावत आहेत; त्यामुळे सुरुवातीच्या काळातल्या एकाच बाजूने वाहणाऱ्या विद्युतप्रवाहावर म्हणजेच डायरेक्ट करंटवर चालणाऱ्या गाड्या अचानक रद्दबातल झाल्या. आता मध्य रेल्वेच्या ताफ्यामध्ये त्या जुन्या मळकट लाल-पिवळ्या रंगाच्या डीसी गाड्या, डीसी-एसी गाड्या, सिमेन्स कंपनीच्या नव्या जमान्यातल्या जांभळ्या-पांढऱ्या गाड्या आणि आता नव्याने दाखल झालेल्या

किरमिजी-पांढऱ्या रंगाच्या बंबार्डिअर कंपनीच्या गाड्या अशा अनेक वेगवेगळ्या गाड्यांचा समावेश आहे. या नव्या बंबार्डिअर कंपनीच्या गाड्याही चेन्नईच्या म्हणजे पूर्वीच्या मद्रासच्या इंटीग्रल कोच फॅक्टरीत म्हणजे ICF या रेल्वेच्या कारखान्यात तयार झालेल्या आहेत.

डीसी यंत्रणेवर चालणाऱ्या जुन्या गाड्याही मद्रासच्या ICF मध्ये आणि कलकत्त्याच्या जेसॉप कंपनीत बनवल्या जायच्या. ICF मध्ये बनलेल्या या जुन्या गाड्या आजही रेल्वेमार्गावर धावताना दिसतात. यांपैकी काही गाड्यांची विद्युतयंत्रणा अद्ययावत करून त्या वापरात आणल्या आहेत; पण एकसारखी आसनं, आयताकृती खिडक्या, पास ठेवण्यासाठी ऐसपैस जागा आणि प्रमाणबद्ध सामान असलेल्या जेसॉप कंपनीच्या गाड्या अदृश्य होत चालल्या आहेत. या गाड्या मुंबईच्या 'आर्ट डेको' गाड्या म्हणवून घ्यायल्या योग्य होत्या. माझ्या पिढीमधील लोक या गाड्यांमधून प्रवास करतील; पण त्यापुढे या गाड्या रेल्वेच्या सेवेतून बाद होतील, अशीच शक्यता आहे.

~

मुंबईतील 'आर्ट डेको' गाड्या

स्टीव्हन्सच्या काळाशी तुलना केली, तर स्थानकाच्या आतल्या रचनेतही प्रचंड आता बदल झाला आहे. यामध्ये प्रवाशांची वाढती संख्या, त्यांच्या गरजा व बदलतं आणि विकसित होणारं तंत्रज्ञान यांचा मोलाचा वाटा आहे. वाफेवर चालणाऱ्या गाड्यांच्या गरजा लक्षात घेऊन बांधलेल्या प्लॅटफॉर्मची रचना आता ओळखू न येण्याइतकी बदललेली आहे. १९२९ मध्ये लांब पल्ल्याच्या गाड्यांसाठीचं स्थानक सुरू झालं; त्यामुळे या टर्मिनसमध्ये आणखी तीन प्लॅटफॉर्मची भर पडली आहे. तसेच उपनगरीय गाड्यांची वाहतूक आणि लांब पल्ल्याच्या गाड्यांची वाहतूक वेगवेगळी झाली.

या इमारतीच्या मूळ आराखड्यात तळमजल्यावर मोकळी आणि रुंद जागा सोडण्याचं निश्चित केलं होतं. स्टीव्हन्सने जिथे जागा मोकळी ठेवायला सांगितली होती, तिथे आता एक कॅफे उभा राहिला आहे. आता जिथे स्टेशन मास्तरांची खोली आणि मोटरमनसाठीची लॉबी आहे, तिथे पूर्वी प्रथम आणि द्वितीय श्रेणीच्या प्रवाशांसाठी प्रतीक्षालय होतं. सध्या जिथे रेल्वेची हेरिटेज गॅलरी आहे, ती जागा पूर्वी पोस्टाच्या कार्यालयाला दिली होती. इथेच बाजूला रोख रक्कम जमा करण्याचं कार्यालय किंवा कॅश ऑफिसही पूर्वीपासून आहे. आता पोस्ट ऑफिसचा तळ या इमारतीतून हलवण्यात आला आहे. हे पोस्ट ऑफिस आता बाजूच्याच अधिक प्रशस्त अशा GPO च्या इमारतीत आहे.

प्रत्येक प्लॅटफॉर्मला जोडणाऱ्या पादचारी पुलांमध्येही गेल्या अनेक दशकांमध्ये मोठाच बदल झाला आहे. अगदी आत्ताआत्तापर्यंत प्लॅटफॉर्म क्रमांक ७च्या एका बाजूला एक दगडी भिंत उभी होती. १९२९ पर्यंत या स्थानकातल्या १३ रुळांना आणि प्लॅटफॉर्मना जोडणाऱ्या पादचारी पुलाची ही भिंतही नुकतीच पाडण्यात आली. या ठिकाणी आता एक नवीन पादचारी पूल बांधला आहे. हा पूल प्लॅटफॉर्म क्रमांक १ ते १८ यांना जोडतो. हा नवा पूल उपनगरीय आणि लांब पल्ल्याच्या गाड्यांमध्ये दुवा सांधण्याचं काम करतो.

१९व्या शतकातल्या स्थापत्यशैलीची खासियत असलेलं बागेतलं स्वयंपाकघरही आता नामशेष होण्याच्या वाटेवर आहे. मुख्य इमारतीच्या मागच्या बाजूला, जिथे आता मेल-एक्सप्रेस प्लॅटफॉर्मवर जाण्यासाठीचा रस्ता आहे, तिथं हे स्वयंपाकघर किंवा भटारखाना होता. आता ही बाग अस्तित्वात नाही. आता इथे या इमारतीतील भंगार किंवा टाकाऊ सामान पडून असतं. तर धूर बाहेर टाकण्यासाठीची चिमणी असलेला हा भटारखाना रेल्वे कर्मचाऱ्यांचं कॅन्टीन म्हणून अजूनही चालू आहे.

या सगळ्या बदलांपेक्षाही आधुनिक आणि ठळक बदल म्हणजे या स्थानकाचं नाव! पूर्वी व्हिक्टोरिया टर्मिनस या नावाने ओळखली जाणारी ही इमारत १९९५मध्ये काँग्रेसच्या काळात छत्रपती शिवाजी टर्मिनस म्हणून ओळखली जाऊ लागली.

सुरेश कलमाडी यांनी हा बदल घडवून आणला. त्यापुढे जाऊन नुकताच या नावामध्येही बदल झाला आहे. आता ही इमारत छत्रपती शिवाजी महाराज टर्मिनस म्हणून ओळखली जाते. महाराणी व्हिक्टोरियाला तिचे विंडसर कॅसल, बालमॉरल आणि ऑसबोर्न हे तिन्ही राजवाडे सोडून कधीच मुंबईच्या व्हिक्टोरिया टर्मिनसला भेट देणं जमलं नाही; पण तिच्या नावाच्या खुणा आजही एखाद्या पुसटशा फलकातून आणि काळाच्या पटलावर पुसट होत चाललेल्या लोकांच्या मनात शिल्लक आहेत.

इतिहासाच्या पाऊलखुणा

जगासाठी एक सहस्रक कूस बदलून दुसरं सहस्रक सुरू होताना व्हिक्टोरिया टर्मिनससाठी एक आनंदाची गोष्ट घडली होती. २००४ मध्ये UNESCOने या इमारतीला जागतिक वारशाचा दर्जा दिला; पण त्याचबरोबर या इमारतीचं संवर्धन करण्याबाबतची मार्गदर्शक तत्त्वे आणि कठोर नियमावली यांची विस्तृत यादीही त्यांनी पाठवली. या इमारतीचा वारसा जगाला सांगणारा एक सौध तयार करण्याचं नियोजन झालं. तसेच इमारतीला विद्रूप करणारे फेरबदल आणि नव्या जोडण्या काढून टाकण्यात आल्या. आता स्थापत्यशास्त्रातल्या या चमत्काराला पुन्हा एकदा जुनी झळाळी प्राप्त करून देण्यासाठी नियोजन सुरू झालं आहे. त्यात या इमारतीमध्ये झालेली बजबजपुरी कमी करण्याचाही विचार झाला.

आजही ही इमारत व्हिक्टोरियाच्या आमदनीतल्या असंख्य खाणाखुणा आपल्या अंगावर वागवत उभी आहे. प्लॅटफॉर्म क्रमांक एकवर असलेलं घोटीव लोखंडी कुंपण असेल किंवा 'फ्रॉडिंगहॅम आयर्न अॅण्ड स्टील कंपनी लिमिटेड, इंग्लंड' असं कोरलेलं इमारतीचं छत असेल; असं बारकाईने बघितलं, तर या खाणाखुणा सहज आढळतात. ही फ्रॉडिंगहॅम आयर्न अॅण्ड स्टील कंपनी १८६४ मध्ये स्थापन झाली होती. व्हिक्टोरिया टर्मिनस इमारतीतील अधिकाऱ्यांच्या कक्षांमध्येही स्टीव्हन्स यांच्या काळातल्या गोष्टी आढळतात. यामध्ये कलाकुसर केलेली टेबलं, वक्राकार वेलबुट्टीदार खुर्च्या, GIPR अशी आद्याक्षरं लिहिलेली कपाटं अशा अनेक गोष्टींचा समावेश आहे.

इमारतीच्या तळमजल्यावरील सज्जातून चालायला सुरुवात केली की, अग्निरोधक साहित्य ठेवलेल्या लाल बादल्या आणि मेरिवेदर अॅण्ड सन्स या कंपनीने पुरवलेलं इतर साहित्य दिसतं. १६९२ मध्ये स्थापन झालेली ही कंपनी दस्तुरखुद्द राणीसाठी अग्निशमन दलाचं काम बघायची; त्यामुळे आपल्या दरबारी या कंपनीच्या सेवेचा समावेश करणं व्हिक्टोरिया टर्मिनसच्या इमारतीसाठी प्रतिष्ठेचंच होतं. डिसेंबर १८८८ मध्ये पाठवलेल्या सहामाही अहवालात इमारतीच्या छतावर १२ छोटे

अग्निरोधक पंप बसवल्याचं रेल्वेच्या एजंटने नमूद केल्याची नोंद आहे.[१६] मेरिवेदर यांच्या नावाचा लाल फलक, त्या लाल बादल्या आजही तळ आणि पहिल्या मजल्यावर अग्निरोधक कामासाठी सज्ज असलेल्या दिसतात.

या इमारतीचं छत सुरक्षित ठेवण्याचे आणि त्या छताचं संवर्धन करण्याचे अनेक प्रयत्न सुरू असूनही २००७ मध्ये या छताची काही कौलं इमारतीमागच्या भंगारात जाऊन पडली. या कौलांचं बारकाईने निरीक्षण केलं, तर त्यावर 'बेसल मिशन मँगलोर' असं लिहिलेलं आढळलं. हा एक प्रकारे खूप मोठा शोध होता, कारण बेसल मिशनच्या कौलांना आता ऐतिहासिक महत्त्व प्राप्त झालेलं आहे. १८६० मध्ये स्थापन झालेली ही कौलं बनवणारी फॅक्टरी मँगलोरमधली अशा प्रकारची पहिलीच फॅक्टरी होती. रेल्वे अधिकाऱ्यांना याची जाणीव करून दिल्यावर ही कौलं भंगारामध्ये जाण्यापासून वाचली आणि आता ही कौलं या इमारतीच्या वारसा दालनामध्ये दिमाखात दिसतात. इतिहासाचा एक तुकडा कायमस्वरूपी वाचवण्यात आला.

मशीद बंदर - नव्या जेट्टी आणि देवपदाला पोहोचलेली तोफ!

व्हिक्टोरिया टर्मिनसमधून ठाण्याच्या दिशेने बाहेर पडलं की, पूर्वेला रेल्वेच्या यार्डातल्या विजेच्या वायरींचं जंजाळ दिसतं आणि पश्चिमेला नवी-जुनी घरं, गोदामं, विविध प्रकारचे बाजार आणि काही कार्यालयं दिसतात. याच पट्ट्यात पश्चिमेकडल्या बाजारातल्या गोदामात ठेवलेल्या वाळवणीच्या माशांचा आणि पूर्वेकडल्या समुद्राचा असा संमिश्र वास नाकाशी सलगी करतो. याच मार्गावर उंच आणि आठही रेल्वेमार्गांवरच्या ओव्हरहेड वायरला आधार देतील एवढ्या प्रचंड खांबांचीही भेट होते. यापैकी अनेक खांब हे सुरुवातीच्या काळातलेच आहेत; पण यांपैकी बरेच खांब आता वापरात नाहीत. त्यांपैकी काहींचे तुकडे करून ते बाजूला ठेवण्यात आले आहेत.

संपूर्ण भारतीय रेल्वेमधलं डीसी विद्युतयंत्रणेवर चालणारं शेवटचं यार्ड इथेच होतं. मध्य रेल्वेने डीसी-एसी परावर्तन केलं आणि हे यार्डही आता नामशेष झालं आहे. जरा पुढे गेलं की, गाडी एक झोकदार वळण घेते. इथेच एस-५४ आणि एस-४८ यांच्या दरम्यान पहिलंवहिलं आणि सगळ्यात जुनं बोरीबंदर स्टेशन होतं. इथेच रेल्वेचा ०/० किलोमीटरचा खांब आहे. इथून गाडी कारनॅक ब्रिज ओलांडते

---

१६. एस. एन. शर्मा, History of the GIP Railway (१८५३-१८६९), भाग १, खंड १, (Bombay : Chief Public Relations Officer, Central Railway, 1990) पृ. २०५

आणि व्हिक्टोरिया टर्मिनसपासून १.२२ किलोमीटर अंतरावर असलेल्या मशीद बंदर स्थानकात शिरते.

~

या स्थानकाची सफर करण्याआधी जरा या ऐतिहासिक कारनॅक ब्रिजकडेही लक्ष देऊ या! १८६८ मध्ये सुरू झालेला हा कारनॅक ब्रिज ६० फूट रुंद आहे आणि तो एका टोकापासून सर्व रेल्वेमार्गांवरून दुसऱ्या टोकाला जातो. लक्ष्मण हरिश्चंद्र अजिंक्य यांनी हा ब्रिज बांधला होता. व्हिक्टोरिया टर्मिनस ते मशीद बंदर यादरम्यान असलेला हा पूल पी. डिमेलो रोड आणि कारनॅक बंदर यांना जोडतो.

या पुलावरून चालायला सुरुवात केली की, पुलाच्या चारही टोकांना दगडात कोरलेली अक्षरं दिसतात. यांपैकी तीन टोकांना पुलाचं नाव इंग्रजी, हिंदी आणि गुजराती अशा तीन भाषांमध्ये लिहिलेलं आहे, तर चौथ्या टोकाला एका नांगराचं चित्रं दगडात कोरलेलं असून त्या खाली हा ब्रिज सुरू होण्याची तारीखही टाकली आहे.

कारनॅक पुलावर कोरलेली अक्षरे

आज या पुलाच्या मध्यावर उभं राहिलं की, समुद्राचा खारा वारा लागतो; पण या खाऱ्या आणि थंड वाऱ्याबरोबर आता धूरही नाका-तोंडामध्ये कोंडून घ्यावा लागतो. पावसाच्या पाण्यामध्ये रेल्वेचे रूळ बुडू नयेत, म्हणून दरवर्षी रुळांखालील जमिनीची उंची वाढवली जात आहे; त्यामुळे हा ब्रिज आता खूपच खचल्यासारखा वाटतो.

पूर्व-पश्चिम जाणारा कारनॅक रोड म्हणजे पूर्वी ब्रिटिशांचं बॉम्बे आणि 'नेटिव्ह' किंवा स्थानिक लोकांची वसाहत यातील सीमारेषा होती. आता या मार्गावर दुतर्फा दुकानं व इमारती आहेत आणि या मार्गावरून मुख्यत्वे बंदराकडे जाणाऱ्या आणि तिथून येणाऱ्या मोठमोठाल्या ट्रक्सची वाहतूक सुरू असते. आता या रस्त्याचं नावही बदलून लोकमान्य बाळ गंगाधर टिळक असं ठेवलं आहे. अर्थात याच रस्त्यावर पुढे सरदारगृहात लोकमान्यांनी आपल्या राजकारणातली अनेक वर्षं काढली. १८६९ मध्ये पूर्ण झालेल्या क्रॉफर्ड मार्केटच्या इमारतीसाठीही हा रस्ता प्रसिद्ध आहे.

आता जरा कारनॅक बंदरावर थांबू या! आजही या बंदरावरचा एक धक्का कोणा भाऊच्या नावाने ओळखला जातो. कोण हा भाऊ? कारनॅक ब्रिज बांधणारे लक्ष्मण हरिश्चंद्र अजिंक्य आठवतात का? लोक त्यांना 'भाऊ' म्हणून ओळखायचे. आता या धक्क्याशी त्यांचा काय संबंध, ते पण बघू या. लक्ष्मण हरिश्चंद्र अजिंक्य यांचा जन्म १७८९ मध्ये उरणमध्ये झाला. नायगाव आणि परळमध्ये त्यांच्या पूर्वजांची काही इस्टेट होती. तसेच अंधेरी आणि मालाडमधल्या जमिनींवरही त्यांचा वाडवडिलार्जित हक्क होता. जात्याच बुद्धिमान असलेल्या भाऊंना त्या वेळी कुलाबा येथे असलेल्या दारूगोळा बनवण्याच्या कारखान्यामध्ये मुख्य लिपिक म्हणून नोकरी लागली. एखाद्या स्थानिकाला हे पद मिळणं त्या वेळी दुरापास्तच होतं. मुंबईहून उरणला जाताना सहप्रवाशांकडून त्यांना अनेक कहाण्या ऐकायला मिळायच्या, अशा आठवणी त्यांनी लिहून ठेवल्या आहेत. कोकणातून मुंबईला येणाऱ्या प्रवाशांना मुंबईच्या किनाऱ्यावर उतरताना असंख्य अडचणी यायच्या. त्या वेळी मुंबईच्या किनाऱ्यावर उतरायला धक्क्याची सोय नव्हती. तसं तर १८३५ पर्यंत मुंबईत प्रवासी किंवा माल उतरवण्यासाठी नीट धक्काच उपलब्ध नव्हता.

कोकणी माणसांच्या या अडचणींनी भाऊ हेलावून गेले. नेमकं याच सुमारास म्हणजे १८३२-३३ मध्ये सरकारने लोकांना मुंबईच्या किनाऱ्यावरील जागा धक्के बांधण्यासाठी भाडेतत्त्वावर देण्यास सुरुवात केली होती. भाऊंच्या चरित्रकारांनी केलेल्या नोंदीप्रमाणे कोकणातून येणाऱ्या प्रवाशांच्या कहाण्या ऐकून, त्यावर विचार करणाऱ्या भाऊंनी ही संधी हेरली आणि १७ डिसेंबर १८३६ रोजी तत्कालीन बॉम्बेचे कलेक्टर डब्ल्यू. सी. ब्रुस यांच्याकडे जागेसाठी अर्ज दाखल केला.

उत्तरेकडे चिंचबंदर ते मशीद बंदर, दक्षिणेकडे मशीद बंदर ते क्रॉफर्ड मार्केट आणि पश्चिमेकडे पी डिमेलो रोड ते समुद्रापर्यंतच्या जागेत भराव टाकण्याची परवानगी त्यांना मिळाली. १८३७ मध्ये सरकारने या संपूर्ण परिसरामध्ये भराव टाकण्याची, मशीद बंदरची पातळी वर उचलण्याची आणि रस्ते बांधण्याची परवानगी मंजूर केली.

एक लक्षात घ्या, आपण १८३० च्या दशकाच्या उत्तरार्धाविषयी बोलत आहोत. अजून रेल्वेचं आगमन होऊन किनारपट्टीचं विभाजन व्हायचं होतं. हे सगळं बांधकाम स्वखर्चाने करण्याचा प्रस्ताव भाऊंनी ठेवला. भाऊंनी सुचवलेले बदल आणि सुधारणा कौतुकास्पद असून त्यामुळे लोकांचं भलं होणार आहे, असं कलेक्टर ब्रुस यांनी तत्कालीन गव्हर्नर रॉबर्ट ग्रँट यांनाही कळवलं. भाऊंच्या या कामांमुळे शहराच्या सौंदर्यात भर पडणार होतीच; पण त्याच बरोबर तस्करीही थांबणार होती. इथे भराव टाकल्याने एकाच परिसरात घरांची गर्दी होऊ न देता मोकळी जागा मिळाली असती; त्यामुळे त्या वेळी मुंबईत जोमाने चाललेल्या अफूच्या तस्करीला आवर घालणं शक्य झालं असतं.

१८३९ पर्यंत चिंचबंदर ते मशीद बंदर यांदरम्यान भराव टाकण्याचं काम पूर्ण झालं होतं. १८४१ पर्यंत भाऊंनी मुंबईच्या बंदरावरचा पहिला धक्का बांधला होता. आता कोकणातून बोटीने मुंबईला येणाऱ्या प्रवाशांना मुंबईच्या किनाऱ्यावर सुरक्षितपणे उतरता येणार होतं. तसेच मुंबईमध्ये येणाऱ्या जहाजांना उभं राहण्यासाठी आणि सामान भरण्यासाठी जागा उपलब्ध होणार होती. कोकणातून येणाऱ्यांची मुंबईच्या किनाऱ्यावर उतरण्याची भीती आता कुठल्या कुठे पळाली. साहजिकपणे हा नवा धक्का लवकरच लोकप्रिय झाला नसता तरच नवल! त्यांनी या धक्क्याला आपुलकीने 'भाऊचा धक्का' म्हणायला सुरुवात केली आणि पुढे या धक्क्याला हेच नाव चिकटलं.

मुंबई प्रांताच्या सरकारने केलेल्या कौतुकाची परतफेड म्हणून भाऊंनी मशीद बंदर ते क्रॉफर्ड मार्केटपर्यंतच्या भरावाच्या परिसराला नव्या गव्हर्नरचं, जेम्स रिव्हेट कारनॅक यांचं नाव देण्याचा प्रस्ताव ठेवला, तेव्हापासून हा भाग कारनॅक बंदर म्हणून प्रसिद्ध आहे. त्यानंतर भाऊंनी बांधलेल्या आणखी एका धक्क्याला त्यांनी अर्ल ऑफ क्लेअर यांचं नाव दिलं. हा धक्का क्लेअर बंदर म्हणून ओळखला जातो. १८५८ मध्ये भाऊंचं निधन झालं. ते गेले, त्या वेळी कारनॅक आणि क्लेअर बंदराचा ताबा त्यांच्याकडेच होता.

रेल्वेच्या आगमनानंतर मुंबईची किनारपट्टी बदलणार, हे तर निश्चितच होतं. पूर्वी भाऊचा धक्का कारनॅक पुलाला अगदीच खेटून होता. एल्फिन्स्टन लॅन्ड ॲण्ड प्रेस कंपनीने १८६२ मध्ये केलेल्या भरावाच्या कामानंतर आणि १८७३ मध्ये पोर्ट

ट्रस्टच्या स्थापनेनंतर मुंबईच्या पूर्व किनारपट्टीवरील अनेक धक्क्यांची पुनर्रचना करण्यात आली.१७ याच गडबडीत भाऊचा धक्का माझगावच्याही उत्तरेकडे सरकला.१८

~

१८६३च्या मुंबई शहराच्या नकाशात कारनॅक रोडच्या जागी एक रेल्वेचं फाटक दिसतं. रेल्वेमार्गाच्या पश्चिमेकडे असलेल्या भागाला मांडवी असं नाव आहे आणि पूर्वेकडचा भाग कसाईवाडा म्हणून दाखवला आहे.

इंग्रजांची मुंबई त्या वेळी फोर्ट जॉर्जला संपत होती. मशीद बंदर आणि त्यापुढील सॅन्डहर्स्ट रोड ही दोन स्थानकं म्हणजे मुंबईच्या स्थानिक रहिवाशांच्या जुन्या वस्त्या होत्या. मांडवी, पायधुनी, उमरखाडी आणि डोंगरी नावाच्या या वस्त्यांबरोबरच पोर्तुगीज ठसा असलेलं माझगावही टेचात उभं होतं. या प्रत्येक लोकवस्तीच्या नावाला अनन्यसाधारण महत्त्व आहे. मांडवीचा पारंपरिक अर्थ होतो सीमा शुल्क विभाग! पायधुनीचा शब्दशः अर्थच जिथे पाय धुवायचे ती जागा, असा आहे. इथल्या समुद्राच्या पाण्यात पाय धुणं शक्य होतं. उमरखाडी या नावाचा उगम उंबर आणि खाडी या दोन शब्दांमधून झाला आहे. या परिसरामध्ये असलेल्या उंबराच्या झाडांपर्यंत खाडीचं पाणी यायचं. डोंगरी हे नाव तर आपल्या मराठी 'डोंगर' या शब्दापासूनच मिळालं आहे. इथल्या नवरोजी हिल्स या टेकडीला उद्देशून स्थानिक लोकांनी हे नाव ठेवलं असावं.१९

मुंबईत रेल्वे येण्याआधी मांडवी परिसरात ब्रिटिशांच्या सैन्यातील स्थानिक सैनिकांच्या बराकी होत्या. हा फोर्ट जॉर्जचा टेहळणी नाका होता, असं म्हटलं तरी चालेल. याच परिसरातल्या एका बोळकांडात एक तोफ उलटी पुरलेली आपल्याला दिसते.

लोकांना याबाबत विचारलं, तर एकापेक्षा एक कहाण्यांचा खजिनाच हाती लागतो. ही तोफ या ब्रिटिश सैन्यातील स्थानिक सैनिकांच्या बराकीच्याही आधीच्या काळातली आहे. त्या वेळी मांडवी हे एक स्वतंत्र बेट होतं. इथे कोळीवाडा होता,

---

१७. The Port of Bombay : A Brief History (India : Mumbai Port Trust, 1973), पृ. २६-२७
१८. प्रताप वेलकर, पाठारे प्रभूंचा इतिहास (पुणे : श्रीविद्या प्रकाशन, १९९७)
१९. सॅम्युअल टी. शेपर्ड, Bombay : Place Names and Street Names : Exursion Into the By-ways of the History of Bombay City (Bombay : The Times Press, 1917). पृ. ६०, १४१

तेव्हापासून ही तोफ इथेच उलटी पुरलेली होती, असं स्थानिक लोक सांगतात. त्यांच्या मते त्या वेळी समुद्र खूपच जवळ होता आणि कोळी बांधव आपल्या छोट्या बोटी बांधण्यासाठी या तोफेचा वापर करायचे. कोळ्यांसाठी त्यांच्या या छोट्या बोटी म्हणजे त्यांचं सर्वस्व होतं. वादळवाऱ्यात त्या वाहून जाण्यापासून अडवणारी ही तोफ म्हणजे त्यांच्या दृष्टीने तारणहार होती. आता या तोफेभोवती छोटंसं मंदिर बांधलं आहे आणि स्थानिक लोक तिची पूजाही करतात.[२०]

तंत्रज्ञानाच्या हल्ल्यापुढेही हा कोळीवाडा टिकून राहिला आहे. रेल्वेमार्ग टाकले, त्यातूनही हा कोळीवाडा वाचला. १८९० च्या सुमारास मुंबईत प्लेगची साथ पसरली, तेव्हा मात्र हा कोळीवाडा इथून हटवण्यात आला. बॉम्बे इम्प्रूव्हमेंट ट्रस्टने या ठिकाणी इमारती बांधण्याचा निर्णय घेतला. यांपैकी अनेक इमारती आजही उभ्या असलेल्या दिसतात. पूर्वी कोळीवाड्यात राहणाऱ्या काही कुटुंबांचे वंशज या इमारतीत राहतात. या इमारतींवर BIT म्हणजेच बॉम्बे इम्प्रूव्हमेंट ट्रस्ट ही आद्याक्षरंही दिसतात.

~

गाडी मशीद बंदर स्थानकात शिरते. हे स्थानक शंभर वर्षांपेक्षा जुनं आहे. १८७७ मध्ये हे स्थानक बांधलं, त्या वेळी या स्थानकातल्या दोन्ही प्लॅटफॉर्मवरून थेट बाहेर पडता येत होतं, तेव्हापासून या प्लॅटफॉर्मने अनेक बदल पचवले आहेत.

या परिसरातल्या एका मशिदीच्या जवळ असलेल्या जुन्या धक्क्यावरून या स्थानकाचं नाव मशीद बंदर असं पडलं. ही सात-ताड मशीद आता इथल्या गोदामांच्या आणि दुकानांच्या गर्दीत आपलं अस्तित्व हरवून बसली आहे. या मशिदीच्या नावाचं इंग्रजी भाषांतर केलं, तर Seven Palm Trees असं होतं. या भागात ताडीची झाडं होती, हेच या नावावरून स्पष्ट होतं.[२१] या परिसरातल्या रस्त्यांचा अभ्यास केला, तर या दाव्याला पुष्टी मिळते. याच परिसरात भंडारी स्ट्रीट आणि भंडारी ब्रिज आहे. मुंबईत एकेकाळी भंडारी समाजाचं वर्चस्व होतं. हा समाज ताडी गाळण्याच्या व्यवसायात अग्रेसर होता.

आणखी एका नोंदीच्या आधारे असं सांगितलं जातं की, मशीद बंदर स्थानकाला हे नाव मिळालं ते २०० वर्षांपेक्षा जास्त जुन्या गेट ऑफ मर्सी सिनेगॉगच्या

---

२०. सदानंद खोपकर, मुंबईचा मुंबईकर (India : सीमांत प्रकाशन, २०११), पृ. १२. या तोफेजवळ पूर्वी असलेल्या आणखी काही तोफा आता नामशेष झाल्या आहेत.
२१. एस. एम. एडवर्ड्स, The Gazetteer of Bombay City and Island, Keb[1 (India : Cosmo Publications, 2002)

मशीद बंदर स्थानकाजवळ असलेली पवित्र तोफ

नावावरून! ज्यू धर्मीयांचं हे प्रार्थनास्थळ मुंबईतल्या जुन्या सिनेगॉगपैकी एक आहे.
हाच सिनेगॉग जुनी मशीद या नावानेही ओळखला जातो. सामजी हासाजी दिवेकर
किंवा सॅम्युएल इझॅकल यांनी हा सिनेगॉग बांधला. सॅम्युएल आणि त्यांचा भाऊ
आयझॅक हे दोघंही ब्रिटिश ईस्ट इंडियन आर्मीत अधिकारी पदावर होते. टिपू

सुलतानसह झालेल्या अँग्लो-म्हैसूर युद्धात हे दोघंही भाऊ पकडले गेले होते.[२२] तुम्ही कोणत्या धर्माचे आणि जातीचे, असं त्यांना विचारल्यावर त्यांनी सांगितलं की, ते बेने इस्रायली आहेत. अशी कोणतीही जात किंवा धर्म टिपू सुलतानाने ऐकला नव्हता; त्यामुळे त्याने या दोघांना मृत्युदंडाची शिक्षा ठोठावली. त्या वेळी टिपूच्या एका बेगमने मध्ये हस्तक्षेप केला आणि आपण कुराणात या जातीबद्दल वाचल्याचं टिपूला सांगितलं. धार्मिक प्रवृत्तीच्या टिपूने या दोघांना अभय दिलं आणि ब्रिटिशांशी झालेल्या तहानंतर त्यांना पुन्हा ब्रिटिशांच्या ताब्यात दिलं. हे दोघंही ब्रिटिशांच्या मुंबईतल्या छावणीत परतले आणि देवाचे आभार मानण्यासाठी त्यांनी हा सिनेगॉग बांधला. सुरुवातीला हा सिनेगॉग एस्प्लनाड भागात होता; पण १८६०मध्ये म्हणजेच मशीद बंदर स्थानक तयार होण्याच्या जवळपास दोन दशकं आधी तो सध्याच्या जागी म्हणजे मांडवी इथे हलवण्यात आला.

~

काळाच्या ओघात मशीद बंदर स्थानकामध्येही खूप बदल झाले. उदाहरणच द्यायचं तर, स्थानकाच्या उत्तरेला असलेला जुना ६० फूट रुंद पूल तोडून त्या जागी २००९ मध्ये नवीन आणि अधिक रुंद पूल बांधण्यात आला. हा जमीनदोस्त केलेला पूल कारनॅक ब्रिजप्रमाणेच लोखंड आणि दगड यांचा वापर करून बांधला होता. कारनॅक ब्रिजप्रमाणे या पुलाच्या तीन कोपऱ्यांमध्ये तीन भाषांमध्ये कोरलेलं पुलाचं नाव आणि चौथ्या कोपऱ्यात नांगर आणि पूल सुरू झाल्याची तारीख टाकली होती. हा पूल पाडायचं काम सुरू होतं, तेव्हा हे नाव आणि तारीख कोरलेले दगड सुरक्षितपणे बाजूला काढण्यात यावे अशी विनंती लेखकाने इथल्या अभियंत्यांना केली. त्यांनीही या विनंतीला मान देत हे चारही आयताकृती दगड व्हिक्टोरिया टर्मिनस इमारतीतील वारसा दालनात पाठवून दिले.[२३]

---

२२. इस्राईल गोल्डस्टाइन, My World as a Jew : The Memoirs of Israel Goldstein (USA : Associated University Presses, 1984)

२३. याच दालनात हलवण्यात आलेला आणखी एक अवशेष म्हणजे घडीव लोखंडातील दिव्याचा खांब. फुलांचं नक्षीकाम असलेल्या या खांबावर 'टर्नर ॲण्ड ॲलन, लंडन, १८६७' असं कोरलं आहे. त्या काळात लंडनमधल्या अप्पर थेम्स स्ट्रीटवर असलेल्या या कंपनीबरोबर सरकारने करार केला होता. या करारानुसार मुंबई शहरातल्या रस्त्यांवर हे विजेचे खांब पुरवण्याची जबाबदारी या कंपनीवर होती. 'द बॉम्बे बिल्डर'च्या जुन्या अंकातल्या पिवळ्या पडलेल्या एका जाहिरातीनुसार ही कंपनी दिवे, कुंपण आणि दरवाजे बनवण्यासाठी प्रसिद्ध होती. तसेच या तीन प्रकारांमध्ये सातत्याने नवीन आकृत्या आणि रचना देण्याचं कामही ती करायची.

हा पूल पाडण्याची प्रक्रिया पुलाखालून जाणाऱ्या रेल्वेगाड्यांची वाहतूक अजिबात न थांबवता फक्त एका आठवड्यातच यशस्वीपणे पार पडली. हा एक शतकापेक्षा जुना पूल जमीनदोस्त करणं सोपं नव्हतं. तरीही ही कामगिरी एका आठवड्यात पूर्ण करणं हे खरंच थक्क करणारं होतं. मध्य रेल्वेचे त्या वेळचे महाव्यवस्थापक, इतर अधिकारी आणि पश्चिम रेल्वेचे अधिकारी या सगळ्यांच्या देखरेखीखाली हे काम पार पडलं. मशीद बंदर स्थानकातील उन्नत तिकीट कार्यालयाच्या छतावर या अधिकाऱ्यांनी डेराच टाकला होता. तिथून ते या पुलाच्या 'पाडकामा'वर बारीक लक्ष ठेवून होते.

हा सगळा प्रकल्प म्हणजे मशीद बंदरच्या पुनर्रचना प्रकल्पाचाच एक भाग होता. ९० कोटी रुपयांचा खर्च करून राबवलेल्या या योजनेत सातव्या मार्गिकेचा शिरकाव आणि १२ डब्यांच्या गाड्यांसाठी मशीद बंदरच्या प्लॅटफॉर्मची लांबी वाढवण्याचा समावेश होता. मुंबईच्या उपनगरीय रेल्वे सेवेत १२ डब्यांच्या गाडीचा समावेश होऊन खरंतर दोन दशकं ओलांडली होती; पण तरीही मशीद बंदर स्थानकात १२ डब्यांच्या गाडीला दोन वेळा थांबा दिला जायचा. मशीद बंदर स्थानकातील प्लॅटफॉर्मची लांबी वाढवण्यात या उत्तरेला असलेल्या पुलाचा अडथळा होता. हा पूल पाडल्यानंतर प्लॅटफॉर्मची लांबी वाढवायला जागा मिळाली. तसेच व्हिक्टोरिया टर्मिनसपासून वाडी बंदरमधील यार्डपर्यंत लांब पल्ल्याच्या गाड्यांची ने-आण करण्यासाठी सातवी मार्गिकाही टाकणं शक्य झालं शिवाय नवा पूल हा आधीच्या पुलापेक्षा रुंद व उंच असल्याने पुलावरील वाहतुकीचा प्रश्नही मिटला.

आता अस्तित्वात नसलेल्या या रेल्वेमार्गावरील पुलाला मुंबईच्या इतिहासात खास महत्त्व आहे. १९०९च्या बॉम्बे गॅझेटिअरच्या नोंदीप्रमाणे हा पूल मुंबईतल्या प्लेगच्या साथीच्या केंद्रस्थानी होता. या पुलावर रांगेत झोपड्या होत्या आणि १८९६ मध्ये प्लेगचा पहिला रुग्ण याच झोपड्यांमध्ये सापडला होता. या साथीने मुंबईचा चेहरामोहरा पार बदलून टाकला. शहरातील गर्दीचा निचरा करण्यासाठी उपनगरांची टूमही याच प्लेगच्या साथीनंतर निघाली. डॉ. अकॅसिओ गॅब्रिएल व्हिगस हे त्या वेळी डॉक्टरकी करत होते. त्यानंतर पुढे ते मुंबई महापालिकेचे अध्यक्षही बनले. त्यांना प्लेगचा पहिला रुग्ण सापडला होता आणि त्यांनीच या प्लेगविरोधातील मोहिमेची पायाभरणी केली. आज त्यांचा एक पुतळा फ्रामजी कावसजी सभागृहात बाहेरच्या रहदारीकडे तोंड करून उभा आहे.

इतिहासाच्या पाऊलखुणा

मशीद बंदर स्थानकात शिरण्याआधी आपल्याला अनेक छोटे छोटे रस्ते लागतात. या रस्त्यांना गुजरातमधल्या शहरांची नावं दिलेली आहेत. यात अहमदाबाद स्ट्रीट,

बडोदा स्ट्रीट अशा काही नावांचा समावेश आहे. इथे येणारे व्यापारी त्या शहरांमधून यायचे. मशीद बंदर स्थानकाच्या समोरच साखर गल्ली आहे. हा घाऊक व्यापाराचा परिसर लोखंड मार्केट किंवा 'लोहा बाजार' या नावाने ओळखला जातो. GIPRच्या गाड्या विश्रांतीसाठी उभं करण्याच्या जागेचे म्हणजेच सायडिंगचे अवशेष आजही इथे आढळतात.[२४] या रस्त्यावरील काही जुन्या दुकानांनी या सायडिंगची आठवण आपल्या दुकानाच्या पाट्यांमधून जागी ठेवली आहे. या पाट्यांवर दुकानांच्या नावाखाली पत्ता आहे. त्या पत्त्यावर लिहिलं आहे 'कारनॅक बंदर सायडिंग रोड'!

मशीद बंदरच्या दोन्ही प्लॅटफॉर्मवर GIPR कंपनीचं 'arte non ense' म्हणजे 'तलवारीने नाही, तर कलेने!' हे बोधवाक्य कोरलेलं आहे. या बोधवाक्याबरोबरच या कोरीव कामामध्ये झेंडे, मुकुट आणि हत्ती यांचाही समावेश आहे. १८७० च्या दशकात एफ. डब्ल्यू. स्टीव्हन्सनी GIPR कंपनीचं हे बोधचिन्ह पहिल्यांदा व्हिक्टोरिया टर्मिनसच्या दर्शनी भागात कोरलं. त्यानंतर हे चिन्ह त्यांनी या इमारतीसाठी वापरलेल्या सामानावरही कोरलं. हळूहळू हे चिन्ह कोरण्याची लाट पुढे सरकली आणि त्या काळामध्ये तयार झालेल्या प्रत्येक स्थानकामध्ये हे बोधचिन्ह कोरलं गेलं. मशीद बंदर स्थानक हे त्याचं उत्तम उदाहरण आहे. या स्थानकातल्या दोन्ही प्लॅटफॉर्मवर एक-दोन नाही, तर अशी १३ बोधचिन्हं कोरलेली दिसतात. प्रत्येक बोधचिन्हामध्ये सगळ्या शोभेच्या वस्तू तपशिलाने कोरल्या आहेत. या दोन्हीपैकी कोणत्याही प्लॅटफॉर्मच्या दक्षिणेकडील टोकाला उभं राहून नजर वर केली, तर छताला आधार देणाऱ्या लोखंडी कमानींवरही GIPR ही आद्याक्षरं दिसतात. आता त्यावर रंगांचे थर चढून ती अस्पष्ट दिसतात. काही जुन्या आणि त्या काळच्या पाण्याच्या पाइपांवरही GIPRची मुद्रा दिसते.

सॅन्डहर्स्ट रोड स्थानक : भूतकाळातल्या माझगावची सफर

गाडीने मशीद बंदर स्थानक सोडल्यानंतर पश्चिमेकडे रेल्वेमार्गाला लागून असलेली दगडी भिंत दिसते. या दगडी भिंतीला खेटून अनेक जुन्या इमारती उभ्या आहेत. डोंगरीच्या टेकडीचं हे दक्षिणेकडचं टोक आहे. याच टेकडीवर एकेकाळी किल्ला होता, जो पाडून पुढे फोर्ट जॉर्जचं बांधकाम केलं. त्यानंतर ही टेकडी नवरोजी माणेकजी या पारशी व्यापाऱ्याने विकत घेतली. पुढे ही टेकडी या व्यापाऱ्याच्या

---

२४. रेल्वेच्या परिभाषेत 'सायडिंग' म्हणजे मुख्य मार्गाला किंवा इतर सायडिंगना जोडलेला असा एक ट्रॅक ज्यावरून गाड्या अगदी कमी वेगाने जातील. सायडिंगसाठी वापरले जाणारे रूळ कमी वेगाच्या गाड्यांची वाहतूक करण्यासाठी असल्याने तुलनेने हलके असतात. तसेच इथे सिग्नलही कमी असतात.

नावाने नवरोजी हिल्स म्हणून ओळखली जाऊ लागली.

हा मार्ग अगदी थोड्या अंतरासाठी एका छोट्याशा रस्त्याला समांतर जातो. हा रस्ता म्हणजे कुंवरशी रायशी मार्ग! या रस्त्यालाही रेल्वेचा संदर्भ आहे. पूर्वी या रस्त्याच्या ठिकाणी मशीद रेल्वे सायडिंग सुरू व्हायचं आणि १९१४ च्या रेल्वेच्या नकाशामध्ये हेच सायडिंग पुढे जाऊन एल्फिन्स्टन ब्रिजजवळ GIPRच्या मुख्य मार्गाला मिळत होतं.[२५] विसाव्या शतकाच्या मध्यात कधीतरी या सायडिंगचा वापर बंद झाला असावा. याच ठिकाणी एक रस्ता बांधला गेला. अजूनही या सायडिंगमधले काही रेल्वे रूळ इथेच आहेत. आजही तुम्ही या कुंवरशी रायशी मार्गावरून चाललात, तर या रस्त्याचं वळण तुम्हाला रेल्वेच्या सायडिंगचीच आठवण करून देईल. इथल्या स्थानिक लोकांसाठी तर या रस्त्याचं नावही मशीद सायडिंग रोड असंच आहे. याच रस्त्याला समांतर असे कुर्ला स्ट्रीट आणि ठाणा स्ट्रीटही इथे आहेत. GIPR मार्गावरील दोन स्थानकांची नावं इकडच्या रस्त्यांना देण्यात आली होती.

पुढे आपण एल्फिन्स्टन रोड ब्रिजखालून जातो. १८६८ मध्ये बांधलेल्या या ब्रिजला बॉम्बेचे गव्हर्नर माउंट स्टुअर्ट एल्फिन्स्टन यांचं नाव देण्यात आलं. विशेष म्हणजे कारनॅक, मशीद बंदररोड ब्रिज आणि एल्फिन्स्टन रोड ब्रिज हे तीनही पूल साधारणपणे १८६७-६८ याच काळामध्ये सुरू झाले. या तीनही पुलांसाठीचा खर्च GIPR आणि मुंबई महापालिकेने केला होता. नव्या सहस्रकामध्ये हा एल्फिन्स्टन ब्रिज पाडून त्या जागी आणखी रुंद आणि मोठा पूल बांधण्यात आला. हादेखील मशीद बंदर स्थानक पुनर्रचना प्रकल्पाचाच एक भाग होता. या पुलावर असलेल्या छोट्या शिलालेखावर हा पूल वापरात येण्याची तारीख नोंदवलेली होती.[२६] पण दुर्दैवाने हा शिलालेख कायमचा हरवला. आज फक्त त्या काळातल्या दगडी भिंतीचे अवशेष शिल्लक आहेत. तसेच मध्य रेल्वेच्या मुख्य मार्गाच्या रुळांवर ओव्हरहेड वायर टांगण्यासाठी वापरात असलेल्या जुन्या खांबापैकी एक खांब इथे आहे.[२७] या खांबावर अंडाकृती मुद्रा आहे आणि त्यात ३२ हा क्रमांक कोरला आहे.

~

---

२५. The Port of Bombay : A Brief History, 1873-1973 (India : Bombay Port Trust, 1973). पृ. ३५-३६

२६. एस. एम. एडवर्ड्स, The Gazetteer of Bombay City and Island, खंड १, (India : Cosmo Publications, 2002) पृ. ५०८

२७. मध्य रेल्वेवर मुख्य मार्ग आणि हार्बर मार्ग असे दोन भाग आहेत.

एल्फिनस्टन ब्रिजनंतर लगेचच रेल्वेलाइनचे दोन भाग होतात. दोन मार्ग वेगळे होऊन सॅन्डहर्स्ट रोडच्या उन्नत हार्बर स्थानकाकडे जातात आणि उरलेले चार मार्ग थोडंसं वळण घेऊन खालच्या बाजूला असलेल्या स्थानकाकडे येतात. पूर्वी हार्बर मार्ग हा फक्त कुर्ला आणि रे रोड या स्थानकांदरम्यान कार्यरत होता. १९२०च्या सुमारास हा मार्ग रे रोडपासून थेट व्हिक्टोरिया टर्मिनसपर्यंत वाढवला गेला. त्या वेळी या मार्गाची रचना बदलण्यात आली. खालच्या पातळीवर असलेल्या चार मार्गिका सॅन्डहर्स्ट रोड स्थानकात पोहोचताना त्या वरच्या मार्गासाठी उभारलेल्या पुलाच्या खांबांआडून जातात.

आज सॅन्डहर्स्ट रोड नावाने ओळखलं जाणारं स्थानक पूर्वी माझगाव नावाने ओळखलं जायचं. शहर हद्दीतल्या नऊ मुख्य स्थानकांमध्ये या स्थानकाचा क्रमांक दुसरा असल्याची नोंद १९०९च्या बॉम्बे गॅझेटिअर या सरकारी दफ्तरात आहे. या यादीतील पहिल्या क्रमांकाचं स्थानक अर्थातच GIPR मार्गावरचं व्हिक्टोरिया टर्मिनस हेच होतं.[२८] मुंबईच्या मूळ सात बेटांपैकी एका बेटाच्या नावावरून या स्थानकाचं नाव माझगाव ठेवण्यात आलं होतं. हे स्थानक एकीकडे स्थानिक लोकांसाठी उपयुक्त होतं, तर दुसऱ्या बाजूला उपनगरांमध्ये राहणारे पोर्तुगीज आणि ब्रिटिश रहिवासीसुद्धा याच स्थानकातून प्रवास करायचे. विशेष म्हणजे हे माझगाव स्थानक सध्याच्या सॅन्डहर्स्ट रोड स्थानकाच्या अजून थोडं पुढे उत्तरेला हँकॉक ब्रिजला लागूनच होतं.[२९] याच स्थानकाच्या समोर असलेल्या एका आरामदायक हॉटेलमध्ये GIPR कंपनीचा पहिला अभियंता जेम्स जॉन बर्कले उतरला होता आणि याच हॉटेलमध्ये त्याने भारतातल्या या पहिल्यावहिल्या रेल्वेमार्गाची आखणी केली होती.

आता या ठिकाणी हँकॉक ब्रिजही उभा नाही. काही वर्षांपूर्वीच तो पाडला गेला. तरीही पूर्वीच्या हँकॉक पुलाच्या बाजूलाच असलेल्या या जुन्या माझगाव स्थानकाला भेट दिली, तर अनेक दुर्मिळ गोष्टी दिसतात. इथे पडलेल्या मातीच्या ढिगाऱ्याखाली माझगाव स्थानकाचा दगडी प्लॅटफॉर्म दिसतो. या प्लॅटफॉर्मवर बाजूच्या भिंतीवर अत्यंत देखण्या दगडी कमानीही आहेत.

~

---

२८. एस. एम. एडवर्ड्स, The Gazetteer of Bombay City and Island, खंड १, (India : Cosmo Publications, 2002) पृ. ३४८

२९. पाउलाइन रोहतगी, Bombay to Mumbai : Changing Perspectives (Bombay : Marg Publications, 2007) Sheet no. 4

१८९६ ची प्लेगची साथ, हार्बर लाइनचा व्हिक्टोरिया टर्मिनसपर्यंत विस्तार झाल्यानंतर १९२० मध्ये रेल्वेमार्गाच्या रचनेमध्ये केलेले बदल आणि वेगाने होणारं रेल्वेमार्गाचं विद्युतीकरण या सगळ्या गोष्टींमुळे जुन्या माझगाव स्थानकाचं स्थलांतर करण्यात आलं.

या नव्या स्थानकाची जागा जुन्या स्थानकाच्या मूळ जागेच्या दक्षिणेकडे सरकवण्यात आली. नव्या हार्बर मार्गाच्या रचनेसाठी हे स्थानक दुमजली करण्यात आलं. अशा प्रकारचं हे भारतातलं पहिलंच स्थानक होत. लॉर्ड सॅन्डहर्स्ट या नावाने प्रसिद्ध असलेल्या विल्यम मॅन्सफील्ड या तत्कालीन गव्हर्नरच्या नावावरून या स्थानकाचं नाव सॅन्डहर्स्ट रोड असं ठेवण्यात आलं. विशेष म्हणजे सॅन्डहर्स्ट यांनी मोठ्या त्वेषाने मुंबईच्या विकासाची कामं सुरू केली होती.

आता खालच्या स्तरावरील सॅन्डहर्स्ट रोड स्थानकामध्ये दिवसभर काही ना काही गजबज चालू असते. बाजूलाच असलेल्या वाडीबंदर यार्डमधून व्हिक्टोरिया टर्मिनसच्या दिशेने लांब पल्ल्याच्या गाड्यांची ये-जा सुरू असते. तसेच उपनगरीय लोकल गाड्यांमधून उतरणाऱ्या प्रवाशांची वर्दळही कायमच सुरू असते. वरच्या स्तरावरचं सॅन्डहर्स्ट रोड स्थानक हे वाडीबंदर यार्डवर खांबांनी तोलून धरलं आहे. हे यार्डही समुद्रात भराव टाकून बांधलं आहे. स्थानिक मराठी लेखक गोविंद नारायण मडगावकर यांच्या आठवणामध्ये १९५०चं वाडीबंदर यार्ड आहे. त्या वेळी हे यार्ड म्हणजे लाकडाची वखार होती आणि इथे प्रचंड चिखल आणि दलदल होती, तेव्हापासून ते आतापर्यंत अनेक गोष्टी बदलल्या आहेत.[३०]

सॅन्डहर्स्ट रोड स्थानकामध्ये प्रवेश करण्यासाठी दोन इमारतींच्या मधल्या गल्लीतून यावं लागतं. या इमारतीही चिंचबंदर चाळी किंवा बॉम्बे इम्प्रूव्हमेंट ट्रस्टच्या चाळी म्हणून ओळखल्या जातात. या इमारतींवर अगदी आत्ता आत्तापर्यंत 'इम्प्रूव्हमेंट ट्रस्ट चाळी, १९१६' असं लिहिलेलं असायचं. पुढे इमारतीच्या प्लास्टरिंगची कामं करताना ही अक्षरंही त्याखाली गुडूप झाली.

इतिहासाच्या पाऊलखुणा

सॅन्डहर्स्ट रोड स्थानकाच्या खालच्या स्तरावरील प्लॅटफॉर्मवर छताला तोलून धरणाऱ्या सात जुन्या लोखंडी खांबांवर GIPRचं बोधचिन्ह आहे. तसेच छतावर पडणारं पाणी वाहून नेण्यासाठीच्या पाइपांवरही मशीद बंदर स्थानकातल्या पाइपांसारखीच GIPRची मुद्रा उमटवलेली आहे. रेल्वेच्या विद्युतीकरणाच्या खुणाही या स्थानकाच्या

---

३०. गोविंद नारायण मडगावकर, मुंबईचे वर्णन, संपादन - नरहर रघुनाथ फाटक (इंडिया : मराठी ग्रंथ संग्रहालय, १८६३)

आजूबाजूला विखुरलेल्या आहेत. उदाहरणच द्यायचं झालं, तर प्लॅटफॉर्म क्रमांक एकच्या जवळच ओव्हरहेड वायर धरून ठेवणारा एक जुना खांब पडलेला आहे. या खांबावर GIPRचं बोधचिन्ह आणि एका अंडाकृती मुद्रेमध्ये कोरलेला ४४ हा क्रमांक आहे. या खांबांचं महत्त्व अधोरेखित करणं जरासं कठीण आहे; पण भारतातल्या पहिल्यावहिल्या विद्युत रेल्वेची ती एक आठवण आहे.

या स्थानकाच्या बाहेर उमरखाडी परिसरात उंचच उंच भिंतींमागे डोंगरीचं बालसुधारगृह आणि कारागृह दडलेलं आहे. या इमारतीत फार काही बदल झालेला नाही; त्यामुळे ही इमारत म्हणजे ब्रिटिश स्थापत्यशैलीतील कदाचित सर्वांत जुनी इमारत असेल.[३१] १९व्या शतकाच्या सुरुवातीला फाशी तलावाजवळ असलेला वधस्तंभ याच तुरुंगात हलवण्यात आला होता.

~

मिसेस नेसबिट आणि लेडी फॉकलंड यांचं भायखळा स्थानक

गाडीने भायखळ्याला जाण्यासाठी सॅन्डहर्स्ट रोड स्थानक सोडलं की, लगेचच हँकॉक ब्रिज लागत असे. हा आणि त्याच्या पुढे असलेला ऑलिव्हंट ब्रिज हे दोन ब्रिज म्हणजे पोर्तुगिजांच्या आणि ब्रिटिशांच्या उपनगराला जोडणारे दोन दुवे होते.

१८७९ मध्ये पूर्ण झालेल्या या ब्रिजला १८७७-७८मध्ये मुंबईच्या महापालिकेचं अध्यक्षपद भूषवणाऱ्या कर्नल एच. एफ. हँकॉक यांच्यावरून हँकॉक ब्रिज हे नाव मिळालं.[३२] हा ब्रिज माझगाव ट्राम टर्मिनसकडे म्हणजे आताच्या महाराणा प्रताप चौकाकडे किंवा माझगाव सर्कलकडे जात असे. या ब्रिजवरून दुतर्फा ट्रामची वाहतूकही होत असे. हा ब्रिज १९२३ मध्ये पाडून पुन्हा बांधला. आता जुन्या ट्राम टर्मिनसची आठवण म्हणून इथे फक्त पाण्याचं एक कुंड उरलं आहे. ट्रामचं विद्युतीकरण होण्याच्या आधीच्या काळामध्ये या ट्राम घोड्यांनी खेचल्या जायच्या. ट्राम खेचून खेचून थकलेल्या घोड्यांना पाण्याची सोय म्हणून हे पाण्याचं कुंड ठेवण्यात आलं होतं.

~

---

३१. गिलियन टिंडाल, City of Gold : The Biography of Bombay (India : Penguin Books, 1992) पृ. १२३

३२. महापालिका अध्यक्ष हे पद नोव्हेंबर १९३१ नंतर बदलण्यात आलं. त्यानंतर या पदाला महापौर असं संबोधलं जातं.

या टप्प्यावर थांबून आपल्याला या अभियांत्रिकी प्रयत्नांना दाद द्यायला हवी. १८५०च्या दशकातल्या मुंबईमध्ये रेल्वेमार्ग आणि पूल बांधण्यासाठी लोखंड आणि पोलाद बनवण्याची व्यवस्था खूपच प्राथमिक स्वरूपाची आणि अविकसित होती. तोफगोळे आणि तोफांची चाकं बनवणारी गन कॅरिएज फॅक्टरी कुलाब्यामध्ये नक्कीच होती; पण रेल्वेच्या गरजा खूपच वेगळ्या होत्या. या गरजा लक्षात घेऊन त्या पूर्ण करणारे लोखंड ओतायचे कारखाने भारतात खूप कमी होते.

दुसऱ्या बाजूला औद्योगिक क्रांतीमुळे म्हणा, इंग्लंडमध्ये खूप अद्ययावत तंत्रज्ञानाचा वापर होत होता, तर हेन्री बेसरमेर यांनी १८५५ मध्ये अत्यंत स्वस्तात पोलादाचं घाऊक उत्पादन घेण्याचं तंत्र विकसित केलं होतं; त्यामुळे रेल्वेसाठी लागणारं बहुतांश लोखंड इंग्लंडहून जहाजाने येत असे. यात फक्त रूळ, लोखंडी खांब, इंजिन वळवण्यासाठी लागणारं टर्नटेबल, इंजिन, डब्यांसाठी आवश्यक असणारी सामग्री यांचाच समावेश नव्हता, तर पुलांसाठीचे सुटे भाग, तिकीट खिडक्यांसाठी आणि स्थानकांसाठीच्या लोखंडी चौकटी आदी गोष्टींचाही समावेश होता. १८५० ते १८५३ या रेल्वेच्या बांधकामाच्या सुरुवातीच्या वर्षात GIPRने इंग्लंडवरून १८,५६८ टन लोखंड निर्यात केलं होतं. १८५८ पर्यंत रेल्वेचं जाळं चांगलंच विस्तारलं होतं आणि दरवर्षी भारतीय उपखंडातल्या विविध मार्गांसाठी ५ लाख टन लोखंड घेऊन ६०० जहाजं इंग्लंडचा किनारा सोडून भारतामध्ये येत होती.

या जहाजांच्या वाहतुकीचे नियमन व्यापारी नियमांनी केले जायचे. लोखंड भरून येणारी जहाजं परत जाताना रिकामी जाऊ नयेत, याची काळजी घेतली जायची; पण त्यामुळे दुतर्फा मालवाहतुकीच्या वेगावर मर्यादा यायची. आणखी म्हणजे हे अवजड सामान मुंबई बंदरामध्ये उतरल्यावर ते अधिक कार्यक्षमतेने प्रत्यक्ष कामाच्या ठिकाणी वाहून न्यावं लागायचं.[३३] भारतात रेल्वेमार्गाचा झपाट्याने विस्तार होत असल्याने ही कामाची ठिकाणं अंतर्गत आणि दुर्गम भागांमध्ये असायची, हे खरं आव्हान होतं; त्यामुळे GIPRनं लोखंड ओतायचे स्वतःचे छोटे छोटे कारखाने स्थापन केले आणि भायखळ्याला १८५४ मध्ये स्वतःची इंजिन बनवण्याची कार्यशाळाही सुरू केली; पण घडीव लोखंडाचा अव्याहत पुरवठा, ही समस्या कायमच होती.

शेवटी १८५८ मध्ये नोबेल कार रिचर्डसन या इंग्रज गृहस्थाने भायखळ्याच्या आपल्या बंगल्याच्या आवारामध्येच भायखळा आयर्न वर्क्स नावाचा एक छोटेखानी

---

३३. ज्युलांड डॅन्व्हर्स, 'Report to the Secretary of State For India in Council on Railways in India to the End of the Year', 1859

कारखाना तयार केला. योग्य वेळी योग्य व्यवसाय करण्याचा तो योग्य निर्णय होता! लोखंडाला असलेल्या प्रचंड मागणीमुळे या कारखान्याची भरभराट झाली. त्याने आपल्या दोन मुलांच्या मदतीने सुरू केलेल्या या छोट्या कारखान्याचं रूपांतर १८७० पर्यंत अवाढव्य अशा रिचर्डसन ॲण्ड कंपनीमध्ये झालं. दशकभरातच या कंपनीने परळ रोडवरच्या निकोल ॲण्ड कंपनीचा ताबा घेतला. या कंपनीचा मालक जॉन क्रुड्डास हा त्याचा भागीदार बनला आणि रिचर्डसन ॲण्ड कंपनीचं नाव पुढे रिचर्डसन ॲण्ड क्रुड्डास असं झालं. भारत स्वतंत्र झाल्यानंतर या ब्रिटिश मालकांनी आपली कंपनी एका भारतीयाला विकली; पण दहा वर्षांच्या आतच ही कंपनी आर्थिक डबघाईला आली.[३४] १९७२ मध्ये सरकारने या कंपनीचा ताबा घेतला आणि ही कंपनी रिचर्डसन ॲण्ड क्रुड्डास लिमिटेड या नावाने ओळखली जाऊ लागली. लोकांच्या दृष्टीने या कंपनीची भरभराट आणि रेल्वे यांचं अतूट नातं असलं, तरी आता या कंपनीच्या पुरवठादारांच्या यादीमध्ये रेल्वेचं नावही आढळत नाही.

जुन्या माझगाव स्थानकाजवळ असलेल्या या कंपनीभोवती आता प्रचंड उंच कुंपण घातलं आहे. अगदी आत्ताआत्तापर्यंत या कंपनीच्या आवारात एक रेल्वे सायडिंग लाइन जात होती; पण या आवारात जाण्यासाठी रूळ ओलांडावे लागत होते; त्यामुळे इतर गाड्यांच्या वेगावर त्याचा परिणाम होत असे. हे टाळण्यासाठी २००१ मध्ये हे सायडिंग बंद करून टाकलं. एप्रिल २०१४ मध्ये या कंपनीच्या गोदामाचे दरवाजे एका वेगळ्याच कारणासाठी मुंबईकरांसाठी सताड उघडे झाले. या गोदामाच्या आवारात एक रॉक कॉन्सर्ट झाली होती. त्यासाठी हजारो मुंबईकरांनी गर्दी केली होती; पण त्यांपैकी हाताच्या बोटांवर मोजता येतील इतक्या लोकांनाही या जागेचा इतिहास माहीत असण्याची सुतराम शक्यता नव्हती.

आता पुढच्या टप्प्याकडे वळू. हॅंकॉक ब्रिजच्या पुढे सरकल्यावर आपली गाडी ऑलिव्हंट ब्रिजखालून जाते. १८८१ ते १८९० या काळात मुंबई महानगरपालिकेचे आयुक्त असलेल्या एडवर्ड चार्ल्स काएल ऑलिव्हंट यांच्या नावावरून या पुलाचं नाव ऑलिव्हंट ब्रिज असं ठेवण्यात आलं. याच ऑलिव्हंट साहेबांनी १८८८च्या महापालिका कायद्याचा मसुदा तयार केला आणि तो प्रत्यक्षात आणून दाखवला. विशेष म्हणजे आजही मुंबई महापालिकेचं सगळं कामकाज या १८८८ च्या कायद्यानुसारच चालतं.

---

३४. हरिदास मुंध्रा या भारतीय व्यापाऱ्याला ही कंपनी विकण्यात आली होती. स्वतंत्र भारतात झालेल्या पहिल्या घोटाळ्यात हरिदास मुंध्रा यांचं नाव होतं.

या ब्रिजवर असलेल्या दगडी शिलालेखावरून ब्रिजबद्दलची आणखी माहिती मिळते. १८८७ मध्ये बांधलेल्या या ब्रिजसाठी त्या वेळी २,१५,००० रुपये एवढा खर्च आला होता. हा ब्रिज बांधण्याचं काम GIPRने केलं असलं, तरी त्यासाठीचा निधी मुंबई महापालिकेने दिला होता.[३५]

ऑलिव्हंट ब्रिजखाली GIPRची एकमजली सिग्नल केबिन आहे. ही छोटेखानी इमारत दगडी बांधकामाची आहे. प्रसिद्ध ब्रिटिश रेल्वे इतिहासकार पॉल अॅटरबरी यांच्या शब्दांत सांगायचं, तर अशा सिग्नल केबिन्स आता 'धोकादायक प्रजाती' किंवा नामशेष होण्याच्या वाटेवर असलेल्या प्रजाती बनल्या आहेत.[३६] रेल्वे सिग्नल्सच्या माध्यमातून रेल्वेच्या सगळ्या वाहतुकीवर नियंत्रण ठेवण्याची क्षमता असलेल्या या सिग्नल केबिन्स १८६० आणि १८७०च्या दशकात अस्तित्वात आल्या होत्या. GIPRच्या अगदी सुरुवातीच्या काळात प्रचलित असलेली सिग्नल यंत्रणा म्हणजे दोन दांड्यांना पाती आणि ते दांडे खेचण्यासाठी असलेली कळ, अशी जुनाट स्वरूपाची होती. लाल रंगाच्या या पात्यांवर मध्यभागी पांढऱ्या रंगाचा एक गोल काढलेला होता. इंग्लंडमधल्या मिडलॅन्ड रेल्वे कंपनीने ही यंत्रणा सुरू केली होती.[३७]

~

ऑलिव्हंट ब्रिज आणि ऐतिहासिक नेसबिट गल्ली हे दोन्ही खरंतर समानार्थी आहेत. अगदी सुरुवातीच्या रेल्वेच्या आराखड्यांपासून ही गल्ली रेल्वेच्या इतिहासाचा भाग बनली आहे. रेल्वेचा आराखडा अगदीच बाल्यावस्थेत आणि अजूनही टेबलावरच होता, तेव्हापासून म्हणजे १८४३ पासून या नेसबिट लेनचा उल्लेख येतो. GIPRचे नियोजन अभियंता जॉर्ज क्लार्क यांनी पहिल्यावहिल्या रेल्वेमार्गाची आखणी केली होती, तेव्हा त्यांनी लिहिलं होतं की, 'हा रेल्वेमार्ग पोलीस ऑफिसच्या दारात माझगाव रोड ओलांडेल, त्यानंतर नेसबिट चॅपलच्या जवळ नेसबिट लेन ओलांडेल आणि तीन मैलांच्या दगडाजवळ परळ रोड ओलांडेल.'[३८] मिसेस

---

३५. Maharashtra State Gazetteers, 1987, पृ. ५९

३६. पॉल अॅटरबरी, Tickets Please : A Nostalgic Journey through Railway Station Life (UK. Newton Abbot, 2006)

३७. The Locomotive, 15 December 1926. पृ.३९५-३९७

३८. The Civil Engineer and Architect's Journal, Scientific and Railway Gazette, Keb[8, (London : R. Groomsbridge & Sons, 1845)

नेसबिट यांच्या नावाची गल्ली आणि त्यांच्या नावे असलेलं चॅपल यांचं रेल्वेमार्गाशी असलेलं नातं पिढ्यान्‌पिढ्या चालूच राहिलं आहे.

पण या मिसेस नेसबिट नेमक्या होत्या तरी कोण? अर्मेनियातून भारतामध्ये आलेल्या कॅथलिक आणि ईस्ट इंडिया कंपनीच्या ताब्यात असलेल्या मुंबई बंदराच्या कमोडोर नेसबिट यांच्या पत्नी![३९] जवळपास २५० वर्षांपूर्वी रोज नेसबिट मुंबईमध्ये राहायच्या. त्यांनी त्यांच्या स्वतःच्या मालकीच्या जमिनीवर १७८७ मध्ये एक चॅपल बांधलं. १८१९ मध्ये त्यांच्या मृत्यूनंतर या चॅपलचा ताबा रोमन कॅथलिक चर्चकडे सोपवण्यात आला. आज हे चॅपल सेंट ॲन चर्च या नावाने ओळखलं जातं. रोज नेसबिट २९ ऑक्टोबर १८१९ रोजी ख्रिस्तवासी झाल्या. त्यांच्या आवडत्या चॅपलच्या आवारामध्येच त्यांचं दफन करण्यात आलं आणि आजही सेंट ॲन चर्चमध्ये असलेल्या एका लाकडी फळीवर त्यांचं नाव कोरण्यात आलेलं आहे.

या नेसबिट लेनचं नाव बदलून स्वातंत्र्योत्तर काळातल्या एका महत्त्वाच्या नगरसेवकाचं नाव या रस्त्याला देण्यात आलं. आता पालिकेच्या दफ्तरी या रस्त्याचं नाव बलवंतसिंह धोदी असं आहे; पण स्थानिक लोक मात्र अजूनही या गल्लीला मिसेस नेसबिटची गल्ली म्हणूनच ओळखतात.

~

आता पुन्हा आपल्या मार्गावर येऊ! पुढे GIPRच्या यार्डातल्या छोट्या छोट्या केबिन्स दिसतात. इथे रेल्वे कर्मचाऱ्यांची वसाहतही लागते. या वसाहतीला 'बर्कले प्लेस' म्हणतात. हे नाव या रेल्वेमार्गाच्या पहिल्या अभियंत्याची आठवण म्हणून देण्यात आलं आहे. या ठिकाणी बर्कले यांचा एक बंगला होता. विसाव्या शतकाच्या सुरुवातीला हा बंगला पाडून त्या जागी रेल्वे अधिकाऱ्यांसाठी बहुमजली इमारती बांधल्या गेल्या. या इमारतींच्या भोवती फेरफटका मारला, तरी जुन्या काळातल्या अनेक पुसट खुणांशी तुम्ही थबकाल. अष्टकोनी आकाराचे दगडी ठोकळे आपल्याला दिसतात. कदाचित ते बर्कले यांच्या बंगल्याच्या भिंतींचे किंवा खांबांचे अवशेष असतील. हे दगडी ठोकळे रस्त्याच्या कडेला पडून आहेत. कोणी त्यांना हलवण्याची तसदीही घेतलेली नाही.

भायखळा स्थानकामध्ये शिरण्याआधी रेल्वेमार्ग Y आकाराच्या भायखळा ब्रिजखालून जातो. हा ब्रिज १८८५ मध्ये बांधला. हा ब्रिज ६० फूट रुंद असून एके काळी या ब्रिजवरून दुतर्फा ट्राम वाहतूक व्हायची. या ब्रिजच्या पायथ्याशी आणखी एक

---

३९. गोविंद नारायण मडगावकर, मुंबईचे वर्णन, संपादन - नरहर रघुनाथ फाटक (इंडिया : मराठी ग्रंथ संग्रहालय, १८६३)

महत्त्वाची खूण आहे. ही खूण आता रेल्वे इतिहासाचा भाग आहे. ती म्हणजे 'माणकेश्वराचं मंदिर'.

आता तुम्ही विचार कराल, माणकेश्वराच्या मंदिराचा आणि रेल्वेच्या इतिहासाचा काय संबंध? पण या मंदिराशी अधिक परिचय करून घ्यायचा असेल, तर आपल्याला लेडी फॉकलंड या नावाने प्रसिद्ध असलेल्या लेडी अमेलिया फिट्झक्लॅरन्स फॉकलंड यांनी केलेल्या नोंदी वाचाव्या लागतील. या लेडी फॉकलंड म्हणजे तत्कालीन गव्हर्नर लुसियस बेंटिंक कॅरी किंवा लॉर्ड फॉकलंड यांच्या पत्नी! ज्यांच्या नावावरून पहिल्या इंजिनाचं नाव मुंबईकरांनी लॉर्ड फॉकलंड ठेवलं होतं, तेच ते हे लॉर्ड फॉकलंड!

मुंबईचा अभ्यास करणाऱ्या इतिहासकारांमध्येही लेडी फॉकलंड यांच्या नावाला अनन्यसाधारण महत्त्व आहे. त्यांनी लिहिलेल्या रोजनिशीतील नोंदी १८५० च्या दशकातील मुंबईवर मोठा प्रकाशझोत टाकतात. अर्थात यात रेल्वेच्या इतिहासाचाही समावेश आहेच. भारतातल्या रेल्वेची पहिली चाचणी लेडी फॉकलंड यांनी स्वतः बघितली होती आणि या चाचणीदरम्यान त्यांना एक हिंदू संन्यासी या गाडीकडे आऽऽ वासून बघताना दिसला. जणू काही हे वाफेवर चालणारं इंजिन म्हणजे भगवान श्रीकृष्णाचा अवतार आहे, या नजरेने तो या गाडीकडे बघत होता, असं त्या लिहितात. त्यांच्याच शब्दांत सांगायचं तर,

> ही चाचणी चालू असताना एक हिंदू संन्यासी या हाश्शऽहुश्श करणाऱ्या वाफेच्या इंजिनाकडे डोळे फाडून बघत होता. कदाचित त्याला असं वाटत असावं की, हा भगवान श्रीकृष्णाचाच अवतार आहे! ताशी जेमतेम तीन किलोमीटर वेगाने जाणारी बैलगाडी, नवऱ्यामागून जाणारी नवरी आणि बाकी वऱ्हाड असं दृश्य गाडीतून दिसत होतं. ही वरात काही क्षण थांबून त्यांच्यासमोरून जाणाऱ्या या नवलाईला बघत उभी होती. हे दृश्य खूप चित्तरंजक होतं. परळपर्यंतच्या परतीच्या प्रवासात ताडाची झाडं नेहमीपेक्षा जास्त उंच आणि भव्य वाटत होती. ती कुठूनतरी वरून आमच्याकडे तुच्छतेने बघत आहेत, असंच वाटत होतं. या भूतलावर प्रकट झालेल्या या आसूरी इंजिनातून निघणाऱ्या भेसूर आवाजामुळे मुंबईची शांतता भंग पावत होती. एरवी ही शांतता संध्याकाळी अंधार पडल्यानंतर कोल्हेकुईमुळे भंग पावते.
>
> आम्ही आमची चाचणी धाव सुरू केली, ती भायखळा स्थानकापासून! बॉम्बेच्या किल्ल्यापासून हे स्थानक साधारण तीन मैल किंवा पाच किलोमीटर लांबीवर आहे. या स्थानकाचं काम सुरू होण्याआधीच एका

नव्या आणि सुंदर मंदिराचं काम सुरू झालं होतं. हे मंदिर या भायखळा स्थानकाला अगदी लागूनच आहे. भायखळा स्थानक सुरू होईल, तेव्हाच या मंदिराचं कामही पूर्ण झालेलं असेल. राज्यकर्त्यांनी बांधलेलं एक रेल्वे स्थानक आणि शासितांनी बांधलेलं एक हिंदू मंदिर एकमेकांच्या सान्निध्यात आहेत. एवढ्या परस्परविरोधी हेतूंसाठी बांधलेल्या दोन इमारती एकमेकींना खेटून उभ्या असतील, असा विचार तरी त्या वेळी कोणी केला होता का? या दोन इमारती म्हणजे दोन भिन्न वंशांची प्रवृत्ती दाखवणाऱ्या तर नाहीत ना? विज्ञानाचा अगदी ताजा पराक्रम आणि त्याच्या बाजूला हजारो वर्षांपासून चालत आलेली अंधश्रद्धा![४०]

लेडी फॉकलंड यांनी दाखला दिलेलं हे हिंदू मंदिर म्हणजेच भायखळ्याचं माणकेश्वर मंदिर होय. मूळ भायखळा स्थानक या मंदिरासमोर होतं. सेठ करमशी रणमल या गुजराती व्यापाऱ्याने १८३९ मध्ये या मंदिराचं बांधकाम सुरू केलं; पण हे मंदिर पूर्ण होण्याआधीच त्यांना देवाज्ञा झाली. पुढे त्यांचा मुलगा सेठ हंसराज याने या मंदिराच्या बांधकामाची जबाबदारी आपल्या खांद्यांवर घेतली. याच हंसराज यांच्या नावावरून या मंदिराचं नाव पडलं आहे.[४१] या मंदिराच्या जागेची काही जमीन रेल्वेलाइन बांधण्यासाठी देण्यात आली. आजही या मंदिर परिसराला आपण भेट दिली, तर काही जुने दगड आणि त्या काळातली पण आता आच्छादली गेलेली विहीर दिसते.

हे जुनं भायखळा स्टेशन खूप नंतरच्या काळात इथून हलवून नव्या म्हणजे आताच्या इमारतीत नेण्यात आलं. हे स्थानक हलवल्यानंतर नजीकच्या काळात रेल्वेच्या उत्पन्नावर विपरीत परिणाम झाला होता. प्रवाशांना या नव्या स्थानकाच्या जागेशी जुळवून घेताना काही अडचणीही आल्या; पण लेडी फॉकलंड यांनी ज्या भायखळा स्थानकाबद्दल लिहिलं आहे, ते स्थानक काळाच्या उदरात हरवलं.

~

जसे आपण आताच्या भायखळा स्थानकाकडे सरकतो, तसं आपण एका पादचारी पुलाखालून जातो. हा पादचारी पूलही इतिहासकालीन आहे. रेल्वेच्या दफ्तरी या

---

४०. अमेलिया फिट्झक्लॅरन्स फॉकलंड, Chow Chow : Being Selections from a Journal Kept in India, Egypt and Syria (London : Hurst and Blackett, 1857) पृ. ४६-५०

४१. डॉ. भालचंद्र पी. आकलेकर, मुंबईतील पुरातन शिव मंदिरे (भारत : राज-प्रज्ञा प्रकाशन, १९९६)

पुलाची नोंद चामर लेन फुटब्रिज या नावानं आहे. या पुलाकडे बारकाईने बघितलं, तर एक गोष्ट लक्षात येते. हा पूल बांधल्यानंतर अनेक वर्षांनी या पुलाची उंची वाढवण्यात आली आहे. कदाचित १९२५ मध्ये रेल्वेचं विद्युतीकरण झाल्यानंतर तशी गरज पडली असावी. या पुलाच्या एका खांबावर तीन पुसट शब्द दिसतात. ते शब्द म्हणजे 'डॉर्मन लाँग, इंग्लंड'! हे शब्द वाचल्यानंतर या पुलाची जातकुळी किती उच्च दर्जाची आहे, हे लक्षात येतं. या तीन शब्दांनी या पुलाचं नातं पुलांच्या बांधकामांसाठी जगविख्यात असलेल्या आणि लंडनचा टाइन ब्रिज तसेच ऑस्ट्रेलियातला सिडने हार्बर ब्रिज बांधणाऱ्या अभियंत्यांशी जोडलं जातं.

इंग्लंडच्या मिडलबरोमध्ये आर्थर डॉरमन आणि अल्बर्ट डे लँड लाँग यांनी १८७५ मध्ये 'डॉरमन अ‍ॅण्ड लाँग' ही कंपनी सुरू केली. मुंबईच्या रेल्वेमार्गासाठी लोखंड आणि पोलाद पुरवणाऱ्या महत्त्वाच्या कंपन्यांमध्ये या कंपनीचा समावेश होता. आज या कंपनीची आद्याक्षरं फक्त भायखळ्याच्या या पुलावरच नाही, तर इतरही अनेक स्थानकांवर आढळतात. (गमतीची गोष्ट म्हणजे या कंपनीचा पोलाद निर्मितीचा व्यवसाय आता एका भारतीय कंपनीने विकत घेतला आहे. या कंपनीचं नाव आहे टाटा स्टील्स. या निमित्ताने एक वर्तुळ पूर्ण झालं.)

~

ब्रिटिशकालीन मुंबई म्हटल्यावर काही छायाचित्रं आणि रेखाचित्रं हमखास समोर येतात. यात उत्तम पोशाखातले ब्रिटिश लोक रेल्वेच्या डब्यात चढण्यासाठी थांबल्याचं दिसतं. या चित्रांमध्ये असलेलं स्थानक हे दुसरंतिसरं कोणतंही स्थानक नसून भायखळा आहे. शहराच्या संपन्नतेचा केंद्रबिंदू!

रेल्वेच्या सुरुवातीच्या काही दिवसांमध्ये वरच्या श्रेणीतील प्रवासी भायखळा स्थानकामध्ये चढायचे. त्या वेळी हे स्थानक माणकेश्वर मंदिराच्या समोरच्या बाजूला होतं.

भायखळा हे नाव 'भायाखळा' या नावापासून आल्याचं म्हटलं जातं. या नावामध्ये बहावा झाडाचाही वाटा आहे. दुसरा पर्याय म्हणजे या नावाचा अर्थ आहे 'खालच्या पातळीवरचं मैदान'! स्थानिक भाषेत भाया म्हणजे मैदान आणि खळं म्हणजे खालच्या पातळीवरची जमीन! आणखी असाही एक अर्थ लावला जातो की, खळं म्हणजे खळगा. मग बहाव्याची झाडं आसपास असलेला खळगा म्हणजे भायखळा![४२]

---

४२. सॅम्युअल टी. शेपर्ड, The Byculla Club (1833-1916) : A History (Bombay : Benett, Coleman and Co. Ltd., 1916)

टुमदार भायखळा स्थानकात उभे असलेले इंग्रज लोक. आभार – मध्य रेल्वे संग्रह.

हे नाव कसं आलं याचा विचार बाजूला ठेवला, तरी या उपनगरात ब्रिटिशांचे मोकळ्या वेळेतले अनेक छंद पुरे करणाऱ्या गोष्टी होत्या. यात घोड्यांच्या शर्यतींसाठी प्रसिद्ध असलेल्या बॉम्बे टर्फ क्लबचाही समावेश आहे. पूर्वी हे शर्यतींचं मैदान किंवा रेसकोर्स भायखळा स्थानकासमोर होतं. १८६४ च्या सुमारास हे रेसकोर्स दुसरीकडे हलवावं लागलं. १४ वर्षांनंतर १८७८ मध्ये उद्योगपती कुस्रो वाडिया यांनी देणगीदाखल दिलेल्या दलदलीच्या भागात हे रेसकोर्स हलवावं लागलं; पण सुरुवातीच्या काळात या नव्या रेसकोर्सवर पोहोचणं सोपं नव्हतं. तसेच या रेसकोर्सच्या जवळच असलेल्या उघड्या नाल्यातून दुर्गंधी यायची; पण पाच वर्षांनंतर १८८३ मध्ये रेसकोर्स महालक्ष्मीला हलवण्यात आलं. आजही रॉयल वेस्टर्न इंडिया टर्फ क्लब या नावाने ते याच जागी उभं आहे.

शहराच्या महापालिकेच्या ऐतिहासिक वारसा स्थळांच्या यादीत समावेश असलेलं आजचं भायखळा स्थानक प्रशस्त आहे. चार प्लॅटफॉर्म, बाकदार शोभिवंत छत

आणि प्रवाशांना वावरायला उत्तम जागा असलेलं हे स्थानक डौलदार आहे, यात वादच नाही. या स्थानकाचं नियोजन १८८० मध्ये करण्यात आलं. पैशांच्या टंचाईमुळे या मोठ्या स्थानकाच्या आराखड्यात लंडनच्या संचालक मंडळाने १८८५ मध्ये काही फेरफार केले आणि दोन वर्षांनी या आराखड्याला मंजुरी देण्यात आली. तोपर्यंत व्हिक्टोरिया टर्मिनसची दिमाखदार वास्तू प्रवाशांच्या सेवेत रुजू झाली होती. भायखळा स्थानकाच्या बांधकामाचं कंत्राट पारशी कंत्राटदार बेरजुरजी रुस्तुमजी मिस्त्री यांना देण्यात आलं. या पारशीबाबांनी नवीन व्हिक्टोरिया टर्मिनस इमारतीचे प्लॅटफॉर्म, छत आणि वरच्या दोन मजल्यांचं बांधकाम यशस्वीपणे आणि समाधानकारकरीत्या पूर्ण केलं होतं.[४३]

भायखळा स्थानकाच्या बांधकामाला सुविधा म्हणून विहार तलावातून मुंबईत येणारी पाण्याची लाइन वळवण्यात आली होती. मुंबईत १८५४ मध्ये पाइपलाइनने पाण्याचा पुरवठा सुरू झाला होता. जून १८९१ पर्यंत स्थानकाची इमारत, प्लॅटफॉर्म, छत, पादचारी पूल, घोड्यांच्या बग्गी उभ्या करण्यासाठीचा भाग अशा सगळ्या गोष्टी बांधून तयार होत्या. त्याच वर्षी जुलै महिन्यात हे स्थानक प्रवाशांसाठी खुलं करण्यात आलं.

~

नव्या भायखळा स्थानकाच्या प्लॅटफॉर्म क्रमांक एकच्या बाहेर उभं राहून या स्थानकाच्या इमारतीचं निरीक्षण करा! चार बाजूंना लोखंडी खांब असलेला मोठा द्वारमंडप स्थानकाच्या सौंदर्यात भर टाकतो. हा द्वारमंडप कदाचित बग्गींसाठी तयार केला असावा. आज त्याचा उपयोग प्रवाशांची ने-आण करणाऱ्या टॅक्सी करतात.

या द्वारमंडपाभोवतीही एक कहाणी गुंफलेली आहे. या कहाणीचा उगम १८८० मधला आहे. त्या वेळी तर ही नवी इमारत अस्तित्वातही आली नव्हती. त्या वेळी बोरीबंदर हे छोटं स्थानक होतं आणि उच्चभ्रू ब्रिटिश लोक राहत असल्याने भायखळा स्थानकाचं महत्त्व अनन्यसाधारण होतं. हे स्थानक उच्चभ्रू ब्रिटिशांमध्ये कितीही लोकप्रिय असलं, तरी स्थानकामध्ये प्रवेश करण्याचा मार्ग अत्यंत अरुंद आणि चिंचोळा होता. GIPR कंपनीमध्ये शल्यविशारद म्हणून काम करणारे डॉ. डब्ल्यू. सी. एक्लेस नेहमी मोठ्या बग्गीतून प्रवास करायचे. १८६७ मध्ये ते एका कामासाठी आले असताना भायखळा स्थानकाच्या अरुंद प्रवेशद्वारामधून जाताना

---

४३. राहुल मेहरोत्रा आणि शारदा द्विवेदी, A City Icon : Victoria Terminus 1887 (Now Chhatrapati Shivaji Terminus Mumbai, 1996) (India : Eminence Designs, 2006). पृ. १५३

त्यांच्या बग्गीच्या टपाची एक बाजू मोडली. आपण कामासाठी गेलो असताना हा अपघात घडल्याने आपल्याला कंपनीकडून नुकसानभरपाई मिळेल, असं त्यांनी गृहीत धरलं होतं.

पण त्यानंतर एक प्रदीर्घ पत्रव्यवहार झाला. यात दोन्ही बाजूंनी दावे आणि प्रतिदावे करण्यात आले. डॉ. एक्लेस यांनी GIPRच्या एजंटला ६ मार्च १८६७ रोजी एक पत्र लिहिलं. आपल्या बग्गीचं नुकसान GIPR कंपनीने भरून द्यावं, अशी मागणी त्यांनी या पत्राद्वारे केली; पण या एजंटच्या सचिवाने डॉ. एक्लेस यांना उत्तरादाखल लिहिलं की, असे खर्च मंजूर करता येणं शक्य नाही.[४४] एक्लेस यांचा पापड मोडला.

आता कोणी विचारेल की, डॉ. एक्लेस यांनी कंपनीला लिहिलेल्या पत्रामुळे कंपनीने आपल्या स्थानकांचं प्रवेशद्वार रुंद ठेवायला सुरुवात केली का? १५ वर्षांनंतर बांधलेल्या भायखळा स्थानकाचं प्रवेशद्वार म्हणूनच एवढं प्रशस्त ठेवलं

भायखळा स्थानकातील तिकीट घराची नक्षीदार जाळी

४४. एस. एन. शर्मा, History of the GIP Railway (१८५३-१८६९), भाग १, खंड १, (Bombay : Chief Public Relations Officer, Central Railway, 1990) पृ. ९६

गेलं का? याबाबत निश्चित काही सांगता येणार नाही; पण एक गोष्ट आपल्याला नक्कीच माहीत आहे की, जुलै १८९१ मध्ये सुरू झालेल्या नव्या स्थानकाच्या द्वारमंडपात मोठ्या बग्गीही सहजपणे येऊ शकत होत्या. आजही हा द्वारमंडप तेवढाच प्रशस्त आहे.

इतिहासाच्या पाऊलखुणा

ब्रिटिश साम्राज्याची भव्यता आणि दिमाख या स्थानकावर आजही स्पष्टपणे दिसतो. जरा आसपास बघा. प्लॅटफॉर्म क्रमांक एक, दोन आणि तीन यांच्यावर आच्छादलेलं भव्य पोलादी छत तोलून धरणारे १४ रेखीव खांब तुम्हाला दिसतील. हे अगदी असेच खांब व्हिक्टोरिया टर्मिनसच्या प्लॅटफॉर्मवरही आहेत. पश्चिम दिशेला एक भव्य दगडी इमारत आहे. या इमारतीमध्ये प्रवेश करण्यासाठी २६ कमानी आखलेल्या आहेत. आज यांपैकी अनेक कमानी प्रवेशद्वार म्हणून वापरात असल्या, तरी काही कमानींवर फुलांचं नक्षीकाम केलेले लाकडी दरवाजे आजही अस्तित्वात आहेत. व्हिक्टोरिया टर्मिनसच्या इमारतीमधील लाकडी दरवाजांशी हे दरवाजे साधर्म्य साधतात. या इमारतीत ऐतिहासिक मूल्य असलेल्या अनेक गोष्टी आहेत. स्थानकाचे नामफलक बसवलेल्या घोटीव लोखंडाच्या नक्षीदार चौकटींपासून लोखंडात नक्षीकाम केलेल्या आणि त्यातच GIPR चं बोधचिन्ह कोरलेल्या तिकीट खिडक्यांच्या जाळ्यांपर्यंत किंवा याच खिडक्यांजवळ असलेल्या रेखीव लोखंडी कुंपणापर्यंत अनेक गोष्टी मौल्यवान आहेत. या स्थानकातच एक जुना आणि आता वापरात नसलेला दगडी प्लॅटफॉर्म आहे; तसेच आज कोणाच्या खिजगणतीतही नसलेलं सायडिंग आहे आणि दगडी इमारत आहे.

प्लॅटफॉर्म क्रमांक चारच्या बाजूला असलेल्या स्थानक इमारतीमध्येही अनेक वैशिष्ट्यं दडलेली आहेत. इथं जुने लोखंडी खांब, लोखंडी घंटा अडकवण्याचा हूक आणि घंटा टांगण्यासाठीची जागा दिसते. या गोष्टींवर 'ग्लेनगरनॉक स्टील' अशी पुसट अक्षरंही दिसतात. या अक्षरांनी या स्थानकाचं नातं स्कॉटलंडमधल्या ग्लेनगरनॉक आयर्न अ‍ॅण्ड स्टील या कंपनीशी जोडलं जातं. या कंपनीशी जोडल्या गेलेल्या स्थानकांमध्ये मुंबईच्या उपनगरीय मार्गावरील अनेक स्थानकांचाही समावेश आहे. आजही या स्थानकांमध्ये ग्लेनगरनॉक कंपनीचे खांब किंवा साहित्य दिसतं.

~

भायखळा स्थानकातून गाडी बाहेर पडली की, पूर्वेकडील रेल्वे रुग्णालयाच्या इमारतीची सावली या गाडीवर पडते; पण अगदी थोडक्याचजणांना माहीत असतं की, या हॉस्पिटलमध्ये मुंबईतल्या पहिल्या शैक्षणिक संस्थांपैकी एक असलेल्या

एल्फिन्स्टन स्कूल अ‍ॅण्ड कॉलेजची सुरुवात झाली होती.

पारशी समाजातल्या कावसजी जहांगीर रेडीमनी या एका परोपकारी माणसाने १८७० मध्ये विद्यार्थ्यांसाठी ही इमारत बांधली. या इमारतीच्या आवारात असलेली आणि अर्धी जमिनीखाली गेलेली कोनशिला रेडीमनी साहेबांच्या दातृत्वाची साक्ष देते. १८८८ मध्ये एल्फिन्स्टन कॉलेजचा कारभार काळा घोडा परिसरात या कॉलेजसाठी बांधलेल्या नव्या इमारतीत सुरू झाला. त्यानंतर याच इमारतीत १९२३ पर्यंत VJTIचा कारभारही सुरू होता.

VJTIची जन्मकहाणीही मोठी सुरस आहे. राणी व्हिक्टोरियाच्या राज्यारोहणाचा सुवर्ण महोत्सव मुंबईत १८८७ मध्ये साजरा झाला. हा सुवर्ण महोत्सव म्हणजे त्या काळी खूप मोठा सोहळा होता. तो साजरा करण्यासाठी सरकारी पातळीवर खूप मोठे प्रयत्न झाले. 'नेटिव्ह' लोकांच्या कौशल्याला वाव देऊन स्थानिक तंत्रज्ञांची एक नवी फळी तयार करता येईल, असा विश्वास त्या वेळच्या महापालिकेला वाटत होता. परदेशी कर्मचाऱ्यांवरचं अवलंबित्व कमी करणं, हा यामागचा हेतू होता. पैसे तर जमा झाले; पण या नव्या संस्थेसाठी जमीन सापडत नव्हती.

या अशा महत्त्वाच्या वेळी पारशी समाजातले आघाडीचे उद्योजक दिनशॉ माणेकजी पेटिट यांनी पुढाकार घेऊन मार्ग दाखवला. एल्फिन्स्टन कॉलेज काळा घोडा परिसरातील नव्या इमारतीत गेल्यानंतर पेटिट यांनी ही जमीन या नव्या तंत्रज्ञान संस्थेला देणगीदाखल देऊ केली. राणीच्या राज्यारोहणाचं सुवर्ण महोत्सवी वर्ष साजरं करण्यासाठी या संस्थेचं नाव व्हिक्टोरिया ज्युबिली टेक्निकल इन्स्टिट्यूट असं ठेवण्यात आलं. १८८८ मध्ये या संस्थेची स्थापना झाली. आज या संस्थेच्या नावातली इंग्रजी आद्याक्षरं कायम आहेत; पण या संस्थेचं नाव व्हिक्टोरिया ज्युबिली याऐवजी वीरमाता जिजाबाई असं ठेवण्यात आलं आहे. याच संस्थेच्या समोर असलेल्या उद्यानाचं आणि प्राणिसंग्रहालयाचं नावही पूर्वी व्हिक्टोरिया ज्युबिली असंच होतं; पण आता तेही बदलून वीरमाता जिजाबाई ठेवण्यात आलं आहे. पहिल्या महायुद्धानंतर १९२३ मध्ये सरकारने भायखळ्यातल्या जागेच्या बदल्यात माटुंगा येथे VJTIला मोफत जागा देऊ केली आणि ही संस्था तिथे हलवण्यात आली.

आज एल्फिन्स्टन कॉलेज आणि VJTI या शैक्षणिक संस्थांचं सुरुवातीच्या काळातलं माहेरघर असलेल्या या इमारतीत मध्य रेल्वेच्या कर्मचाऱ्यांसाठी ३६६ खाटांचं सुसज्ज रुग्णालय चालवलं जातं. हे रुग्णालय डॉ. बाबासाहेब आंबेडकर स्मृती रेल्वे रुग्णालय या नावाने ओळखलं जातं. इथं येणारे रुग्ण, त्यांचे नातेवाईक आणि डॉक्टर एवढ्या गडबडीत असतात की, त्यांना या इमारतीचं महत्त्व लक्षातच येत नाही. अनेकांना तर ठाऊकही नसतं की, भारतीय संविधानाचे शिल्पकार असलेल्या डॉ. बाबासाहेब आंबेडकर यांचं नाव या इमारतीला देण्यामागे एक खूप

खास कारण आहे. डॉ. आंबेडकरांनी याच इमारतीत १९०५ ते १९०७ या काळात नववी ते मॅट्रिकपर्यंतचं शिक्षण पूर्ण केलं होतं. त्यांच्या समाजातून हा असा पराक्रम करणारे ते पहिलेच विद्यार्थी होते.[४५]

या रुग्णालयाच्या इमारतीच्या स्थापत्यशैलीकडे लक्ष द्यायला इथे रोज येणाऱ्यांपैकीही अनेकांना वेळ नसतो. या इमारतीचं दगडी बांधकाम दर्जेदार आहे आणि या दगडी भिंतीची जाडी जवळपास १.२ मीटर एवढी आहे. तसेच या इमारतीचे मनोरे हेदेखील तिच्या स्थापत्यशैलीचं वैशिष्ट्य आहे. प्रवेशद्वाराच्या मनोऱ्याची उंची जवळपास ३० मीटर एवढी आहे. हा या इमारतीचा सर्वांत उंच भाग आहे. गॉथिक शैलीतल्या कमानी, त्याच शैलीतील छत आणि खिडक्या ही या इमारतीची आणखी काही वैशिष्ट्यं! या रेल्वे रुग्णालयाबद्दल इतिहासकारांना आस्था वाटली नसती, तरच नवल!

~

हे रेल्वे रुग्णालय ओलांडून गाडी पुढे आली की, १९ व्या शतकातील आणखी एका आश्चर्याखालून जाते. हे अचंबित करणारं बांधकाम म्हणजे भायखळा स्थानकापुढलचा इंग्रजी एस (S) या अक्षराच्या आकाराचा पूल! व्हिक्टोरिया गार्डन ते जेकब सर्कल रोडदरम्यान रुळांवरचा पूल बांधण्याचं काम रेल्वेचे नोंदणीकृत ठेकेदार सेठ तेजू काया यांच्याकडे सोपवण्यात आलं. हे काम आव्हानात्मक असणार, याचा अंदाज त्यांना होताच; पण त्यांनी या कामाच्या ठिकाणाला भेट देऊन पाहणी केली, तेव्हा तर त्यांचा विश्वासच बसला.

हा पूल रेल्वेमार्गावरून जाणार होता. तसेच पुलाच्या दोन्ही बाजूंना उतारासाठी खूप कमी जागा होती; त्यामुळे पुलाचा उतार तीव्र राहणार होता; पण हा उतार खूप तीव्र झाला, तर या पुलाचा काहीच उपयोग होणार नव्हता. त्या वेळी बैलगाड्या आणि घोड्याची बग्गी ही वाहतुकीची साधनं होती. बैलगाड्यांना किंवा घोडागाड्यांना एवढा तीव्र उतार चढणं शक्य झालं नसतं. सेठ तेजू काया यांनी प्रत्यक्ष कामाच्या ठिकाणी निरीक्षण करण्यात तासन्तास घालवले. त्यांना यावर तोडगा काढायचा होता. शेवटी बुद्धीचा कस लावून थकलेले तेजू काया आपल्या कार्यालयात परतले आणि काडेपेट्यांची खोकी घेऊन पुलासाठी वेगवेगळे पर्याय तयार करू लागले. केवळ चाळा म्हणून या काडेपेट्यांच्या पेट्या हलवता हलवता अखेर त्यांना या

---

४५. प्रकाश विश्वासराव, डॉ. बाबासाहेब आंबेडकर (भारत : लोकवाङ्मय गृह, भारताचा नियोजन आयोग आणि महाराष्ट्र राज्य सरकारचा संस्कृती विभाग. २००७), पृ. ७९

पुलासाठी योग्य आकार सापडला. हाच तो इंग्रजी एस या अक्षराचा (S) आकार!

या एस ब्रिजला उलटं वळण आहे; त्यामुळे हा पूल खोलगट एस आकाराचा आहे. या अशा प्रकारच्या वळणदार बांधणीचा वापर १९ व्या शतकात अमेरिकेत करण्यात आला होता. तिथं नागमोडी वळणं घेऊन वाहणाऱ्या नद्या आणि अस्थिर किनारे यांच्या काठाने वाहतूक करण्यासाठी हे तंत्रज्ञान यशस्वी झालं होतं. पुढे हेच तंत्रज्ञान भारतातील घाटांमध्येही विकसित झालं. ब्रिजच्या दोनपैकी एका टोकावर विलक्षण तीव्र वळण देण्याचं हे तंत्रज्ञान म्हणजे अभियांत्रिकी क्षेत्रातली नवलाई होती. तसेच आता उतार तेवढा तीव्र नसल्याने तो चढताना घोड्यांची आणि बैलांची दमछाकही टळणार होती.

या पुलावर असलेल्या दगडी शिलालेखावर 'GIPR गार्डन्स ब्रिज, १९१३, कॉन्ट्रॅक्टर्स - तेजू काया ॲण्ड कंपनी' असं कोरलं आहे. ही कंपनी आजही माटुंग्याला अस्तित्वात आहे. सेठ तेजू काया यांच्या वारसदारांना आपल्या या देदीप्यमान वारशाचा अभिमान वाटतो. 'या पुलासारखा दुसरा पूल मुंबईत तरी नाही. मुंबईतला इतर कोणताही अभियंता हे आव्हान स्वीकारायला तयार नसताना आमचे पूर्वज सेठ तेजू काया यांनी ते स्वीकारलं. हा पूल इतर पुलांसारखा बनवणं शक्य नव्हतं. त्यासाठी कलात्मक दृष्टिकोनाची गरज होती,' तेजू काया ॲण्ड कंपनीचे भागीदार कांतिलाल तेजू काया सांगतात.[४६] मध्य रेल्वेवर डीसी-एसी परावर्तन करताना हा पूल पाडून तो नव्याने बांधण्याचा विचार रेल्वे अधिकारी करत होते; पण हा पूल वाचवण्यासाठी अनेक स्तरांमधून पावलं उचलली गेली. सेठ तेजू काया यांच्या अभियांत्रिकी पराक्रमाची गाथा सांगणारा हा पूल अजूनही, ताठ नाही म्हणता येणार; पण वक्राकार उभा आहे. या पुलाखालून गाडी पुढे आली की, GIPRचा इंजिन बांधणी कारखाना सुरुवातीला जिथे होता तिथे पोहोचते. ही पहिली कार्यशाळा १८ एकर जमिनीवर पसरली होती. या १८ एकरांमध्ये इंजिनांसाठीच्या शेड्स, इंजिनाचे भाग तयार करण्याच्या व जोडण्याच्या जागा, धातू घडवण्याचे कारखाने, लाकूड कापण्याचा कारखाना, गाडीचे डबे दुरुस्त करण्याची जागा, डबे तयार करण्याची जागा, गोदामं, सागवानी लाकडं ठेवण्याची जागा असा बराच पसारा मांडलेला होता.[४७] पण जसजसा रेल्वेचा कारभार वाढला, तसतशी या कार्यशाळेसाठी मोठ्या जागेची गरज निर्माण झाली. अखेर १८७० मध्ये परळच्या जवळ असलेल्या मोकळ्या जागेत ही इंजिन बांधणी कार्यशाळा हलवण्यात आली.

---

४६. २०१३ मध्ये कांतिलाल तेजू काया यांच्याशी झालेल्या संभाषणानुसार.

४७. Minutes of the Proceedings of the Institution of Civil Engineers, खंड १९, संपादन : जेम्स फॉरेस्ट (London : The Institution, 1864)

अगदी आत्तापर्यंत भायखळ्यातली ही कार्यशाळा एक विस्तीर्ण पण वापरात नसलेलं रेल्वे यार्ड म्हणून पडून होती. या परिसरात वाढलेल्या लहान मुलांना आजही 'चक्री' म्हटल्यावर या भायखळ्याच्या ओसाड कार्यशाळेची आठवण येते. या ठिकाणी एकेकाळी इंजिन फिरवण्यासाठी असलेल्या टर्न टेबलवरून या कार्यशाळेला 'चक्री' हे नाव पडलं असावं. आज या टर्न टेबलच्या जागी विद्युत उपकेंद्र उभारण्यात आलं आहे. या यार्डाच्या जागी आता मुंबई रेल्वे विकास महामंडळाच्या अधिकाऱ्यांसाठीच्या निवासी इमारती टेचात उभ्या आहेत.

चिंचपोकळी स्टेशन – आपत्कालीन क्षेत्र

हे यार्ड मागे टाकल्यावर आपण छोटेखानी आणि एकच प्लॅटफॉर्म असलेल्या चिंचपोकळी स्थानकात येतो. स्थानकात शिरण्याआधी पश्चिमेकडे आपल्याला ज्यू समाजाची दफनभूमी दिसते. ज्यू व्यापारी डेव्हिड ससून यांनी ही दफनभूमी आपल्या मुलाच्या स्मरणार्थ बांधली होती. १८६८ मध्ये चीनमधील शांघाय शहरात त्यांच्या मुलाचं निधन झालं होतं. गाडीच्या दरवाजातून किंवा खिडकीतून जरा बाहेर डोकावलात की, तुम्हाला या दफनभूमीतील थडगी सहज दिसतील.

चिंचपोकळी या शब्दाचा अर्थ या नावातच आहे.[४८] पोकळ असलेली चिंच, असा अर्थ असलेल्या या स्थानकाचा उल्लेख ब्रिटिश लेखकांच्या पुस्तकांमध्ये आणि काही सरकारी दफ्तरांमध्ये चिंट्झपूग्ली, चिंटपूगली किंवा चिंचपुग्ली असा केलेला आढळतो. या स्थानकाच्या परिसरात चिंचेची हिरवीगार झाडं असल्याने कदाचित या स्थानकाला हे नाव मिळालं असावं. डोंगरीचा जुना किल्ला पाडल्यानंतर आणि दादर-माटुंगा ही उपनगरं अस्तित्वात येण्याआधी माझगावच्या जवळ असलेलं हे उपनगर झपाट्याने विकसित व्हायला सुरुवात झाली नसती, तरच नवल होतं. फोर्ट परिसरापासून फक्त सहा किलोमीटर अंतरावर असलेल्या या उपनगरात विस्तीर्ण बंगले आणि बगीचे होते.

१९व्या शतकातील इंग्लिश लेखिका एमा रॉबर्ट्स चिंचपोकळीच्या रहिवासी होत्या. त्या १८३९ मध्ये मुंबईत आल्या. त्यांचा मुक्काम परळमधील गव्हर्नर साहेबांच्या बंगल्यावर होता. त्या गव्हर्नर जेम्स कारनॅक यांच्या पाहुण्या म्हणूनच

---

४८. चिंचेची झाडं आफ्रिकेतून अरबांनी भारतात आणली. इंग्रजीत या झाडाला 'Tamarind' म्हणतात. 'Tamar' हा अरबी भाषेतला शब्द आहे. 'Tamar Hind' किंवा 'Tamar ind' या नावातच 'हिंदुस्थानची चिंच' असा अर्थ दडलेला आहे. पाहा, के. सी. साहनी, The Book of Indian Trees (New Delhi : Oxford University Press, 1998), पृ. २३०.

मुंबईत उतरल्या होत्या. मुंबईत आल्यानंतर वर्षभरातच त्यांचा मृत्यू झाला; पण या वर्षभरात त्यांनी चिंचपोकळी हिल्सवरून दिसणारा नयनरम्य देखावा आपल्या नजरेत साठवून ठेवला होता.४९ या टेकडीवरून त्यांना माहिम परिसरातील ताडाची झाडंही सहज दिसायची.

आज एमा रॉबर्ट्स चुकून चिंचपोकळी परिसरात अवतरल्या, तर त्यांच्या मर्मबंधातली ठेव असलेला चिंचपोकळीचा परिसर त्या ओळखूही शकणार नाहीत. आजचं चिंचपोकळी ही टोलेजंग इमारती, चकचकीत मॉल्स आणि एखाद-दुसरी बंद पडलेली गिरणी यांनी गजबजलेलं आहे.

~

१८७७ च्या सुमारास काही गाड्या चिंचपोकळीला थांबायला सुरुवात झाली; पण तोपर्यंत या स्थानकाला कायमस्वरूपी स्थानकाचा दर्जा मिळाला नव्हता. १८९२-१८९४ या सुमारास रेल्वेने चिंचपोकळी स्थानकात गाड्या थांबवण्याचा आणि या स्थानकाला कायमस्वरूपी स्थानकाचा दर्जा देण्याचा निर्णय घेतला गेला.

पण चिंचपोकळी स्थानकाचं महत्त्व वाढलं ते १८९६ च्या प्लेगच्या साथीत. या साथीने हजारो मुंबईकरांचा जीव घेतला. त्या वेळी चिंचपोकळी हे महत्त्वाचं वैद्यकीय संक्रमण शिबिर बनलं. त्या वेळी प्लेगग्रस्तांना वेगळं ठेवण्यासाठी सरकारने GIPR साठीही एक आराखडा निश्चित केला होता. यामध्ये ठाणे आणि कल्याण या सीमेवरच्या दोन स्थानकांवर तपासणी कर्मचारी सज्ज ठेवण्याचाही समावेश होता. इथे प्लेगचे संभावित रुग्ण वेगळे केले जायचे. त्यांना मालगाडीसाठी असलेल्या प्लॅटफॉर्मवर नेऊन एका वेगळ्या डब्यात बसवलं जायचं. हा डबा पुढे चिंचपोकळी स्थानकात पाठवला जायचा. या रुग्णांना जवळच्या सिटी फिवर हॉस्पिटलमध्ये म्हणजे आजच्या कस्तुरबा रुग्णालयात नेण्यासाठी स्थानकांमध्ये रुग्णवाहिका सज्ज असायच्या. हे रुग्णालय १८९२ मध्ये सुरू झालं होतं.५० या रुग्णवाहिकांसाठीचे हमाल रात्रंदिवस चिंचपोकळी स्थानकात सज्ज असायचे. स्टेशन मास्तरकडून तार आल्यावर ते आपल्या रुग्णवाहिकांसह हजर व्हायचे. ज्या डब्यांमधून प्लेगच्या रुग्णांची पाठवणी व्हायची, त्यावर 'निर्जंतुक करणं आवश्यक' अशी

४९. एमा रॉबर्ट्स, The Notes of an Overland Journey through France and Egypt to Bombay (London : W. M. H. Aòen, 1841) पृ. २१६, ३१४

५०. Maharashtra State Gazetteer : Greater Bombay District, खंड ३ (India : Gazetteers Department, Government of Maharashtra, 1986) पृ. १९४

चिठ्ठी अडकवली जायची.[५१]

इतिहासाच्या पाऊलखुणा

एकच प्लॅटफॉर्म असलेलं चिंचपोकळी स्थानक छोटेखानी असलं, तरी इथे इतिहासाशी नातं सांगणाऱ्या अनेक गोष्टी आजही अस्तित्वामध्ये आहेत. आता १२ डब्यांच्या गाड्यांसाठी या प्लॅटफॉर्मची लांबी वाढवली असली, तरी मूळ स्थानकाचा अंदाज बांधणं सहज शक्य होतं. या स्थानकातलं अत्यंत आकर्षक आणि जुनं छत आजही त्या काळातल्या सुबकतेची ग्वाही देत उभं आहे. या छताला तोलून धरणारे १२ जुने खांबही आहेत. त्यांपैकी एका खांबावर 'डॉरमन लाँग, इंग्लंड' ही ती प्रसिद्ध अक्षरे पुसटशी वाचता येतात.

पूर्वीच्या काळाशी दुवा जोडणारी आणखी एक गोष्ट म्हणजे वरच्या बाजूला असलेलं जुनं तिकीट घर! प्लेगच्या काळात इथेच रुग्णांसाठी रुग्णवाहिका थांबायच्या. तसेच इथल्या पुलावरही काही अक्षरं कोरलेली आढळतात. ही अक्षरं खरंतर 'झटपट इंग्रजी शिका' किंवा 'असाध्य रोगावर १०० टक्के अक्सिर इलाज' अशा जाहिरातीच्या भित्तीपत्रकांखाली दडली आहेत; पण काळजीपूर्वक बघितलं तर 'GIPR, आर्थर रोड ब्रिज, १९११, कॉन्ट्रॅक्टर हाजी हबीब हाजी गनी' हे वाचता येतं. मुंबईचे गव्हर्नर जॉर्ज आर्थर यांच्या सन्मानार्थ या रस्त्याला आर्थर रोड हे नाव देण्यात आलं. हा रस्ता परळ रोड आणि बेलासिस ब्रिज यांना जोडतो.

या रेल्वे स्थानकाच्या बाहेर एक जुना मैलाचा दगड अजूनही ताठ उभा आहे. 'IV miles from St Thomas' असं या दगडावर लिहिलेलं आहे. बेसॉल्ट खडकापासून बनवलेले असे एकूण १६ मैलाचे दगड होते. या दगडांची उंची तीन ते चार फूट एवढी असायची. आताच्या फोर्ट भागातल्या सेंट थॉमस कॅथेड्रलपासूनचं मैलाचं अंतर नोंदवण्यासाठी हे दगड शहरभर लावण्यात आले होते. चिंचपोकळीच्या पुलावर असलेल्या या मैलाच्या दगडाचं अस्तित्व मोनोरेलच्या बांधकामाच्या वेळी धोक्यात आलं होतं; पण स्थानिकांनी या दगडाचं महत्त्व अधिकाऱ्यांना पटवून दिल्यावर त्याचं संवर्धन आणि जतन करण्यात आलं.

---

५१. सर जेम्स मॅक्नॅब कॅम्पबेल, Report of the Bombay Plague Committee Appointed by Government Resolution No 1204/720P on the Plague in Bombay for the Period Extending from the 1st July 1897 to the 30th April 1898 (Bombay : Times of India Steam Press, 1898) पृ. ३६

करी रोड स्थानक : चिंचपोकळीचा जुना भाऊ

चिंचपोकळी आणि करी रोड या स्थानकांमध्ये काही फार अंतर नाही; त्यामुळे गाडी चिंचपोकळीहून निघाल्यावर लगेचच करी रोड स्थानकात पोहोचते. या स्थानकाचं छतही डॉरमन अ‍ॅण्ड लाँग कंपनीने बनवलेल्या लोखंडी खांबांवरच तोललेलं आहे. एकच प्लॅटफॉर्म असलेलं हे स्थानक म्हणजे चिंचपोकळी स्थानकाची हुबेहूब प्रतिकृती आहे.

या स्थानकाला चार्ल्स करी यांचं नाव देण्यात आलं आहे. १८३३ मध्ये जन्मलेले करी साहेब ब्रिटनच्या ग्रेट नॉर्दर्न रेल्वेमध्ये काम करत होते. १८६५ ते १८७५ या दरम्यान त्यांना GIPRची प्रतिस्पर्धी कंपनी असलेल्या BB&CI या कंपनीचे एजंट म्हणून मुंबईत आणलं गेलं.[५२]

सुरुवातीच्या काळात करी रोड स्थानकाचा उपयोग शर्यतीच्या घोड्यांची ने-आण करण्यासाठीच व्हायचा; पण १८९० ते १८९५ च्या दरम्यान कधीतरी प्रवाशांसाठीही या स्थानकाला कायमस्वरूपी स्थानकाचा दर्जा देण्यात आला.[५३] त्यानंतर काही वर्षांनी म्हणजे १९०८ च्या बॉम्बे गॅझेटिअरमध्ये या स्थानकाचा काही भाग जाळपोळीत भस्मसात झाल्याची नोंद सापडते. लोकमान्य बाळ गंगाधर टिळकांना राजद्रोहाखाली अटक झाल्यावर मुंबईतले गिरणी कामगार प्रक्षुब्ध झाले. त्यांनी मुंबईत दंगा सुरू केला आणि त्या वेळी लागलेल्या आगीत करी रोड स्थानकाचा काही भाग जळाला होता. चिंचपोकळी, करी रोड आणि परळ हे भाग म्हणजे मुंबईतल्या कापडगिरण्या आणि गिरणी कामगारांच्या चाळी यांचं केंद्रस्थान होते. १९२० पर्यंत करी रोड स्थानक पुन्हा सावरलं होतं. एवढंच नाही, तर तीन रंगांची सिग्नल यंत्रणा सुरू करणाऱ्या पहिल्या स्थानकांपैकी एकाचा मान करी रोडला दादर स्थानकाबरोबर मिळाला.

इतिहासाच्या पाऊलखुणा

करी रोड स्थानकात आज त्या काळातले १२ खांब उभे आहेत. त्यांपैकी एका खांबावर डॉरमन लाँग, इंग्लंड यांची मुद्रा आहे. तसेच चिंचपोकळी स्थानकातल्या

---

५२. सॅम्युअल टी. शेपर्ड, Bombay : Place Names and Street Names : Exursion Into the By-ways of the History of Bombay City (Bombay : The Times Press, 1917). पृ. ५६

५३. डॉ. ए. के. अरोरा, History of Bombay Suburban Railways : 1853-1985, (Bombay : The Indian Railway Electrical Engineers Association, 1985) पृ. १०

छतासारखंच छत इथेही पाहायला मिळतं. या स्थानकाच्या उत्तरेच्या टोकालाही एक पूल आहे. हा पूल सेठ तेजू काया यांनीच बांधला आहे.

परळ स्थानक – एकेकाळचं सत्ताकेंद्र

गाडी करी रोडच्या पुढे सरकली की, एका बाजूला GIPRची सामान साठवायची जागा आणि त्या जागेत असलेली अनेक बैठी घरं दिसतात. या घरांवरची कौलं मंगळुरी आहेत. तसेच या घरांच्या चौकटीही लाकडी आहेत. मंगळुरी कौलं बसवण्यात आलेल्या मुंबईतल्या पहिल्या इमारतींमध्ये या बैठ्या घरांचा समावेश होतो.

GIPRची ही सामान साठवायची जागा म्हणजे आशिया खंडातल्या या पहिल्या ट्रेनच्या आठवणींच्या खजिन्याचं भांडार आहे. आता इथे भंगारासाठी जागा करण्यात आली आहे. २०१२ मध्ये मध्य रेल्वेच्या माटुंगा कार्यशाळेत काम करणाऱ्या अधिकाऱ्यांना या ठिकाणी रेल्वेच्या वैभवशाली इतिहासाचे अनेक अवशेष सापडले. त्यांनी याच ठिकाणी तात्पुरतं वारसा दालन उभं करून त्यामध्ये हे अवशेष प्रदर्शनासाठी ठेवले होते. यात १८७८ मध्ये तयार झालेल्या या मंगळुरी कौलांचाही समावेश होता; पण आपल्याला कसं कळलं की, ही कौलं १८७८ मध्ये तयार झाली होती? या कौलांवर असलेल्या काही शब्दांमुळे! हे शब्द आहेत 'अल्वारेस ॲण्ड कं. मॅंगलोर'! या कौलांचं या यार्डातलं प्रयोजन काय किंवा ती नेमकी कोणत्या इमारतीवर बसवली होती, हे आपल्याला कधीच कळणार नाही; पण आपल्याला एवढं नक्की माहिती आहे की, १९ व्या शतकाच्या मध्यापासूनच मंगळूर किंवा मॅंगलोर हे कौलं बनवणाऱ्या कंपन्यांचं माहेरघर होतं. तसेच मुंबईच्या कोणा सायमन अल्वारेस यांनी १८७८ मध्ये मंगळूरमधली कौलं बनवणारी एक कंपनी विकत घेतली होती. या कंपनीचा जम बसावा, म्हणून त्यांनी खूप मेहेनत घेतली. त्यांच्या या मेहनतीचं फळ म्हणजेच मुंबईसह जाफना, कोलंबो आणि अगदी आफ्रिकेतल्या पूर्व किनारपट्टीवरील काही देशांमध्येही त्यांच्या कंपनीची कौलं पोहोचली.[५४] व्हिक्टोरिया टर्मिनस इथं मिळालेली कौलं बेसल मिशन कंपनीची होती. कौलं बनवणारी ही सर्वांत जुनी कंपनी होती; पण अल्वारेस ॲण्ड कंपनीचा काळ आणि रेल्वेच्या उदयाचा काळ एकच होता.

या यार्डमधल्या भंगारात सापडलेले हे सगळे अवशेष नंतर माटुंगा कार्यशाळेतल्या वारसा दालनात ठेवण्यात आले. यामध्ये १९३० च्या मॉरिस फायर इंजिनचा,

---

५४. अरनॉल्ड राइट, Southern India : Its History, People, Commerce and Industrial Resources (India : Asian Educational Services, 1914) पृ. ५११

ब्रिटिश रेल्वे अभियंता एडवर्ड रिचर्ड कॅलथ्रॉप यांनी तयार केलेल्या १९४८ च्या नॅरो-गेज आणि स्टॅन्डर्ड गेज मार्गावरच्या डब्यांचा समावेश आहे.[५५]

~

मुंबईच्या इतिहासात परळला अनन्यसाधारण महत्त्व आहे. १७७० ते १८८० या ११० वर्षांच्या काळात मुंबईच्या गव्हर्नरचा निवास याच परळमध्ये होता. तत्कालीन गव्हर्नर विल्यम हॉर्नबी यांनी गव्हर्नरचं निवासस्थान फोर्ट परिसरातून इथे आणलं. एकेकाळी घनदाट जंगल असलेल्या या उपनगरात आता काचेच्या तावदानांच्या गगनचुंबी इमारती दिसतात. इथल्या गिरण्या कधीच बंद झाल्या आणि झाडं तर सिमेंट काँक्रिटच्या गर्दीत नाहीशी झाली; पण गव्हर्नर साहेबांचा बंगला मात्र अजूनही उभा आहे.

गव्हर्नमेंट हाउस या नावाने ओळखल्या जाणाऱ्या गव्हर्नरच्या बंगल्याच्या जागी आधी ख्रिस्ती शाळा होती. या सात बेटांच्या शहरावर पोर्तुगीज आपलं वर्चस्व प्रस्थापित करत होते, तेव्हाची ही गोष्ट! पोर्तुगिजांची राजकन्या कॅथरिन ऑफ ब्रेगान्झा ब्रिटिश राजघराण्याची सून बनल्यानंतर हुंडा म्हणून ही बेटं ब्रिटिशांकडे आली, तेव्हा ब्रिटिशांनी परळच्या या ख्रिस्ती शाळेचा चेहरामोहरा बदलला आणि या शाळेच्या जागी एक दिमाखदार बंगला उभा केला. भारतातल्या उष्ण हवामानाला साजेसं असं या बंगल्याचं बांधकाम होतं. या बंगल्याच्या सगळ्या खोल्यांबाहेर मोकळा व्हरांडा होता. ईस्ट इंडिया कंपनीत चाकरी करणाऱ्या जॉन हेन्री ग्रोस या अधिकाऱ्याने १७५० च्या दशकात पूर्वेकडच्या देशांचा प्रवास सुरू केला होता. त्याने या परळच्या बंगल्याबद्दल विस्तृत लेखन केलं आहे.

> परळला गव्हर्नरचा आलिशान बंगला आहे. हा बंगला म्हणजे रोमन पद्धतीचं चॅपल होतं. त्याचा ताबा जेझुएट्सकडे होता.[५६] आता या

---

५५. एवरार्ड रिचर्ड कॅलथ्रॉप यांनी नॅरो-गेज रेल्वेला आणि वाफेवर चालणाऱ्या रेल्वेलाइनवरच्या जुन्या हाताने सिग्नल दाखवण्याच्या कंदिलांना प्रोत्साहन दिलं होतं.

५६. जुन्या परळी वैद्यनाथ मंदिराच्या ठिकाणी हे गव्हर्नमेंट हाउस बांधण्यात आलं होतं. या मंदिरावरूनच बाजूच्या गावाला परळ असं नाव पडलं. या ठिकाणी ख्रिश्चनांनी १५९६ ते १६९३ या दरम्यान कधीतरी एक दगडी इमारत आणि एक चॅपल बांधलं. हे चॅपल रोमिश चॅपल ऑफ जेझुएट्स या नावाने ओळखलं जायचं. ९ फेब्रुवारी २०१४ रोजी हाताळलेल्या महाराष्ट्र राजभवनाच्या, in<https://rajbhavan.maharashtra.gov.in/history/history_sans.htm> या वेबसाइटवर उपलब्ध माहितीच्या आधारे.

चॅपलचं रूपांतर एका आरामदायक बंगल्यात करण्यात आलं आहे. एवढंच नाही, तर आणखी काही अतिरिक्त इमारतीही बांधण्यात आल्या आहेत. त्याशिवाय बगिचामध्ये सुधारणा केल्या आहेत; त्यामुळे इथलं वास्तव्य कमालीचं प्रशस्त बनलं आहे. या बंगल्यात येण्यासाठीच्या एक मैलभर लांबीच्या मार्गाच्या एका बाजूला कुंपण आणि दुसऱ्या बाजूला झाडं आहेत आणि हा बंगला समुद्राच्या बाजूला असला, तरीही मध्ये असलेल्या एका टेकडीमुळे समुद्राचा खारा वारा थेट इथपर्यंत येत नाही. उन्हाळ्यातला बहुतांश वेळ गव्हर्नर या बंगल्यात घालवू शकतात. मुख्य शहरातल्या हवेपेक्षा इथली हवा अधिक थंड आणि स्वच्छ आहे. इथला निवास आरामदायक करण्यात कशाचीही कमतरता नाही.[५७]

ग्रोस यांनी उल्लेख केलेली टेकडी आजही उभी आहे. आता या टेकडीवर झोपड्या आणि काही घरं झाली आहेत. 'गोलंदजी हिल' या नावाने ओळखल्या जाणाऱ्या या टेकडीत काहीच रमणीय असं उरलेलं नाही. दिवसेंदिवस ही टेकडी खचत चालली आहे; त्यामुळे पावसाळ्यात या टेकडीवरच्या रहिवाशांना पालिकेकडून भूस्खलनाबद्दलचा इशारा दिला जातो.

कार्स्टन नायबर नावाच्या एका प्रवाशाने आपल्या नोंदीत असं सुचवलं होतं की, परळच्या या बंगल्याचा उल्लेख 'सॅन्स परिएल' म्हणजे 'अद्वितीय' असाच करायला हवा. या बंगल्याची तुलना भारतातील इतर कोणत्याही वास्तूशी होऊ शकत नाही.[५८] काही नोंदींनुसार हा बंगला म्हणजे त्या वेळी उत्साहाचं केंद्रबिंदू होता. गव्हर्नरच्या या बंगल्यावर नियमितपणे बॉल डान्सचं आयोजन व्हायचं. मुंबईच्या कारभाराच्या नोंदी ठेवणारे जेम्स मॅकिन्टॉश यांनी १८०३ मध्ये लिहिलं होतं की,

आमच्या राजधानीपासून (इथे फोर्ट परिसर) पाच मैल किंवा आठ किलोमीटर अंतरावर असलेल्या अत्यंत सुंदर प्रदेशात आम्ही राहतो.

५७. जॉन हेन्री ग्रोस, A Voyage to the East Indies : Containing Authentic Accounts of the Mogul Government in General, the Viceroyalites of the Deccan and Bengal, with Their Several Subordinate Dependances, with General Reflections on the Trade of India, खंड १, (London : S. Hooper, 1772)

५८. The History of Raj Bhavan, Mumbai, in <http://103.23.150.141/history/history_sans.htm>, या वेबसाइटवर उपलब्ध माहितीनुसार.

> गव्हर्नर साहेबांच्या कृपेने त्यांच्याच सरकारी बंगल्यात आमचा मुक्काम आहे. या बंगल्याच्या इमारतीतील काही खोल्यांपैकी दोन खोल्या त्यांनी माझ्या वाचनालयासाठी देऊ केल्या आहेत. आता त्यापैकीच एका खोलीत बसून मी हे लिहीत आहे. माझ्या समोर एक विस्तीर्ण उद्यान आहे. १८०४ मध्ये तत्कालीन गव्हर्नर जोनाथन डंकन यांनी परळच्या या बंगल्यात मोठी बॉल मेजवानी आयोजित केली होती. पाण्यावरच्या तरंगांप्रमाणे जमिनीवर तरंगल्यासारखा बॉल डान्स करणाऱ्या या जोडप्यांचं पदलालित्य पिढ्यान्‌पिढ्या चालत आलेला सहजपणा दाखवायचं. रात्रीच्या वेळी आकाशात होणाऱ्या आतषबाजीचे आणि पहाटेच्या लालबुंद सूर्यबिंबाचे व पूर्वरंगी आभाळाचे सगळे रंग इथल्या स्त्री-पुरुषांच्या चेहऱ्यावर उतरलेले असायचे.[५९]

गव्हर्नरच्या बंगल्याभोवती असलेली बाग एकेकाळी शहरातली सर्वांत उत्तम बाग होती. एवढंच नाही, तर भारतातील ब्रिटिश साम्राज्याच्या इतर महत्त्वाच्या ठिकाणी असलेल्या वास्तूंमधल्या बगिचांसाठी ही बाग म्हणजे एक उत्कृष्ट नमुना होती. परळच्या या बागेशीही एक खूप गोड गोष्ट जोडलेली आहे. या बागेसारखीच दुसरी बाग कलकत्त्याच्या गव्हर्नर जनरलच्या बराकपोर येथील बंगल्याबाहेर आहे. हा योगायोग नाही. कसा, ते बघू या.

भारतात सैनिकांचा उठाव होण्याआधी १८५६ च्या सुमारास भारताचे नवीन गव्हर्नर जनरल लॉर्ड चार्ल्स कॅनिंग त्यांच्या पत्नीसह– शार्लट कॅनिंगसह– कलकत्त्याला गेले. हे जोडपं एका वर्षापूर्वी डिसेंबर १८५५ मध्ये इंग्लंडहून बोटीने भारतात मुंबईत आलं होतं. कलकत्त्याला जाण्याआधी ते काही काळ परळच्या या गव्हर्नमेंट हाउसमध्ये वास्तव्याला होते. लेडी शार्लट या वनस्पतिशास्त्रज्ञ होत्या. तसेच त्या कलासक्त होत्या. व्हिक्टोरिया राणीशी नेहमी भेटीगाठी होत असलेल्या लेडी शार्लट भारतातूनही पत्राद्वारे राणीला आपली ख्यालीखुशाली कळवायच्या. या पत्रांबरोबर त्या राणीला स्वतः काढलेली काही चित्रंही पाठवायच्या.

> राजघराण्यातल्या लहान मुलांसाठी त्या निसर्ग इतिहासाचे नमुने पाठवायच्या; पण भारत आणि भारतीयांच्या प्रेमात पडूनही केवळ साप आणि कीटकांच्या

---

५९. Maharashtra State Gazetteers, Greater Bombay Districtच्या ४ सप्टेंबर २०१४ रोजी हाताळलेल्या in <https://cultural.maharashtra.gov.in/english/gazetteer/greater_bombay/places.html>, या वेबसाइटवर उपलब्ध माहितीनुसार.

भीतीने भारतात यायला घाबरणाऱ्या राणी व्हिक्टोरिया यांनी लेडी शार्लट यांच्या भोवती असलेली छोटी-मोठी माहिती पाठवण्याचा सातत्याने शार्लट यांच्याकडे आग्रह धरला होता.[६०]

परळची ही बाग त्या वेळी मुंबई प्रांताचे गव्हर्नर असलेल्या लॉर्ड एल्फिन्स्टन यांच्या सरकारी घराचाच भाग होती. लेडी शार्लट यांनी पहिल्यांदा भारतात पाय ठेवला आणि या बागेने त्यांच्या मनाचा ठाव घेतला. उष्णकटिबंधीय प्रदेशातील या सगळ्या झाडांची संगत त्यांना खूप आवडायची. परळच्या बंगल्यातल्या खिडकीत बसून त्या राणी व्हिक्टोरियाला पत्र लिहायच्या. अशाच एका पत्रात या खिडकीत बसल्यानंतर त्यांना काय काय दिसतं, हे त्यांनी लिहिलं होतं.

अनेक कोकोची झाडं, आकाशाशी स्पर्धा करणारी ताडाची झाडं, मध्येच थोडी भाजलेली जमीन, मोहोरलेली आंब्याची झाडं, चिंच, वारा आल्यानंतर पानांची सळसळ करणारा आणि हिरव्या व गुलाबी देठाची पानं असलेला पिंपळ, भरपूर फळं असलेलं सागाचं झाड असं खूप काही या खिडकीतून दिसतं.[६१]

काही महिन्यांनी लेडी शार्लट कलकत्त्याच्या आपल्या घरी स्थिरस्थावर झाल्यानंतर त्यांनी बराकपोरच्या या घराच्या आवारातही परळच्या बागेसारखी बाग उभी करण्याचा प्रयत्न केला. लेडी शार्लट यांनी त्या वेळी उल्लेख केलेली अनेक झाडं आजही परळच्या त्या बागेत सहज बघायला मिळतात.[६२]

१८८० च्या मध्यापर्यंत परळ हे सत्तेचं एक टेम्पल प्रमुख केंद्र होतं. त्यानंतर त्या काळात असलेले मुंबईचे गव्हर्नर रिचर्ड यांनी गव्हर्नरचं सरकारी घर मलबार पॉइंट इथे हलवलं. त्यांच्या मते परळ हे शहराच्या खूपच बाहेर होतं. टेम्पल यांच्यानंतर गव्हर्नरपदी आलेल्या जेम्स फर्ग्युसन यांनी नोव्हेंबर १८८० मध्ये पुन्हा परळच्या गव्हर्नमेंट हाउसमध्ये आपलं बस्तान हलवलं. या बंगल्यात राहणारे ते शेवटचे गव्हर्नर![६३] त्यांचा कार्यकाळ संपेपर्यंत परळच्या गव्हर्नमेंट हाउसच्या आसपासचं वातावरण आरोग्यासाठी अपायकारक असल्याचे निष्कर्ष काढले गेले.

---

६०. युजिनिया डब्ल्यू. हर्बर्ट, Flora's Empire : British Gardens in India (India : Penguin Books, 2013), पृ. ८९-९०

६१. Ibid.

६२. Ibid.

६३. याच जेम्स फर्ग्युसन यांच्या स्मृतिप्रीत्यर्थ पुण्यातील फर्ग्युसन कॉलेजला त्यांचं नाव देण्यात आलं.

मुंबईचे माजी गव्हर्नर रॉबर्ट ग्रँट यांच्या नोंदीप्रमाणे या बंगल्याच्या बागेची निगा राखणारे माळी आणि बंगल्यातील नोकरचाकर हे सगळेच तापाने आडवे झाले होते.[६४] त्यानंतर जेम्स फर्ग्युसन यांच्या पत्नीचंही १८८३ मध्ये कॉलऱ्याने निधन झालं. पुढच्या काळात या बंगल्याभोवती झोपड्यांचाही विळखा पडायला सुरुवात झाली होती. हे सगळं लक्षात घेता गव्हर्नर साहेबांचं निवासस्थान दुसरीकडे हलवणं हाच उत्तम पर्याय होता.

पॉइंट मलबार म्हणजेच आजच्या मलबार हिलचा भाग गव्हर्नर साहेबांच्या नव्या अधिकृत वसतिस्थानासाठी मुक्रर करण्यात आला. या पॉइंट मलबारवरून विस्तीर्ण समुद्राचा खूप छान नजारा दिसतो, हीदेखील एक जमेची बाजू होती. त्याशिवाय हा प्रदेश त्या वेळी इतर भागांपासून वेगळा होता. तसेच ब्रिटिशांना हव्या असलेल्या सगळ्या सोयी-सुविधा इथे उपलब्ध होत्या.[६५] गव्हर्नरने आपल्या परळच्या बंगल्यातून मुक्काम हलवल्यावर १८८५ मध्ये या बंगल्याचा वापर मुंबई प्रांताचे दस्तावेज जतन करण्यासाठी केला जाऊ लागला. १८९५ मध्ये प्रिन्स ऑफ वेल्स, मुंबई भेटीवर आले होते. हेच प्रिन्स ऑफ वेल्स नंतर सातवे एडवर्ड या नावाने ब्रिटनच्या साम्राज्यपदी विराजमान झाले. या प्रिन्स ऑफ वेल्सचा मुक्काम आठवडाभरासाठी परळच्या या बंगल्यामध्ये होता.

१८९६ च्या प्लेगच्या साथीत विस्तीर्ण उद्यानामध्ये उभ्या असलेल्या या बंगल्यावर निराशेची छाया पसरली. १८९८ मध्ये मात्र या बंगल्याने कात टाकली. त्या वर्षी इथे प्लेगवर संशोधन करण्यासाठी प्रयोगशाळा सुरू करण्यात आली. या प्रयोगशाळेचा ताबा युक्रेनमधील डॉ. वाल्डेमर मोर्डेकाय हाफकिन या बॅक्टेरियांचा अभ्यास करणाऱ्या तज्ज्ञाकडे सोपवण्यात आला. हे हाफकिन महाशय रेबीजवर लस शोधून काढणाऱ्या लुई पाश्चर यांचे शिष्य होते. या बंगल्याला पुढे 'प्लेग रिसर्च लॅबोरेटरी' अशीच ओळख मिळाली. या प्रयोगशाळेचे संचालक डॉ. हाफकिन होते. विसाव्या शतकाच्या सुरुवातीला या बंगल्याच्या मूळ स्वरूपात एवढे आमूलाग्र बदल करण्यात आले की, टाइम्स ऑफ इंडियाचे संपादक सॅम्युएल शेपर्ड यांनी लिहिलं होतं,

> परळच्या गव्हर्नमेंट हाउसला शास्त्रीय प्रयोगांची एवढी बाधा झाली आहे की, डंकन किंवा माउंट स्टुअर्ट एल्फिन्स्टन यांच्या भुतांनाही एखाद्या

---

६४. मनोज नायर, 'Malabar Hill : How a Jungle Turned into a Posh Address', DNA, 26 July 2011

६५. Ibid.

लसीच्या किंवा जंतूंच्या बाटलीला धक्का न लावता या बंगल्यात भटकणं अशक्य झालं आहे.[६६]

कॉलरा आणि प्लेग या त्या काळातल्या जीवघेण्या आजारांवर लस शोधून काढल्याबद्दल आज हाफकिन यांच्या प्रति संपूर्ण जग कृतज्ञ आहे. भारताशी असलेल्या त्यांच्या प्रदीर्घ आणि सुफळ संबंधांबद्दलही ते चांगलेच कायम आठवणीत राहतील. या संबंधांची सुरुवात झाली ती कलकत्त्यामधून! हाफकिन सुरुवातीला कलकत्त्याला होते. तिथे त्यांना मलेरिया झाला आणि १८९५ मध्ये ते इंग्लंडला परत गेले; पण इंग्लंडमधलं त्यांचं वास्तव्य अगदीच अल्पकाळाचं ठरलं. पुढल्याच वर्षी मुंबईमध्ये प्लेगची भयानक साथ उद्भवली आणि भारतातून या प्लेगचं उच्चाटन करण्यासाठी मुंबई प्रांताच्या सरकारने हाफकिन यांना भारतात येण्याचं निमंत्रण दिलं. हे आमंत्रण अव्हेरणं हाफकिन यांच्यासारख्या हाडाच्या संशोधकाला शक्य झालं नाही आणि ७ ऑक्टोबर १८९६ रोजी हाफकिन साहेब मुंबईच्या किनाऱ्यावर उतरलेही! सुरुवातीला ही संशोधन प्रयोगशाळा जे. जे. रुग्णालयात होती; पण १८९८ मध्ये ही प्रयोगशाळा आणि हाफकिन या दोघांचं बस्तान जे. जे. रुग्णालयातून परळच्या या बंगल्यामध्ये हलवण्यात आलं. १९०६ मध्ये या प्रयोगशाळेला 'बॉम्बे बॅक्टेरियॉलॉजी लॅब' असं अधिकृत नाव मिळालं; पण या प्रयोगशाळेच्या संस्थापकाच्या म्हणजेच डॉ. हाफकिन यांच्या कर्तृत्वाला सलाम करण्यासाठी १९२५ मध्ये प्रयोगशाळेचं नाव बदलून हाफकिन इन्स्टिट्यूट असं ठेवण्यात आलं. आजही लोक या संस्थेला याच नावाने ओळखतात.[६७] भारतामध्ये व्यतीत केलेला काळ हा आपल्या आयुष्यातला विशेष नितांतसुंदर असा काळ होता, अशी चिठ्ठी हाफकिन यांनी लिहून ठेवली होती.

~

आता विषयाचे रूळ बदलून पुन्हा आपल्या मुख्य विषयाकडे म्हणजे रेल्वेकडे येऊ! परळ स्थानकामध्ये गाडी पोहोचण्याआधी आणखी एका पुलाखालून जाते. या पुलाचं नाव 'कॅरोल ब्रिज'! या ब्रिजच्या जागी रेल्वेचं फाटक होतं. ते फाटक बंद करून त्या जागी एक पूल बांधावा, अशी मागणी १९०५च्या सुमारास GIPRने

---

६६. सॅम्युअल टी. शेपर्ड, The Byculla Club (1833-1916) : A History (Bombay : Benett, Coleman And Co. Ltd., 1916). पृ. १६४

६७. २० मे २०१२ रोजी हाताळलेल्या The Haffkine Institute,< http://www.haffkineinstitute.org/history.htm>, या वेबसाइटवर उपलब्ध माहितीच्या आधारे

महापालिकेकडे केली. महापालिकेने या पुलाचा खर्च उचलण्यास नकार देत ही मागणी फेटाळून लावली. GIPRची कट्टर प्रतिस्पर्धी असणाऱ्या आणि या भागामध्ये GIPRच्या बाजूनेच जाणाऱ्या BB&CI रेल्वेनेही यामध्ये हस्तक्षेप करण्यास नकार देत पाठ फिरवली. शेवटी GIPRने या पुलासाठी येणाऱ्या खर्चाची जबाबदारी आपल्या शिरावर घेत हा पूल बांधला. आज या पुलाच्या चारही बाजूंना असलेल्या शिलालेखांमध्ये आणि पुलाच्या लोखंडी खांबांवर कोरलेली अक्षरं सहज वाचता येतात. ती काहीशी अशी आहेत, 'GIPR परळ ब्रिज, १९१३, कॉन्ट्रॅक्टर - बोमनजी रुस्तुमजी'! खांबांवरच्या छोट्याशा धातूच्या पट्टीवर 'पी. अॅण्ड डब्ल्यू. मॅक्लेलान लिमिटेड, क्लुथा वर्क्स, ग्लासगो' असं लिहिलेलं आढळतं. GIPRच्या इतर बांधकामांमध्येही या नावाचा उल्लेख सातत्याने येतो.

पण हा कॅरोल ब्रिज अनेक नावांनी ओळखला जातो. या ब्रिजच्या 'भाळी' कोरलेलं नाव आहे परळ ब्रिज, या ब्रिजच्या खालीच पश्चिम रेल्वेचं एल्फिन्स्टन रोड स्थानक असल्याने सर्वसामान्य मुंबईकर या ब्रिजला एल्फिन्स्टन ब्रिज या नावाने ओळखतात; पण रेल्वेच्या दफ्तरी मात्र या ब्रिजची नोंद कॅरोल ब्रिज या नावानेच आहे. विशेष म्हणजे ज्या BB&CI कंपनीने हा ब्रिज बांधण्यासाठी दमडीही द्यायला नकार दिला होता, त्याच कंपनीमध्ये इंजिन अधीक्षक म्हणून कामाला असलेल्या ई. बी. कॅरोल यांच्यावरून या ब्रिजला कॅरोल ब्रिज हे नाव देण्यात आलेलं आहे.[६८] अर्थात या कॅरोल यांचं भारतीय रेल्वेसाठी असलेलं योगदान अमूल्य आहे. ते गाड्यांच्या डब्यांचे वेगवेगळे आराखडे तयार करायचे; पण त्यांचं सर्वांत महत्त्वाचं काम म्हणजे डब्यांमध्ये विजेच्या दिव्यांची व्यवस्था करण्यात त्यांची भूमिका अत्यंत मोलाची होती.

मध्य रेल्वेच्या डीसी-एसी परावर्तनाच्या कामासाठी हा पूल पाडून त्या जागी नवा आणि अधिक रुंद पूल बांधण्याचं नियोजन होतं; पण रेल्वेने आपल्या प्रणालीमध्ये बदल करत या समस्येवर अंतर्गत उपाय शोधून काढला आणि दुसरी गोष्ट म्हणजे हा ब्रिज पाडताना आजूबाजूच्या इमारतीही पाडल्या जातील, या भीतीने स्थानिक लोकांनीही या प्रकल्पाला विरोध केला. परिणामी, हा प्रकल्प बासनात गुंडाळला गेला.

~

---

६८. सॅम्युअल टी. शेपर्ड, Bombay : Place Names and Street Names : Exursion Into the By-ways of the History of Bombay City (Bombay : The Times Press, 1917). पृ. ४२

गाडी पुढे येते, तेव्हा एका बाजूला परळची रेल्वेची कार्यशाळा आणि दुसऱ्या बाजूला रेल्वेचं भंगार ठेवायचं यार्ड लागतं आणि शेवटी आपण परळला पोहोचतो. इथे या रेल्वेला समांतर जाणाऱ्या पश्चिम रेल्वेच्या किंवा पूर्वीच्या BB&CI रेल्वेच्या रेल्वेलाइन स्पष्ट दिसतात. एका जुन्या टाकीजवळ आणखी एक सायडिंग लाइन आहे आणि ही लाइन परळच्या कार्यशाळेमध्ये म्हणजे परळ वर्कशॉपमध्ये जाते. इंजिनसाठी सुरू झालेली भायखळ्याची पहिली कार्यशाळा बंद करून ती परळ इथे हलवण्यात आली, हे आपण याआधी बघितलं होतं. परळमधल्या ४३ एकरच्या मोकळ्या जागेवर १८७७ ते १८७९ या काळामध्ये ही नवी कार्यशाळा बांधण्यात आली होती.[६९] परळच्या कार्यशाळेचा इतिहासही चित्रविचित्र असाच आहे. एक काळ असा होता की, या कार्यशाळेत ग्रेनेड्स किंवा तोफगोळे तयार केले जात होते. पहिल्या महायुद्धाच्या वेळी भारतभरातल्या रेल्वेच्या कार्यशाळांवर शस्त्रास्त्र बनवण्यासाठी खूपच दबाव येत होता. या दबावातूनच परळ वर्कशॉपमध्ये बॉम्ब, ग्रेनेड्स आणि अगदी लष्करासाठी पोलादी गाड्याही तयार करण्यात आल्या होत्या.[७०] तर परळच्या कार्यशाळेत GIPR कंपनीची वाफेवर चालणारी इंजिनं देखभाल-दुरुस्तीसाठी नियमित यायची. व्हल्कन फाउंड्रीने पाठवलेल्या नऊ मूळ इंजिनांपैकी एका इंजिनाची विल्हेवाट याच कार्यशाळेत लावण्यात आली होती. आता या कार्यशाळेत डिझेलवर चालणारी इंजिनं तयार केली जातात.

परळ स्थानकातून दिसणारं परळ आणि दादर यांच्यातलं यार्ड हे एके काळी BB&CI आणि GIPR यांच्यातील देवाण-घेवाणीच्या जागांपैकी एक होतं. खरंतर आजही मध्य किंवा पश्चिम रेल्वेला आपल्या गाड्या इकडून तिकडे पाठवायच्या असतील, तर याच यार्डाचा वापर केला जातो. आजपासून १३२ वर्षांपूर्वी म्हणजे १ जानेवारी १८८५ रोजी GIPR आणि BB&CIमध्ये पहिलावहिला करार झाला. या करारानुसार दोन्ही कंपन्यांनी एकमेकांच्या मालकीच्या गाड्या आणि मालगाड्या यांची अदलाबदल करण्याला परवानगी दिली. प्रत्येक कंपनीला दुसऱ्या कंपनीची रेल्वेलाइन दादरमार्गे वापरायची परवानगी मिळाली; त्यामुळे BB&CIला आपल्या मालगाड्या थेट कारनॅक बंदरात पाठवणं शक्य झालं आणि GIPRला आपल्या गाड्या कुलाब्याला पाठवण्याची मुभा मिळाली. पुढे या दोन कंपन्यांमध्ये असंही ठरलं की, लोकांनी मागणी केली, तर भविष्यात BB&CIच्या बांद्र्यापासून

---

६९. एस. एन. शर्मा, History of the GIP Railway (१८५३-१८६९), भाग १, खंड १, (Bombay : Chief Public Relations Officer, Central Railway, 1990), पृ. ३३५

७०. Evening News, 3rd July 1982

GIPRच्या व्हिक्टोरिया टर्मिनसपर्यंत दादरमार्गे प्रवासी वाहतूकही सुरू करावी.[७१]

आज या यार्डामध्ये आपल्याला भारतीय रेल्वेच्या पहिल्यावहिल्या विद्युतीकरणाचे अवशेष सिग्नल केबिनच्या रूपात आढळतात. इथल्या काही सिग्नल्सवर अजूनही 'MV-GRS Ltd.' असं कोरलेलं आढळतं. एमव्ही-जीआरएस हे १९२०च्या दशकातलं सर्वांत मोठं औद्योगिक विलीनीकरण होतं. ब्रिटनमधील मेट्रोपोलिटन व्हिकर्स रेल्वे कंपनी आणि अमेरिकेतील न्यू यॉर्कच्या रॉचेस्टरमधील जनरल रेल्वे सिग्नल कंपनी या दोन कंपन्या १९२६ मध्ये एकत्र आल्या. ब्रिटन आणि त्यांच्या वसाहती देशांमध्ये रेल्वेची उपकरणं विकण्याचा व्यवसाय या दोन्ही कंपन्या करायला लागल्या. योगायोगाने याच वेळी GIPRच्या मुख्य मार्गाच्या विद्युतीकरणाचं काम चालू झालं होतं आणि एमव्ही-जीआरएस लिमिटेडला भरपूर व्यवसाय मिळाला. जीआरएस ही अमेरिकन कंपनी सिग्नल यंत्रणेसाठी लागणारी उपकरणं विकसित आणि तयार करायची. त्यानंतर हे काम ब्रिटनमध्येही व्हायला लागलं.[७२] या ऐतिहासिक विलीनीकरणाचे अवशेष अजूनही परळच्या यार्डमध्ये सापडतात, हे खरोखरच असामान्य आहे.

~

मूळ परळ स्थानक १८७७ मध्ये बांधण्यात आलं होतं. हे स्थानक नव्याने बांधण्याचा आणि त्यात सुधारणा करण्याचा प्रस्ताव दहा वर्षांनंतर म्हणजे डिसेंबर १८८८ मध्ये लंडनला पाठवण्यात आला. कालांतराने १८९० च्या दशकात या स्थानकात आवश्यक सुधारणा करण्यात आल्या.

आज परळ स्थानक गर्दीने अगदी गजबजलेलं असतं. या भागातल्या जुन्या गिरण्या बंद पडल्या आणि त्या गिरण्यांच्या जागी आता गगनचुंबी इमारतीही उभ्या राहिल्या. या इमारतींमध्ये विविध कंपन्यांची ऑफिसं स्थापन झाली आणि परळ स्थानकातली गर्दी प्रचंड संख्येने वाढली. या भागात अनेक प्रसिद्ध रुग्णालये आहेत. यात किंग एडवर्ड मेमोरिअल रुग्णालय, जी. एस. मेडिकल कॉलेज, गर्भवती आणि मुलांसाठीचं वाडिया रुग्णालय, कॅन्सरसाठी संपूर्ण आशियामध्ये प्रसिद्ध असलेलं टाटा मेमोरिअल रुग्णालय, इन्स्टिट्यूट फॉर रिसर्च इन रिप्रॉडक्शन आणि अर्थातच हाफकिन इन्स्टिट्यूट यांचाही यामध्ये समावेश आहे; त्यामुळे

---

७१. एस. एम. एडवर्ड्स, The Gazetteer of Bombay City and Island, खंड १, (India : Cosmo Publications, 2002). पृ. ३४५

७२. जॉन डुम्मेलो, Metropolitan-Vickers Electrical Co Ltd. : 1899-1949 (UK : Metropolitan-Vickers Electircal Co. Ltd. 1949) पृ.८४

भारताच्या कानाकोपऱ्यांतून रुग्ण परळ स्थानकात येतात. या वाढलेल्या गर्दीचा विचार करूनच परळ स्थानकाचं रूपांतर उपनगरीय रेल्वे गाड्यांसाठीच्या टर्मिनसमध्ये करण्याचा प्रस्ताव २०१२ मध्ये रेल्वे बोर्डाकडे पाठवण्यात आला आहे. परळचं टर्मिनस झालं, तर दादर स्थानकातील गर्दीही प्रचंड प्रमाणात कमी होईल, अशी आशा आहे.

इतिहासाच्या पाऊलखुणा

'या गलिच्छ स्थानकाची कसली आलीय संरचना' असं विचारलंत, तरी तुमचं काहीच चुकणार नाही; पण तुम्ही १९व्या शतकातल्या स्थापत्यविशारदाच्या नजरेतून बघितलंत, तर तुम्हाला खूप काही सापडू शकेल. या स्थानकाच्या दक्षिण दिशेला असलेल्या पादचारी पुलावर सुंदर नक्षीकाम आहे. त्याशिवाय या पुलाचा कठडाही नक्षीदार आहे. प्लॅटफॉर्मवर अनेक ठिकाणी GIPR ही अक्षरं लाकडात कोरलेली आहेत.

दक्षिणेकडे असलेल्या पुलापासूनच सुरुवात करू या! मूळ आराखड्याप्रमाणे हा पूल खूप कमी उंचीचा होता. या पुलाला फक्त २४ पायऱ्या होत्या. स्थानकाच्या पूर्वेकडची बाजू आणि प्लॅटफॉर्म यांना जोडणं, एवढंच या पुलाचं काम होतं आणि तो लांबीलाही तेवढाच होता. १९२५ मध्ये विद्युतीकरण झाल्यानंतर या पुलाची उंची वाढवण्यात आली. त्यासाठी मुख्य पुलाला काही पायऱ्याही जोडण्यात आल्या. तसेच पश्चिम दिशेला या पुलाचा विस्तार करून तो पश्चिम रेल्वेवरच्या एल्फिन्स्टन रोड स्थानकाला जोडण्यात आला आहे; त्यामुळे प्रवाशांची चांगलीच सोय झाली आहे. या पुलाच्या खांबांवर लोखंडी नक्षीकाम करण्यात आलं आहे. तसेच प्रत्येक पायरीखाली पाच फूट उंचीचे कठडेही बसवण्यात आलेले आहेत.

आजूबाजूला दिसणाऱ्या छताचीही गंमत आहे. प्लॅटफॉर्मवरच्या काही छताचा भाग हा इतर भागापेक्षा उंच आहे. काही ठिकाणी हे छत मस्त कमानदार वळण घेतं. या छताच्या भागापैकी एक तुकडा एका लोखंडी खांबावर तोललेला आहे. या खांबावर 'ग्लेनगरनॉक स्टील' असं कोरलं आहे. स्कॉटलंडमधली ही कंपनी आता बंद पडली आहे.

या स्थानकाचा आराखडा शंभराहून अधिक वर्षांपूर्वी बनवला होता; पण GIPRच्या आराखड्यानुसार उभं राहिलेलं हे स्थानक आजही प्रवाशांना सेवा देत उभंच आहे. आता फक्त या स्थानकातून प्रवास करणाऱ्यांच्या संख्येच्या प्रचंड भाराखाली ते वाकलं आहे, इतकंच!

मध्य आणि पश्चिम रेल्वेचा दुवा – दादर स्थानक

GIPR आणि BB&CI या दोन कंपन्यांना किंवा आताच्या मध्य आणि पश्चिम रेल्वेला एकमेकींशी जोडण्याचं काम दादर हे स्थानक फार पूर्वीपासून करत आलं आहे. ही तेव्हाची गोष्ट आहे, जेव्हा मुंबई म्हणजे जेमतेम सात बेटांचा एक समूह होती. त्या वेळी खाडीच्या पाण्यामुळे नायगाव आणि माहिम या दोन बेटांना जोडणारा एक छोटासा रस्ता तयार झाला. हा रस्ता काहीसा पायऱ्यांसारख्या म्हणजेच दादऱ्यांसारखा होता. स्थानिक भाषेत दादरा म्हणजे जिना, पायरी किंवा दोन वेगवेगळ्या पातळीवरील गोष्टींना जोडणारा दुवा! या शब्दावरूनच या स्थानकाचं नाव दादर पडलं. योगायोगाची गोष्ट म्हणजे आजही दादर स्थानक मध्य आणि पश्चिम या दोन वेगवेगळ्या रेल्वेंना जोडण्याचंच काम करत आहे. प्रवासी आणि रेल्वे या दोघांची अदलाबदल करण्याचं ठिकाण म्हणून मुंबईकरांना दादर जास्त परिचित आहे.

स्थानिक लोकांसाठी मात्र दादर या एकट्या नावाला काहीच अर्थ नाही. त्यांच्यासाठी दादर म्हणजे एक तर दादर टीटी किंवा दुसरं म्हणजे दादर बीबी! दादर टीटी म्हणजे पूर्वेकडचं दादर आणि दादर बीबी म्हणजे पश्चिमेकडचं दादर! पण संक्षेप स्वरूपातल्या या नावांचा नेमका अर्थ काय? दादर पूर्वेला खोदादाद सर्कल इथे पूर्वी असलेल्या ट्राम टर्मिनसवरून या पूर्वेकडच्या भागाला दादर टीटी असं नाव पडलं. तर BB&CI कंपनीतल्या बीबी या पहिल्या दोन अक्षरांवरून पश्चिमेकडल्या भागाला दादर बीबी हे नाव रूढ झालं. BB&CI रेल्वेला आता कोणीही या नावाने ओळखत नाही. पूर्वेकडलं ट्राम टर्मिनसही अस्तंगत झालं आहे; पण तरीही लोकांच्या मनात ही नावं आजही पक्की बसली आहेत.

GIPR मार्गावरचं दादर स्थानक रेल्वे सुरू झाल्यानंतर तीन वर्षांनी म्हणजेच १८५६ मध्ये अस्तित्वात आलं. आधी उल्लेख केल्याप्रमाणे या स्थानकाच्या शिरपेचात मानाचा तुरा खोवला गेला तो १९२०मध्ये! तीन रंगांची सिग्नल यंत्रणा सुरू झालेलं करी रोडबरोबरचं हे एक स्थानक होतं.

इतिहासाच्या पाऊलखुणा

दादरच्या प्लॅटफॉर्मवर फेरफटका मारत शोध घेतला, तर आपली भेट होते ती जुन्या पण नक्षीदार लाकडी कठड्यांशी, एका दगडी सिग्नल बॉक्सशी, GIPRची पितळेची घंटा टांगण्यासाठी असलेल्या ताशीव लोखंडाच्या बाकदार खांबांशी आणि स्टेशन मास्तरांच्या कार्यालयात असलेल्या GIPRच्या घड्याळाशी! या स्थानकात इतिहासाच्या फारशा पाऊलखुणा नसल्या, तरी या स्थानकातल्या

पादचारी पुलाच्या जाळ्याला चांगलाच इतिहास आहे.

या स्थानकाच्या दक्षिणेकडून चालायला सुरुवात केली, तर सुरुवातीला महापालिकेचा पादचारी पूल लागतो. हा पूल स्थानकातील उन्नत तिकीटघराशी जोडलेला आहे. या जुन्या तिकीटघराजवळच्या एका तुळईवर ब्रिटनमधल्या एका लोकप्रिय अभियांत्रिकी कंपनीचं नाव कोरलेलं आहे. ही कंपनी म्हणजे ॲपलबी-फ्रॉडिंगहॅम स्टील कंपनी! हे तिकीटघर रेल्वेच्या जुन्या पुलाशी जोडलेलं आहे. मध्य रेल्वेच्या दादर स्थानकातला हा सर्वांत जुना अवशेष म्हणायला हवा. हा पूल १९४२ मध्ये बांधला आहे. या पुलावरचं घडीव लोखंडाचं कुंपण, लाकडी कठडे, तीन ठिकाणी उतरंड आणि कोरीव कठडे बघितले की, हा पूल म्हणजे एक कलाकारी असल्याचं लक्षात येतं. आधी हा पूल लांब होता; पण आताच्या तिकीटघराशी संगती साधण्यासाठी त्याची लांबी कमी करण्यात आली. या जुन्या पुलाचे काही जुने खांब आजही प्लॅटफॉर्म क्रमांक एकच्या पलीकडे सापडतात.

पुढे गेल्यावर या स्थानकातले आणखी तीन पूल दिसतात. यातला सर्वांत रुंद म्हणजे १२ मीटर रुंदीचा पूल १९९८ मध्ये बांधण्यात आला. १९५० मध्ये बांधलेल्या एका पुलावर 'लॅनर्कशायर स्टील, स्कॉटलंड' असं कोरलेलं सापडतं. ही कंपनी १८९७ मध्ये सुरू झाली. १९५१ मध्ये आयर्न ॲण्ड स्टील ॲक्ट अंतर्गत या कंपनीचं राष्ट्रीयीकरण करण्यात आलं. त्यानंतर ही कंपनी आयर्न ॲण्ड स्टील कॉर्पोरेशन ऑफ ग्रेट ब्रिटन या महामंडळाचा एक भाग बनली. या कंपनीमध्ये एके काळी काम करणारे ८३ वर्षांचे हॅमी जार्डिन सांगतात की, 'आमच्या कंपनीचं नाव ठळक अक्षरांमध्ये लिहिलं जायचं. आम्ही शेवटची दोन अक्षरं लिहिताना ती कापायचो. अशा प्रकारे आम्ही हा ठसा सोडायचो. आमच्या कंपनीचे तुळया बनवण्याचे दोन कारखाने होते आणि दोन्ही कारखान्यांमधल्या मजुरांना रोजगार मिळावा म्हणून आम्ही फक्त सरकारलाच नाही, तर खासगी कंपन्यांनाही माल पुरवायचो. कधीकधी भारतातली कंपनी आमच्याकडे थेट मागणी नोंदवायची, तर कधी ब्रिटनमधला एखादा उपठेकेदार आमच्याकडे रेल्वेच्या सामानाची मागणी करायचा.'[७३]

दादर स्थानकाच्या मध्यावर आणखी एक छोटासा पूल आहे. आता या पुलाचा काही भाग पाडला आहे. या पुलावर 'टाटा स्टील' अशी अक्षरं आहेत. विसाव्या शतकाच्या सुरुवातीपासूनच रेल्वेच्या कामांसाठी पोलाद आणि लोखंड पुरवण्यात टाटा स्टील ही भारतीय कंपनी अग्रणी होती. टाटा आयर्न ॲण्ड स्टील कंपनी लिमिटेड म्हणजेच 'टिस्को' ही संपूर्णपणे भारतीय कंपनी हे सर जमशेटजी टाटा

---

७३. खासगी पत्रव्यवहार

यांचं स्वप्न होतं. त्यांचे पुत्र दोराबजी टाटा यांनी १९०७ मध्ये ते पूर्ण केलं. पहिल्या महायुद्धामुळे ब्रिटनमधून होणारा लोखंड आणि पोलादाचा पुरवठा १९१५ मध्ये थांबला गेला. त्या वेळी टाटांनी रेल्वेची चाकं धावती ठेवली. त्यांनी या मागणीला पुरा पडेल, एवढा माल रेल्वेला पुरवला, तेव्हापासून टाटा स्टील ही कंपनी भारतातल्या रेल्वेमार्गांसाठी लोखंडी रूळ, खुर्च्या आणि फिशप्लेट्स पुरवणारी आघाडीची कंपनी बनली. १९२८-२९ पर्यंत रेल्वेसाठी लागणाऱ्या या आणि इतरही लोखंडी सामानाची गरज भारतातल्या भारतातच भागत होती. १९३९ पर्यंत तर टाटांचा हा पोलादाचा कारखाना ब्रिटिश साम्राज्यातला सर्वांत मोठा कारखाना बनला होता.[७४]

दादर स्थानकातल्या प्रवाशांची संख्या दरवर्षी प्रचंड आणि भयानक वेगाने वाढते आहे; त्यामुळे रेल्वेने सरकत्या जिन्यांसह आणखी पूल बांधण्याचा निर्णय घेतला आहे. बदलाचं चक्र झपाट्यानं फिरताना आपण बघितलं आहेच. दादर स्थानक आणि तुळशी पाइप रोड यांना जोडणारा एक पादचारी पूल १९९० मध्ये जमीनदोस्त करण्यात आला. त्या ठिकाणी स्थानकाला समांतर जाणारा एक उड्डाणपूल आज दिसतो.

माहुतांचं स्थान – माटुंगा स्थानक

दादर स्थानकातून सुटलेली गाडी टिळक ब्रिजच्या खालून जाते. हा ब्रिज १९२०च्या दशकात बांधण्यात आला. त्याआधी या ठिकाणी एक रेल्वे फाटक होतं. हे फाटक बंद करून बांधलेला हा ब्रिज पूर्वेकडल्या GIPRच्या दादरपासून पश्चिमेकडल्या BB&CI च्या दादरपर्यंतचा परिसर एकमेकांना जोडतो. जरा बारकाईने बघितलं, तर टिळक ब्रिजवर तर कोरलेल्या अक्षरांची अक्षरशः गर्दी आहे. या ब्रिजच्या दणकट खांबांवर लॅनर्कशायर स्टीलचा उल्लेख आढळतो, तर ब्रिजच्या तुळयांवर मोसेन्ड स्टीलचा उल्लेख आहे. तसेच भारतात खूप दुर्मिळ असलेल्या अल्कॉक ॲशडाउन लिमिटेडचं नावही या ब्रिजवर सापडतं. ब्रिटिशांच्या मालकीच्या या कंपनीचं दिवाळं निघालं आणि १९७५ मध्ये ती भारत सरकारने विकत घेतली. पुढे गुजरात सरकारने १९९४ मध्ये या कंपनीची मालकी विकत घेतली. आता गुजरात सरकारच्या मालकीच्या या कंपनीमध्ये जहाजबांधणी केली जाते. मुंबईमध्ये असताना अल्कॉक ॲशडाउन ही कंपनी माझगावला होती. १९५०च्या दशकात अप्पर वैतरणा धरणातून मुंबईमध्ये पाणी आणण्यासाठी पाइप पुरवणाऱ्या महत्त्वाच्या

७४. इयान जे. केर, Engines of Change : The Railroads that Made India (USA : Praeger Publishers, 2007). पृ. १२१

कंपन्यांपैकी ती एक होती.

~

१८२०च्या दशकात कलकत्त्यात नव्यानेच नियुक्त झालेल्या रेजिनाल्ड हेबर या ख्रिस्ती धर्मोपदेशकाने आपला भारत दौरा सुरू केला. या दौऱ्याची सुरुवात झाली, ती गंगेतल्या नौका सफरीने! त्यानंतर ते जमिनीवरून प्रवास करत हिमालयाच्या पायथ्याशी पोहोचले. तिथून ते उत्तरेकडेच्या अगदी टोकाच्या अल्मोरा या ठिकाणीही गेले. त्यानंतर ते दक्षिणेकडे वळले. दिल्लीतून राजपुतान्यात येऊन त्यांनी राजपुताना ओलांडला. त्यानंतर ते मुंबईमध्ये पोहोचले. इथे त्यांनी चार महिने वास्तव्य केलं. त्यांची पत्नी अमेलिया कलकत्त्याहून मुंबईमध्ये येऊन त्यांच्याबरोबर राहिली. अमेलिया यांच्या आठवणींच्या संग्रहामध्ये त्यांनी माटुंग्यावरून एका प्रवासाची सुरुवात केल्याचं लिहिलेलं आहे. त्यांनी केलेल्या वर्णनाच्या आधारे सांगायचं झालं, तर त्या वेळी या भागामध्ये प्रचंड हिरवळ होती. इथे तोफखान्याची छावणी होती. तसेच इथे शहराच्या मध्यावर कवायतींसाठीचं मैदान होतं. त्याशिवाय लक्षात ठेवावं, असं इथे काहीच नव्हतं.[७५]

अमेलिया आणि रेजिनाल्ड हेबर यांच्या प्रवासानंतर पुलाखालून बरंच पाणी वाहून गेलं आहे. सॅम्युअल टी. शेपर्ड या लेखकाच्या म्हणण्यानुसार माटूंगा किंवा माटुंगा किंवा मातंगस्थान हे पूर्वी हत्तींचं घर होतं. ते पुढे लिहितात, 'असा अंदाज करण्यास जागा आहे की, पूर्वी माहिमवर राज्य करणारा राजा भीमदेव किंवा बिंब राजा आपले हत्ती इथे बांधत असे.'[७६] १८ व्या शतकात संपूर्ण माटुंगा परिसरात भातशेती किंवा मिठागरे होती. १९ व्या शतकाच्या उत्तरार्धात लॉर्ड सॅन्डहर्स्ट यांच्या बॉम्बे इम्प्रूव्हमेंट ट्रस्टने माटुंग्याचा चेहरामोहरा बदलून टाकला. नव्या शतकातलं एक महत्त्वाचं, लोकवस्तीचं उपनगर म्हणून माटुंगा ओळखलं जाऊ लागलं. प्लेगच्या भयानक साथीनंतर फोर्ट परिसरातील दाट लोकवस्ती मोकळी करण्यासाठी बॉम्बे इम्प्रूव्हमेंट ट्रस्ट जागा शोधत होती. दादर-वडाळा-शिवडी आणि माटुंगा-सायन इथल्या समतल जमिनीकडे या ट्रस्टचं लक्ष गेलं. या ट्रस्टने १८८९-९०मध्ये या भागात नियोजित उपनगर उभारण्याचं निश्चित केलं. यामध्ये सर्वसामान्य

---

७५. अमेलिया शिप्ले हेबर, Memoir of Reginald Heber (Boston : John P. Jewett and Company, 1856)

७६. सॅम्युअल टी. शेपर्ड, Bombay : Place Names and Street Names : Exursion into the By-ways of the History of Bombay City (Bombay : The Times Press, 1917). पृ. ९९

लोकांसाठीच्या घरांचाही समावेश होता.

माटुंगा स्थानकाची उभारणीही साधारण याच काळात म्हणजे १९०६ मध्ये करण्यात आली. दोन्ही बाजूंना दोन प्लॅटफॉर्म असणारं हे अत्यंत साधं स्थानक होतं. हे दोन प्लॅटफॉर्म, स्टेशन मास्तरांचं छोटंसं ऑफिस, या स्थानकाच्या टुमदारपणाला साजेसं तिकीटघर आणि दोन पादचारी पूल एवढा नीटनेटका कारभार होता. या स्थानकाच्या पूर्वेकडे रेल्वेचं दुरुस्तीसाठीचं यार्ड होतं. आता इथं विद्युत उपकेंद्र सुरू झालं आहे. तसेच पश्चिमेला डब्यांच्या दुरुस्तीची कार्यशाळा आहे. या कार्यशाळेची जागा टाटांना आपल्या गिरणीसाठी विकत घ्यायची होती. जरा या जागेचा इतिहास बघू या.

लॉर्ड कर्झन भारताचे व्हॉइसरॉय बनले, त्यानंतर भारतीय रेल्वेमध्ये झपाट्याने बदल होऊ लागले. तसेच भारतीय रेल्वेचा विस्तारही वाढला. त्यामुळे १९०४मध्ये GIPR कंपनीच्या संचालकांनी गाड्यांच्या डब्यांच्या देखभाल-दुरुस्तीकडे लक्ष देण्यासाठी एक स्वतंत्र विभाग स्थापन करण्याचा निर्णय घेतला. त्यांनी नवीन कार्यशाळा बांधण्यासाठी माटुंगा स्थानकाजवळच्या मोकळ्या जागेची निवडही केली.[७७] पण इथेच एक अडचण निर्माण झाली. बॉम्बे इम्प्रूव्हमेंट ट्रस्टने एक सर्वेक्षण केलं होतं. त्या सर्वेक्षणानंतर ही जागा निवासी संकुल विकसित करण्यासाठी आरक्षित ठेवण्यात आली होती. याच गोंधळात आणखी भर म्हणजे टाटांनाही याच जागी पिठाची प्रचंड मोठी चक्की सुरू करायची होती.[७८] या भागात कोणतीही गिरणी किंवा कारखाना उभा राहिला, तर या परिसरातील नियोजित निवासी संकुलांना त्याचा फटका बसेल आणि परिणामी शहराच्या वाढीवरही त्याचा विपरीत परिणाम होईल, असं बॉम्बे इम्प्रूव्हमेंट ट्रस्टचं म्हणणं होतं. बॉम्बे इम्प्रूव्हमेंट ट्रस्टने GIPRच्या कार्यशाळा उभारण्याच्या प्रस्तावाला विरोध करत तत्कालीन मुंबई सरकारकडे दाद मागितली. अखेर या ट्रस्टचं कोणीच ऐकलं नाही आणि दोन्ही रेल्वे कंपन्यांच्या मध्ये असलेल्या या जमिनीवरचं गृहनिर्माण संकुलांसाठीचं आरक्षण मागे घेण्यात आलं. १९०४ मध्ये ही जागा GIPRला त्यांच्या गाड्यांच्या डब्यांची बांधणी आणि देखभाल-दुरुस्ती यांच्यासाठी कार्यशाळा बांधायला दिली गेली.

एकेकाळी गृहनिर्माण संकुलांसाठी आरक्षित केलेल्या जागेवर आज अनेक रेल्वे ट्रॅक्सची गुंतागुंत आहे. तसेच याच जागेमध्ये अनेक नवे, कोरे करकरीत डबे रंगून

---

७७. The Locomotive, 15 May 1926. पृ. १४४

७८. निखिल राव, House, but No Garden! : Apartment Living in Bombay, 1898-1984 (USA : University of Minnesota Press, 2013), पृ. ४९

रेल्वेच्या सेवेमध्ये येण्यासाठी तयार असतात. या कार्यशाळेच्या उंचच उंच खांबांवर १९०९ हे साल सांगणाऱ्या धातुच्या पट्ट्या आढळतात. 'पी ॲण्ड डब्ल्यू मॅक्लेलान लिमिटेड, ग्लासगो' असं लिहिलेल्या अशाच पट्ट्या परळ ब्रिजखालच्या खांबांवरही दिसतात आणि याच कार्यशाळेच्या एका कोपऱ्यात वारसा दालन आहे. या दालनामध्ये भारतीय रेल्वेच्या इतिहासातील काही सर्वांत जुन्या गोष्टी मांडून ठेवलेल्या आहेत.

आता जवळपास ११० वर्षांनंतरही गाडी माटुंगा स्थानकातून बाहेर पडताना आपल्याला दुमजली इमारतींची एक रांग दिसते. या इमारतींवर बॉम्बे इम्प्रूव्हमेंट ट्रस्टची BIT ही आद्याक्षरं लिहिलेली आढळतात. या भागात बॉम्बे इम्प्रूव्हमेंट ट्रस्टचाही वावर होता, याची ही खूण! आता या खुणा मिटवून तिथे गगनचुंबी इमारती बांधण्याची प्रक्रियाही सुरू झाली आहे.

इतिहासाच्या पाऊलखुणा

माटुंगा स्थानकातलं जुनं तिकीटघर अगदी पूर्वी होतं तसंच आहे. वाढत्या गर्दीत आणि नवनवीन बांधकामांमध्येही हे तिकीटघर आपलं अस्तित्व टिकवून आहे. या तिकीटघराची लाकडी चौकट, GIPRची बोधचिन्हं आणि निमुळती कौलं अजूनही टिकून आहेत. 'डॉरमन लाँग, इंग्लंड' असं कोरलेले १३-१३ खांब दोन्ही प्लॅटफॉर्मवर आजही बघायला मिळतात.

सायन स्थानक – जन्मस्थळ

माटुंग्यावरून गाडी सायनच्या दिशेने निघते. या स्थानकाजवळच असलेलं लोकप्रिय सायन हॉस्पिटल हे एकेकाळी लष्करी रुग्णालय होतं. दुसऱ्या महायुद्धाच्या अखेरच्या टप्प्यात म्हणजे १९४४-४५ च्या सुमारास लष्कराला एका रुग्णालयाची गरज होती. लष्कराने मुंबई महापालिकेच्या ताब्यात असलेली ही मोकळी जागा हेरली. सुदैवानं ही जागा लष्कराच्या रुग्णालयासाठीच राखीव ठेवण्यात आली होती. इथं लष्कराने १५०० खाटांचं रुग्णालय सुरू केलं. या रुग्णालयात बराकींसारख्या ४४ खोल्या होत्या. या ४४ खोल्यांना जोडणारा एक रस्ताही बांधण्यात आला होता.

युद्ध संपल्यावर मुंबईतल्या या लष्करी रुग्णालयाची गरजही संपली आणि मग हे रुग्णालय अनावश्यक वाटू लागलं; त्यामुळे हे रुग्णालय असंच पडून होतं. शेवटी लष्कराने दोन लाख रुपये घेऊन हे रुग्णालय १९४६ मध्ये मुंबई महापालिकेच्या ताब्यात दिलं. त्यानंतर महानगरपालिकेनं इथं ३०० खाटांचं रुग्णालय बांधलं आणि या रुग्णालयाला 'महापालिका सर्वसाधारण रुग्णालय', सायन असं नाव

दिलं. आधीच अस्तित्वात असलेल्या केईएम रुग्णालयासाठी पुरवणी रुग्णालय म्हणून सायन इथलं रुग्णालय काम करेल, अशी योजना होती. तसेच या रुग्णालयामध्ये केईएम रुग्णालयातल्या अस्थिरोग विभागामध्ये दीर्घकालीन उपचारांसाठी आलेल्या रुग्णांना ठेवण्याची सोय करण्यात आली होती; पण मे १९४८ पासून सायन इथलं हे रुग्णालय स्वतंत्र रुग्णालय म्हणून कारभार करू लागलं. दोन वर्षांनंतर १९५०मध्ये मुंबई महानगरपालिकेने या रुग्णालयाचं नाव बदलून लोकमान्य टिळक महापालिका सर्वसाधारण रुग्णालय असं ठेवण्याचा प्रस्ताव मंजूर केला. या रुग्णालयासमोरच्या मुख्य रस्त्यावरच्या एका गल्लीमध्ये आणखी एक मैलाचा दगड आहे. 'सालसेत' किंवा साष्टी बेटं सुरू होण्याआधीचा मुंबईमधला हा शेवटचा मैलाचा दगड असावा.[७९]

~

सायन किंवा शीव हा सिम्वा किंवा मराठी 'सीमा' या शब्दाचं पोर्तुगीज भाषेतलं भ्रष्ट रूप! या शब्दाचा शब्दशः अर्थ सीमा असाच आहे. आजही मुंबई शहराची सीमा सायन किंवा शीवपर्यंत आहे; त्यापुढे मुंबईची उपनगरं सुरू होतात.

मुंबईच्या नकाशावर रेल्वेचा उदय होण्याआधी बॉम्बे आणि सालसेत किंवा साष्टी या दोन बेटांना जोडणारे दोन रस्ते होते. एक म्हणजे माहिम कॉजवे! रेल्वे सुरू होण्याच्या दशकभर आधी हा रस्ता बांधून तयार झाला होता. दुसरा रस्ता म्हणजे सायन कॉजवे. हा रस्ता १९ व्या शतकाच्या सुरुवातीला बांधण्यात आला. रेल्वेची वाटचाल पुढे कशी होईल, याचं सर्वेक्षण करण्यासाठी या दोन्ही रस्त्यांचा वापर केला जायचा. GIPR कंपनी सुरू करणाऱ्या जॉन चॅपमन यांनी या दोन्ही कॉजवेवर किती वाहतूक होते, हे मोजण्यासाठी माणसं ठेवली होती. रेल्वे सुरू करणं फायद्याचं ठरेल का, हे बघण्यासाठी ही क्लृप्ती लढवण्यात आली होती.

आधी डंकन कॉजवे म्हणून ओळखला जाणारा सायन कॉजवे आज रेल्वेमार्गाच्या पूर्वेकडून रेल्वेमार्गाला समांतर जातो. या कॉजवेचं काम १७९८ मध्ये सुरू होऊन जोनाथन डंकन यांच्या प्रशासनाच्या काळात १८०५ मध्ये संपलं होतं. पहिली रेल्वे धावण्याआधी सुमारे ३० वर्षांपूर्वी म्हणजे १८२५ मध्ये मुंबईच्या किंग्ज कोर्टाचे न्यायमूर्ती एडवर्ड वेस्ट यांच्या पत्नी लेडी वेस्ट यांनी या कॉजवेबद्दल लिहिलं आहे.

---

७९. एस. व्ही. जोगळेकर आणि डी. डी. व्होरा, Sion Hospital : A Historical Sketch, Inception to 1947 to Beginning of Sion Medical Cllege in 1964, in <http://www.indianjmedsci.org/text.asp?1999/53/2/53/12196>.

ख्रिस्ती धर्मगुरू हेबर आणि त्यांच्या पत्नीबरोबर लेडी वेस्ट यांनी या कॉजवेवरून प्रवास केला होता. बॉम्बे आणि सालसेत किंवा साष्टी या दोन बेटांना जोडणारा हा दोन मैलांचा किंवा तीन किलोमीटरचा रस्ता अत्यंत अरुंद असल्याचं त्यांनी त्यामध्ये लिहून ठेवलं आहे.[८०]

सरकारी दफ्तरी असलेल्या नोंदींनुसार हा कॉजवे बांधण्यासाठी ५०,३७४ रुपये एवढा खर्च आला होता. १८६३ मधील मुंबईचं वर्णन करणारे गोविंद मडगावकर यांच्या नोंदीनुसार हा खर्च २०० रुपयांनी जास्त म्हणजे ५०,५७५ रुपये एवढा होता. हा कॉजवे वापरण्यासाठी शुल्क आकारलं जात असे. या शुल्कातूनच कॉजवेसाठी आलेला खर्च वसूल करण्यात आल्याचंही त्यांनी लिहून ठेवलं आहे. बैलगाड्यांना अर्धा आणा, घोडेस्वारांना चार आणे, एका घोड्याच्या गाडीला आठ आणे तर दोन घोड्यांच्या गाडीसाठी एक बंदा रुपया मोजावा लागत होता. दरवर्षी सरकारला या शुल्कातून किंवा त्या वेळच्या पथकरातून १० ते २० हजार रुपये उत्पन्न मिळत होतं.[८१] हा कॉजवे बांधण्यासाठी आलेल्या खर्चाएवढी रक्कम वसूल झाल्याचं १८३१मध्ये सरकारच्या लक्षात आलं. त्यानंतर कनवाळू इंग्रज अधिकाऱ्यांनी हा पथकर रद्द केला. गमतीचा भाग म्हणजे सरकारकडून रस्ता वापरण्यासाठी टोल किंवा पथकर आकारण्याची ही पहिलीच आणि सर्वांत जुनी घटना आहे.

या कॉजवेवर आजच्या कुर्ला आणि सायन यांच्यामध्ये एक तपासणी नाका होता. या तपासणी नाक्याला दरवाजे होते आणि ते रात्री आठ वाजता तोफांच्या सलामीनंतर बंद व्हायचे आणि पहाटे पुन्हा तोफा गरजल्यावर उघडले जायचे. या कॉजवेच्या बाजूला असलेलं एक छोटं मंदिर आणि तळं आजही अस्तित्वात आहे.[८२]

आज हा डंकन कॉजवे एन. एस. मंकीकर या एका ज्येष्ठ सनदी अधिकाऱ्यांच्या नावे ओळखला जातो. तरीही इथल्या उदंचन केंद्राला डंकन यांचंच नाव दिलेलं आहे.

~

---

८०. एफ. डाउट्रे ड्रेविट, Bombay in the Days of George IV : Memoirs of Sir Edward West, Chief Justice of the King's Court during Its Conflict with the East India Company with Hitherto Unpublished Documents (London : Longmans, Green and Co. 1907) पृ. १७८

८१. गोविंद नारायण मडगावकर, मुंबईचे वर्णन, संपादन - नरहर रघुनाथ फाटक (इंडिया : मराठी ग्रंथ संग्रहालय, १८६३) पृ. ८५

८२. Ibid, पृ. ६९

भारतातील रेल्वेच्या जाळ्याची सुरुवात सायनपासून झाली. रेल्वेचा जन्म इथेच झाला. ३१ ऑक्टोबर १८५० रोजी रेल्वेच्या बांधकामाचा पहिला जाहीर समारंभ इथेच झाला होता. मुंबई प्रांताचे मुख्य सचिव जॉन पी. विलोबी यांनी इथेच पहिल्या रेल्वेमार्गाचं काम सुरू करण्याची परवानगी दिली होती. मे १८५१मध्ये विलोबी मुंबईहून मायदेशी परतले; पण परत जाताना ते भारतीय रेल्वेच्या कामाची सुरुवात करण्याचं समाधान बरोबर घेऊन गेले. भारतात रेल्वेचं आगमन हे भारतासाठी फायद्याचं आहे, याबाबत त्यांना काहीच शंका नव्हती. तसेच हे काम योग्य रीतीने आणि गतीने पूर्ण होईल, याबद्दल आश्वस्त होऊनच ते मुंबईतून परतले.[८३] आज त्यांची आठवण कोणालाच नाही; पण त्यांनी काम सुरू केलेल्या रेल्वेलाइनबद्दल त्यांनी लिहिलेल्या एका पत्राचा उल्लेख करणं आवश्यक आहे. या पत्रात ते लिहितात,

> बोर्डाला हे सांगताना मला आनंद होत आहे की, ३ मे रोजी मी मुंबई सोडली, तोपर्यंत रेल्वेमार्गाच्या बांधणीला वेग आला होता. तुम्हाला माहिती मिळाली असेल यात शंकाच नाही; पण आतापर्यंत अनुभवलेल्या पावसापेक्षा जोमदार पाऊस होऊनही या पावसाळ्यात एकही गंभीर अपघात न होता, हे काम जोमाने सुरू आहे. हे काम वेळेआधीच पूर्ण होईल, यात आडकाठी येण्याचं कोणतंही कारण निदान मला तरी दिसत नाही.[८४]

१८५३ मध्ये रेल्वे पहिल्यांदा धावली, तेव्हा ती सायनला थांबली होती खरी; पण त्या वेळी इथे कायमस्वरूपी स्थानक अस्तित्वात नव्हतं असंच दिसतं; पण जसजशी रेल्वेची लोकप्रियता आणि गर्दी वाढली, तसं हे स्थानक होणं अनिवार्य बनलं. नेमकी हीच गोष्ट लक्षात आल्यानंतर १८७२ मध्ये सायन आणि आसपासच्या परिसरात राहणाऱ्या १०७ रहिवाशांनी GIPRकडे एक विनंतीपत्र पाठवलं. या विनंतीपत्रामध्ये त्यांनी कंपनीच्या निदर्शनास आणून दिलं की, दादर ते कुर्ला या स्थानकांच्या दरम्यान एकही स्थानक नाही. या पत्रात असं म्हटलं आहे की,

---

८३. The Railway Record Mining Register and Joint Stock Companies Reporter, खंड ८, क्रमांक ४१ (London : Railway Record Office, 1851) पृ. ७१९

८४. GIPRच्या संग्रहातून

या पत्रातले अर्जदार असं नमूद करू इच्छितात की, कुर्ला आणि दादर ही दोन्ही स्थानकं खूप लांब असल्याने त्यांना प्रचंड अडचणींना तोंड द्यावं लागतं. खरंतर आम्हाला रेल्वे स्थानकापर्यंत येण्यासाठी दर दिवशी सकाळ-संध्याकाळ एक-एक तास चालावं लागतं. मुंबईमध्ये दिवसभर काम करून घरी येताना ही एका तासाची पायपीट करणं जीवावर येतं. पावसाळ्यात तर अत्यंत हाल होतात. या यातना कमी करण्यासाठी आम्ही विनंती करतो की, दादर आणि कुर्ला या दोन स्थानकांच्या मध्ये एक स्थानक बांधून त्याला 'सायन स्थानक' असं नाव देण्यात यावं.

आम्ही आपल्याला विनम्रपणे विनंती करतो की, आमच्या या दीन मागणीवजा विनंतीचा अवश्य विचार करावा. तुम्ही ही मागणी धुडकावून लावणार नाही, अशी आशा आहे. या ठिकाणी एखादं छप्पर बांधून साधी शेड टाकली आणि दर दिवशी या मार्गाने जाणाऱ्या गाड्यांना इथे थांबा दिला, तरीही आम्ही तुम्हाला विश्वास देतो की, या ठिकाणाहून प्रवास करणाऱ्यांकडून तुमच्या कंपनीला नक्की चांगलं उत्पन्न मिळेल. तसेच आम्हाला खात्री आहे की, पुढे जाऊन तुम्ही या उत्पन्नातून इथे पक्कं स्थानक बांधाल. यामुळे आमच्या अडचणी दूर होऊन आमची सोय होईलच; पण त्याचबरोबर कंपनीलाही चांगला फायदा होईल. तुमचे हे उपकार स्मरून आम्ही सदैव तुमचे ऋणाईत राहू.

हे पत्र पाठवणाऱ्या अर्जदारांपैकी ५० जणांनी इंग्रजीतून सही केली होती, तर चारजणांची सही उर्दू लिपीत होती आणि इतर ५३ जणांनी हिंदी, मराठी व इतर भाषांमधून सह्या केल्या होत्या. इंग्रजीतून सह्या करणाऱ्या ५० पैकी १२ जण ख्रिश्चन नव्हते. हे पत्र मिळाल्यावर GIPRकंपनीने एक सर्वेक्षण केलं. या परिसरातील रहिवासी रोज मोठ्या संख्येने मुंबईच्या बाजारात जा-ये करतात. या रहिवाशांपैकी बहुतांश कोळी समाजातील आहेत, असं या सर्वेक्षणातून समोर आलं. हे कोळी लोक BB&CIच्या गाडीने जात होते. GIPRने सायन इथे स्थानक बांधलं, तर त्यांच्यापैकी बरेचजण GIPRच्या गाडीने जातील. तसेच धारावीतील १५००, सायनमधील १००० आणि माटुंगा परिसरातील ५०० लोक इतर कोणत्याही वाहतुकीच्या साधनापेक्षा रेल्वेला पसंती देतील, असंही या सर्वेक्षणात आढळून आलं. या एका स्थानकातून महिन्याला सरासरी ६०० रुपये उत्पन्न मिळेल, असा अंदाज या सर्वेक्षणातून बांधण्यात आला. काही काळानंतर प्रस्तावित ठिकाणी गाड्यांना अधिकृत थांबा देण्यास मंजुरी मिळाली. या प्रस्तावित ठिकाणाचं

नाव नंतर सायन स्थानक असं निश्चित करण्यात आलं.[८५]

~

सायन स्थानक रेवा बेटावर वसलेलं होतं. रेवा बेटावर एक जुना किल्ला होता. हा किल्ला टेहळणीचा नाका म्हणून वापरला जायचा. या किल्ल्यावर एक टेहळणी मनोरा होता आणि बाजूला पोर्तुगीज चर्च होतं. या वास्तू आजही स्थानकाच्या बाजूलाच दिसतात.

ईस्ट इंडिया कंपनीने मुंबईतले किल्ले अधिक बळकट करायला सुरुवात केली, तेव्हा त्यांनी सायनच्या किल्ल्यातल्या बांधकामांचाही विचार केला होता. त्यानंतर तब्बल २०० वर्षांनी १८५०मध्ये रेल्वेमार्गासाठी मुंबईची पुनर्रचना होत असताना, त्या वेळीही भग्नावस्थेत असलेल्या टेहळणी मनोऱ्याचे अवशेष नष्ट करण्यात आले. त्याचबरोबर एके काळी इथे असलेली टेकडीही कापण्यात आली. आज ३५० वर्षांनंतरही आपण सायन स्थानकातील प्लॅटफॉर्म क्रमांक तीनवर थांबून बाजूला बघितलं, तर या मनोऱ्याचे अवशेष इथल्या इमारतींच्या गर्दीत हरवलेले दिसतात.

या मनोऱ्याबाबतही एक दंतकथा इथे प्रचलित आहे. एके काळी या मनोऱ्यावर म्हणे एक चेटकीण राहायची. ही चेटकीण लोकांचं भविष्य सांगायची. १९ व्या शतकात मुंबईचे नगरपाल असलेल्या आणि शहरातल्या अनेक गोष्टींची नोंद ठेवणाऱ्या जेम्स डग्लस यांनी त्यांच्या एका पुस्तकात या चेटकिणीचा उल्लेख केला आहे. १८८४ मध्ये त्यांनी सायन स्थानकापर्यंत रेल्वेने प्रवास केला होता. त्याबद्दल ते लिहितात–

> गाडीच्या डब्याच्या खिडकीतून बघितलं की, इथे एक छोटीशी टेकडी असल्याचं दिसतं. या टेकडीवर एक कॅथलिक चर्च आणि एक टेहळणीसाठीचा मनोरा असल्याचंही दिसतं. या मनोऱ्याच्या एका कोपऱ्यात गेली अनेक वर्षे एक चेटकीण राहत आहे. या आजच्या आधुनिक विज्ञानाच्या जगातही ती भविष्य दिसत असल्याचा किंवा दुसऱ्याचं भविष्य बदलू शकत असल्याचा दावा करते. आज, १८८४च्या मार्च महिन्यात हा सायनचा किल्ला नामशेष होणार आहे, असं भविष्य तिने वर्तवलं असेल, तर ती एक धूर्त स्त्री आहे, हे मान्य करावं लागेल. या

---

८५. एस. एन. शर्मा, History of the GIP Railway (१८५३-१८६९), भाग १, खंड १, (Bombay : Chief Public Relations Officer, Central Railway, 1990) पृ. ३६-३८.

> किल्ल्यावरून खूप सुंदर दृश्य दिसतं. हा किल्ला स्थानकातून दिसत नाही; पण जमिनीमार्गे किंवा समुद्रमार्गे हा किल्ला फार लांबही नाही किंवा जवळही नाही. कदाचित अनेक युद्धं अंगावर झेलून गलितगात्र झालेल्या या किल्ल्यामध्ये अनेक ऐतिहासिक घटनांचा गोफ गुंफला गेला आहे. इंग्रज या भागात आले, त्याच्याही आधीपासूनच्या घटना! पण आता हा किल्ला अगदीच डळमळीत अवस्थेत उभा आहे. अध्यादेश येण्याआधीच हा किल्ला जमीनदोस्त करण्याचं काम सुरू झालं आहे. ज्यांच्या कल्पनाशक्तीला आणि हुशारीला हे असं काही उभारणं जन्मात शक्य होणार नाही, असे लोक हा किल्ला पाडण्यासाठी पुढे सरसावले आहेत.[८६]

हा टेहळणीसाठीचा मनोरा म्हणजेच जुना रेवा किल्ला आहे की धारावी बस आगाराजवळची तटबंदी म्हणजे रेवा किल्ला आहे, याबाबत पुरातत्त्वशास्त्रज्ञांमध्ये मतभेद आहेत. महाराष्ट्र पुरातत्त्व विभागाचे डॉ. बी. व्ही. कुलकर्णी यांच्या मते धारावी बस आगाराजवळची तटबंदी रेवा किल्ल्याची आहे; पण इतर इतिहासकार आणि पुरातत्त्वशास्त्रज्ञ या टेहळणी मनोऱ्याबाबत ठाम आहेत.

त्यामुळे सायन स्थानकाजवळून जाताना रेल्वेमार्ग दोन किल्ल्यांच्या बाजूने जातो. पहिला म्हणजे हा धारावीचा किल्ला आणि दुसरा म्हणजे रेल्वेमार्गाकडे लक्ष ठेवून असलेला हा टेहळणी मनोऱ्याचा किल्ला! मुंबई शहराच्या प्रवेशद्वारावर अजूनही हा मनोरा लक्ष ठेवून असल्यासारखा आहे. गाडी सायन स्थानकाच्या बाहेर पडते आणि इथं मुंबई शहराची हद्द संपते. यापुढे गाडी शिरते ती एके काळी सालसेत किंवा साष्टी या नावाने ओळखल्या जाणाऱ्या बेटावर! या बेटावर पूर्वी ६६ गावं होती आता या गावांची उपनगरं झाली आहेत.

इतिहासाच्या पाऊलखुणा

सायन स्थानकावरही इतिहासाचा आवाज घुमत असतो. पहिल्या तीन प्लॅटफॉर्मवर काही जुने खांब आहेत. या जुन्या खांबांवर 'टाटा आयर्न ॲण्ड स्टील कंपनी' असे शब्द कोरले आहेत. विशेष म्हणजे या खांबांवर सनाचा उल्लेख केलेला नाही. प्लॅटफॉर्म क्रमांक चारवर तर घडीव लोखंडाचे ११ खांब आहेत. या खांबांबरोबरच छताच्या चौकटीसाठी लोखंडाची नक्षीदार जाळीही आहे. चारही प्लॅटफॉर्मवर

---

८६. जेम्स डग्लस, Bombay and Western India : A Series of Stray Papers, खंड २ (London : Sampson Low, Maeston and Company, 1893)

उतरणाऱ्या पुलाखाली जुन्या दगडी विटा आहेत. याच स्थानकात जवळपास शंभर वर्षांपेक्षा जास्त जुना पूल आहे. आता या पुलाचा विस्तार करण्यात आला आहे. या पुलाखाली कमानी आहेत. तसेच अर्धवट वर्तुळाकार जिनाही या पुलावरून स्थानकावर उतरतो. तसेच पुलाच्या एका कोपऱ्यात 'फ्रॉडिंगहॅम आयर्न ॲण्ड स्टील' ही अक्षरंही कोरलेली आहेत.

सायन स्थानकाच्या छतावरील कोरीव नक्षीकाम

प्लॅटफॉर्म क्रमांक एकवरील स्टेशन मास्तरांच्या कार्यालयाला लाकडी महिरप आहे. ही महिरप त्या काळातली आहे. त्यावर GIPR चं बोधचिन्ह तर आहेच, शिवाय उतरती कौलंही आहेत. त्या काळी स्थानकावरची ही एकमेव देखणी गोष्ट असणार हे नक्की! या कार्यालयाच्या दर्शनी भागाकडे नीट बघितलं, तर आपल्याला तिकिटं वाटण्यासाठी केलेल्या खिडकीसारखं काहीतरी दिसतं. मात्र, गेल्या अनेक वर्षांपासून येथे भराव टाकत गेल्याने आता या खिडक्या पार जमिनीला टेकल्या आहेत.

या रेल्वेमार्गाला समांतर असलेल्या एन. एस. मंकीकर रस्त्याजवळच कुठेही नोंद नसलेला २०० वर्षांपूर्वीचा मैलाचा दगड आढळला आहे. या दगडावर १८१७ हे साल कोरलेलं आहे. आपल्या महाविद्यालयातील प्रकल्पासाठी संशोधन करत असलेल्या काही विद्यार्थ्यांना हा मैलाचा दगड सापडला. त्यावर 'IX miles from St. Thomas' असं लिहिलेलं आढळलं. याच रस्त्यावरून थोडं पुढे गेल्यावर दगडातलं अष्टकोनी रचना असलेलं एक बांधकाम दिसतं. अनेकांच्या मते ते दुसऱ्या महायुद्धाच्या काळातलं आहे. असं म्हणतात की, शस्त्रसाठा करण्यासाठी ते बांधण्यात आलं होतं. ती एका कुटुंबाची स्वतंत्र वास्तू म्हणून संरक्षित केलेली आहे.

खाऱ्या खाडीचं कुर्ला

सायन स्थानकातून गाडी पुढे येते. हा रेल्वेमार्ग ज्या काळात बांधला, त्या वेळी इथली भौगोलिक रचना पूर्णपणे वेगळी होती. त्या वेळी आताचा पूर्व द्रुतगती महामार्ग अस्तित्वात नव्हता; पण काही छोटे रस्ते चेंबूर गावाच्या आणि सेंट्रल सालसेत ट्रामवेच्या दिशेने जात होते. पूर्वेकडे आता दिसणारं चेंबूर अस्तित्वात नव्हतं. त्या जागी फक्त मोकळी जमीन आणि मिठागरे होती.

अगदी आताआतापर्यंत या मार्गावर उभा असलेला एक विशेष अवशेष म्हणजे १२९ फूट लांबीची लोखंडी कमान! इथे आठ रेल्वे ट्रॅक आहेत. या आठही रेल्वेमार्गांवरील ओव्हरहेड वायर तोलून धरण्याचं काम ही कमान करत होती. व्हिक्टोरिया टर्मिनस आणि कुर्ला या स्थानकांच्या दरम्यान १९२५ मध्ये पहिल्यांदा विद्युतप्रवाहावर गाडी धावली, तेव्हा GIPRच्या मासिकामध्ये त्याबद्दलचा वृत्तान्त छापून आला होता. त्यात लिहिलं होतं की, या लोखंडी खांबाची घर्षण भार तोलण्याची क्षमता त्या काळी जगात असलेल्या इतर कोणत्याही खांबापेक्षा जास्त होती. ओव्हरहेड वायरचा भार पेलण्यासाठी उभारलेला हा भला मोठा सांगाडा एखाद्या मुकुटाप्रमाणे आठ खांबांवर तोलून धरला होता; पण अगदी अलीकडच्या काळात हा ऐतिहासिक ठेवा अगदीच गुपचूप पाडण्यात आला. नवीन तंत्रज्ञानाला

मार्ग मोकळा करून देण्यासाठी हे केलं गेलं आणि त्याचे तुकडे करून ते भंगारात विकण्यात आले.

थोडंसं पुढे आल्यावर सध्या वापरात नसलेली एक दगडी केबिन काही झुडपांच्या आड दडलेली दिसते. आता या केबिनचं छत पार उडालं आहे. या सर्व खाणाखुणा जुन्या स्वदेशी मिलच्या आवाराजवळ पूर्वी असलेल्या रेल्वे फाटकाच्या आहेत. हे फाटक कधीच बंद करण्यात आलं आहे. याच केबिनच्या थोडंसं पुढे आल्यावर सर्वेश्वर महादेव मंदिराच्या जवळ दगडी खांब असलेला एक पादचारी पूल दिसतो. रेल्वेच्या नोंदींप्रमाणे अजूनही अस्तित्वात असलेल्या काही जुन्या पादचारी पुलांपैकी हा एक पूल आहे. हा पूल १९०४ मध्ये उभारण्यात आला होता. घडीव लोखंडाच्या या पुलावर दिवे आणि घडीव लोखंडाचे कठडे आहेत. लांबवरून येणारी रेल्वे बघण्यात रस असलेल्या रसिकांसाठीच बहुधा हा पूल बांधला गेला असावा.

हे सर्वेश्वर महादेव मंदिर १८८३ मध्ये बांधण्यात आलं होतं. म्हणजे पहिली रेल्वे धावल्यानंतर तब्बल ३० वर्षांनी! स्वदेशी मिल आणि कुर्ला स्पिनिंग मिल या गिरण्यांमध्ये काम करणाऱ्या कामगारांना पूजा-अर्चेसाठी जागा असावी, म्हणून वाडिया ट्रस्टने ही जागा त्यांना देऊ केली होती. आश्चर्याची गोष्ट म्हणजे या मंदिराच्या कागदपत्रांनुसार जुनं कुर्ला स्थानक आधी बरोबर या मंदिरासमोर होतं.

गाडी कुर्ला स्थानकाकडे पोहोचायला लागते, तेव्हा झोपड्यांनी वेढलेल्या एका छोट्या टेकडीच्या बाजूने जाते. कागदपत्रांचा आधार घेतला, तर असं समजतं की, पहिला रेल्वेमार्ग बांधताना कुर्ला आणि घाटकोपर या स्थानकांच्या मध्ये छोटे डोंगर आणि मिठागरे होती. रेल्वेचा दुहेरी मार्ग बांधण्यासाठी हे डोंगर कापावे लागले होते. आजही जुन्या कुर्ला गावात जाण्यासाठी रेल्वे रुळांना समांतर असणारा रस्ता चढा आहे. पूर्वी असलेल्या टेकडीचाच हा परिणाम!

कुर्ला स्थानकाच्या पूर्वेकडे एक रिकामा प्लॅटफॉर्म दिसतो. आता या प्लॅटफॉर्मचा बिलकूल वापर केला जात नाही; पण हा प्लॅटफॉर्म म्हणजे एके काळी या भागातून जोमाने होणाऱ्या मिठाच्या व्यापाराचा साक्षीदार आहे. मिठागारापासून ते शहरापर्यंतचा मिठाचा प्रवास या प्लॅटफॉर्मने बघितला होता. एका अर्थी या प्लॅटफॉर्मने मुंबईचं मीठ चाखलं आहे. जसजसं रेल्वेचं जाळं विस्तारत गेलं, तसतसं या मिठागरांपैकी काही सरकारला आपल्या ताब्यात घ्यावी लागली. यामुळे सर्वाधिक फटका बसला होता तो होर्मुसजी बोमनजी यांना! १८४८ मध्ये बोमनजी यांच्या मालकीच्या बहुतांश जमिनीवर मिठागरे होती. रेल्वेसाठी सरकारला त्यांची जागा ताब्यात घ्यावी लागल्याने बोमनजी यांच्याच म्हणण्यानुसार त्यांची १४५ मिठागरे आणि मीठ असलेले १६०० ढीग नष्ट होणार होते. बोमनजी यांच्या जमिनीच्या अधिग्रहणापोटी

त्यांना देऊ केलेल्या नुकसानभरपाईबाबत त्यांच्यात आणि ठाण्याचे जिल्हाधिकारी जे. एस. लॉ यांच्यात मतभेद होते.[८७] होर्मुसजी बोमनजी यांनी दरसाल २५३७ रुपयांची नुकसानभरपाई मागितली होती; पण लवादाच्या निर्णयानंतर या रकमेपेक्षा खूपच कमी रकमेवर त्यांची बोळवण करण्यात आली. कुर्ला येथे असलेल्या आपल्या जमिनीवर ताडी विक्रीचा परवाना मिळावा, ही बोमनजी यांची मागणीही फेटाळण्यात आली.

~

मिठागरे, उथळ खाडी आणि मासे याच शब्दांवरून सालसेत किंवा साष्टी बेटांवरच्या उपनगरांची नावं तयार झाली होती. कर्ली आणि चिंबोरी या दोन जलचरांच्या नावांवरून आजची कुर्ला आणि चेंबूर ही नावं तयार झाली, असं मानायलाही जागा आहे. इथल्या उथळ खाडीमध्ये कर्ली आणि चिंबोरी मुबलक मिळायच्या.

पहिला मार्ग बांधला गेला, तेव्हा कुर्ला आणि ठाणे या स्थानकांदरम्यानच्या भागाचं वर्णन सपाट प्रदेश असं करण्यात आलं होतं. सायनच्या खाडीवरील पुलानंतर रेल्वे अभियांत्रिकीच्या कौशल्याचा नमुना बघायला मिळतो तो थेट ठाणे खाडीच्या पुलावर! या सपाट प्रदेशावर मोकळी जागा होती. तसेच खाजण, झुडूप आणि तिवरांची खूप झाडंही होती. हा संपूर्ण प्रदेश पूर्वेकडच्या समुद्राशी आणि मिठागरांशी सलगी करून होता. काळाच्या ओघात किती बदल झाले आहेत! आज कुर्ला आणि विद्याविहार या दोन्ही स्थानकांदरम्यान रेल्वेचंच मोठं जंगल उभं राहिलं आहे. पश्चिम दिशेला प्रचंड कुर्ला कारशेड आहे आणि पूर्वेकडे झाडा-झुडपांमध्ये दडलेलं रेल्वेचं मोठं यार्ड आहे.

कुर्ला स्थानक १८५६ मध्ये उभारण्यात आलं होतं. त्यानंतर १८९० च्या सुमारास ते सध्याच्या ठिकाणी हलवण्यात आलं, असा अंदाज आहे. सालसेत किंवा साष्टी बेटांवरचं ते पहिलं रेल्वे स्थानक होतं. तसेच १९२५ मध्ये विद्युतीकरण झालेलंही ते पहिलंच स्थानक!

त्याहीपेक्षा जास्त म्हणजे शहराला पाणीपुरवठा करण्यासाठी तयार केलेल्या जाळ्यामध्ये कुर्ल्याला अनन्यसाधारण महत्त्व होतं. १८८० च्या दशकात शहराचा विस्तार झाला. रेल्वेमार्ग आणि गिरण्या यांची संख्या वाढली. तसेच लोकांच्या गरजाही वाढल्या आणि तुळशी व विहार या दोन तलावांमधून होणारा पाणीपुरवठा

---

८७. मरिअम डोसल, Mumbai : Theatre of Conflict, City of Hope : 1660 to Present Times (India : Oxford University Press, 2012) पृ. ११६-११७

शहराला कमी पडू लागला. परिणामी, पहिला तानसा जलपुरवठा पाइपलाइन प्रकल्प आखला गेला आणि १८८९ मध्ये त्याचं कामही सुरू झालं. १८९२ मध्ये लॉर्ड लॅन्ड्सडाउन यांच्या हस्ते या प्रकल्पाचं उद्घाटन झालं. या प्रकल्पाद्वारे शहराला दर दिवशी ४६ लाख गॅलन्स एवढ्या पाण्याचा पुरवठा होईल, असा अंदाज होता. त्यासाठी ८८ किलोमीटर लांबीचे पाइप टाकण्यात आले.

ही पाइपलाइन एका लोखंडी पुलाच्या साहाय्याने रेल्वेलाइनच्या वरून जात होती. अजूनही ती तशीच जाताना आपण बघू शकतो. मुंबईला लंडनहून पाठवण्यात आलेल्या या पाइपांवर १८८९ हे साल कोरलेलं होतं. या पाइपांची देखभाल-दुरुस्ती करायला उपयोगी पडेल म्हणून या लोखंडी पुलावर पाइपांच्या बाजूला छोटी नॅरोगेज रेल्वेलाइन टाकण्यात आली. एके काळी या रेल्वेमार्गावरून या पाइपलाइन दुरुस्त करणाऱ्या गाड्या धावायच्या.

शहरातल्या कचऱ्याची क्षेपणभूमी किंवा डंपिंग ग्राउंड म्हणूनही कुर्ला कुख्यात होतं. मुंबई प्रांताच्या १८६७ च्या एका स्वच्छताविषयक अहवालानुसार शहरातला घनकचरा गोळा करून तो बैलगाड्या किंवा रेल्वेमार्गे शहरापासून १६ किलोमीटर अंतरावर असलेल्या कुर्ला इथं नेला जात असे. पालिकेच्या अखत्यारीत असलेल्या मोकळ्या जागेत हा कचरा टाकला जात असे. आज ही क्षेपणभूमी कुर्ला-मानखुर्द मार्गावरील गोवंडी स्थानकाजवळ असलेली दिसते. मुंबईकरांमध्ये ती देवनार डंपिंग ग्राउंड म्हणून प्रसिद्ध आहे.

इतिहासाच्या पाऊलखुणा

दहा प्लॅटफॉर्मचा विस्तार असलेलं कुर्ला स्थानक म्हणजे ऐतिहासिक अवशेषांची जणू खाणच आहे. कुर्ला स्थानकाच्या जुन्या दगडी इमारतीपासूनच सुरुवात करू या! मालाडच्या दगडाच्या खाणींमधून आलेल्या दगडांनी ही इमारत बांधली गेली आहे. गॉथिक शैलीतील इमारतीच्या अर्धवर्तुळाकार कमानी देखण्या आहेत. या परिसरातल्या अत्यंत गलिच्छ बांधकामांमुळे या कमानींपैकी काही अगदीच झाकोळून गेल्या आहेत; पण पावसाची एखादी सर आली तरी या दगडांवर बसलेली धूळ वाहून जाते आणि या इमारतीचा दिमाख जाणवत राहतो. या बांधकामाचा एक भाग विद्युत विभागाचं कार्यालय म्हणून वापरला जातो. या इमारतीच्या मध्यभागी लोखंडी वक्राकार जिना आहे, तर मागच्या बाजूला घडीव लोखंडाचं नक्षीकाम केलेलं कुंपण आहे. स्थानकातील आणखी दोन दगडी इमारतींचा बाहेरचा भाग त्रिकोणात बाहेर आलेला आहे. यातून या इमारती बांधण्यामागे काहीतरी स्थापत्यशैलीचा विचार झाला होता, हेच दिसून येतं. आज या दोन्ही इमारतींमध्ये रेल्वे कामगारांच्या संघटनांची कार्यालयं आहेत. या दोन्ही इमारती अगदी मोडकळीस आल्या असून

कधीही पाडल्या जातील.

त्यानंतर या स्थानकावरचा प्लॅटफॉर्म १-ए! कुर्ल्यात पूर्वीपासून राहणाऱ्या अनेकांना आठवण आहे की, हा प्लॅटफॉर्म पूर्वी सेंट्रल सालसेत ट्रामवेसाठी वापरला जायचा. ही ट्राम GIPRतर्फे माहुल ते अंधेरी या दरम्यान चालवली जायची. योगायोगाची गोष्ट म्हणजे आजची मेट्रोही अंशतः याच मार्गावरून जाते. कुर्ला हे ट्राम आणि रेल्वे या दोन्ही मार्गांवरचं स्थानक होतं. बॉम्बे इम्प्रूव्हमेंट ट्रस्टचे लॉर्ड सॅन्डहर्स्ट यांच्या अभिनव कल्पनेतून ही १३ किलोमीटर लांबीची स्टॅन्डर्ड गेज ट्रामवे बांधण्यात आली होती. या मार्गावर नऊ स्थानकं होती. नव्याने वसवायला सुरुवात केलेल्या उपनगरांमध्ये राहायला जायला लोकांना या ट्राममुळे प्रोत्साहन मिळेल, असा विश्वास या कल्पनेमागे होता; पण ही कल्पना फसली आणि सहा वर्षांमध्येच १९३४ मध्ये ही ट्राम बंद करण्याची वेळ आली. ही ट्राम जिथून जाते, तिथेच सांताक्रूझचा विमानतळ उभा राहिला.

आज वापरामध्ये नसलेले प्लॅटफॉर्म नऊ आणि दहा अगदी १९९०च्या मध्यापर्यंत वापरात होते. कुर्ला ते मानखुर्द या स्थानकांच्या दरम्यान चालणाऱ्या गाड्या या प्लॅटफॉर्मवरून सुटत होत्या आणि याच प्लॅटफॉर्म नऊवर मुंबई रेल्वे विकास महामंडळाची कोनशिला आजही आढळते. तत्कालीन रेल्वेमंत्री ममता बॅनर्जी यांनी याच ठिकाणच्या प्लॅटफॉर्म १० वरून नवी मुंबईमध्ये जाणाऱ्या पहिल्यावहिल्या गाडीला हिरवा झेंडा दाखवला होता. ही कोनशिला २००४ मध्ये पाडून टाकण्यात आली आणि या प्लॅटफॉर्मकडेही दुर्लक्ष करण्यात आलं.

कुर्ला स्थानकात नवीन पादचारी पूल उभारण्याचं काम २०११ मध्ये सुरू होतं. या वेळी इथं आताच्या प्लॅटफॉर्मखाली दडलेले जुन्या दगडी प्लॅटफॉर्मचे अवशेष सापडले. रेल्वेच्या सुरुवातीच्या काळातल्या स्थापत्यशैलीची आठवण करून देणारी एक दगडी भिंतही त्या वेळी सापडली होती. प्लॅटफॉर्मच्या भिंतीला शोभावेत म्हणून हे दगड त्रिकोणी आकारात कापले होते.

विद्युत यंत्रणेवर चालणारी देशातली पहिली रेल्वे याच कुर्ला स्थानकातून धावली. साहजिकच या तंत्रज्ञानातील गरुडझेपेच्या अनेक आठवणी या स्थानकामध्ये विखुरलेल्या आहेत. प्लॅटफॉर्म क्रमांक आठच्या समोरच १९२५ मध्ये बांधलेलं एक विद्युत उपकेंद्र या स्थानकात आहे. कुर्ला ते व्हिक्टोरिया टर्मिनस यादरम्यान ही पहिली विद्युत रेल्वे सुरू झाल्यावर त्याच्या प्रसिद्धीसाठी छापलेल्या फोटोंमध्येही ही इमारत दिसते. याच उपकेंद्राला लागून असलेलं दुसरं उपकेंद्र १९५३ मध्ये बांधण्यात आलं. हे उपकेंद्र कुर्ला - मानखुर्द मार्गाच्या विद्युतीकरणाच्या दुसऱ्याच वर्षी सुरू झालं.

कुर्ला स्थानकाच्या थोडंसं पुढे वापरात नसलेले काही रेल्वेमार्ग आणि इलेक्ट्रिक कारशेड दिसतं. १९२५ मध्ये उभारलेल्या या कारशेडचा वापर त्या वेळी एका खास कारणासाठी केला जात होता. इंग्लंडवरून आलेल्या विद्युत यंत्रणेवर चालणाऱ्या रेल्वेच्या डब्यांची देखभाल - दुरुस्ती सुरुवातीला या कारशेडमध्ये केली जात होती. इथेच एक छोटासा गंजलेला लोखंडी सिग्नल बॉक्स आहे. रेल्वेच्या विद्युतीकरणाबद्दल हा बॉक्स आपल्याला अधिक माहिती देतो. २००२ मध्ये या बॉक्सचं झाकण चोरीला गेलं. या झाकणावर खूप महत्त्वाची माहिती कोरलेली होती. त्यावर 'वेस्टिंग हाउस' असं लिहिलेलं होतं. त्यापुढे वाचता न येण्यासारखी काही अक्षरं होती आणि शेवटी 'सिग्नल कंपनी लिमिटेड १९३०' असं होतं. वेस्टिंग हाउस कंपनीबरोबर पत्रव्यवहार केल्यानंतर असं लक्षात आलं की, १९३०च्या दशकात भारतीय रेल्वेला विद्युतीकरणासाठी सामग्री पुरवणाऱ्यांमध्ये ही कंपनी आघाडीवर होती.

थोडं पुढे एका जुन्या डब्यासारखी एक लाकडी वस्तू अगदी अलीकडच्या काळापर्यंत पडून होती. थोडंसं खोलात गेल्यावर कळलं की, हा GIPR कंपनीचा जुना चारचाकी लाकडी डबा होता. या डब्यावर अनेक ठिकाणी GIPR लिहिलं होतं. कदाचित अशा डब्यांपैकी तो सर्वांत जुना डबा असावा. आज आपल्याला याच स्थानकाजवळ असलेल्या इंजिनासाठीच्या शेडजवळ मालगाडीचा असाच एक डबा उभा असलेला दिसतो.

GIPR कंपनीच्या काळात धावत्या इंजिन्सना रेल्वेमार्गावरच्या महत्त्वाच्या स्थानकांची नावं देण्याची पद्धत होती. १८७० च्या सुमारास लीड्सच्या किट्सन ॲण्ड लेविट्सन या कंपनीने भारतीय रेल्वेला पुरवलेल्या सहा-सहा चाकांच्या २० इंजिनांपैकी एकाला कुर्ला स्थानकाचं नाव देण्यात आलं होतं. हे इंजिन परळच्या कार्यशाळेत वापरलं जात होतं. आणखी एका इंजिनाला बॉम्बे असं नाव देण्यात आलं होतं.[८८]

विद्येचं घर – विद्याविहार

विद्याविहार हे स्थानक अगदी अलीकडचं आहे. हे काही GIPR कंपनीच्या काळात उभं राहिलेलं स्थानक नाही. हे स्थानक १६ ऑगस्ट १९६१ रोजी लोकांसाठी खुलं करण्यात आलं. १९५१ मध्ये GIPRचं नामकरण सेंट्रल रेल्वे किंवा मध्य रेल्वे असं करण्यात आलं. मुळात विद्याविहार हे उपनगरही नव्हतं. इथे फक्त दलदलीची जमीन होती. १९५९ मध्ये मुंबईच्या सोमय्या परिवाराने इथं अनेक शैक्षणिक संस्था उभारल्या आणि हा परिसर शिक्षणासाठी अगदी प्रसिद्ध झाला. यावरूनच या

---

८८. The Locomotive, 15 September 1926. पृ. २९०

स्थानकाचं नाव विद्याविहार असं पडलं. तसेच या परिसरात विद्यार्थ्यांची वर्दळ वाढल्याने इथे स्थानक उभारण्याची गरजही निर्माण झाली.

अनधिकृत बांधकामांच्या सुळसुळाटामुळे १९६० आणि १९७० या दोन दशकांमध्ये विद्याविहार स्थानकाच्या दोन्ही बाजूंकडे असलेली रेल्वेची जमीन बळकावली गेली. आपली जमीन वाचवण्यासाठी रेल्वेला तातडीने काहीतरी पावलं उचलणं आवश्यक होतं. त्यांनी जे काही केलं, ते अलौकिक बुद्धिमत्तेचं प्रतीक होतं. रेल्वेने या जमिनींचे तुकडे पाडले. एका बाजूला त्यांनी आपल्या शिकाऊ कर्मचाऱ्यांसाठी वसतिगृहं आणि रेल्वे कर्मचाऱ्यांसाठी निवासस्थानं बांधली आणि दुसऱ्या बाजूला बाग बांधली. या बागेतली झाडं आजूबाजूने जाणाऱ्या नाल्यांच्या पाण्यावर जोमाने वाढली. या बागेतूनच रेल्वेच्या विविध प्रशासकीय कार्यालयांमध्ये झाडांच्या छोट्या छोट्या कुंड्या पाठवल्या जायच्या.

पण हे वसतिगृह काय किंवा ही बाग काय, यातलं काहीच टिकलं नाही. कुर्ला ते ठाणे या स्थानकांच्या दरम्यान आणखी दोन नव्या रेल्वेलाइन टाकण्याचं काम जोमानं सुरू झालं आणि त्यात या दोन्ही गोष्टी नामशेष झाल्या.

२०११ मध्ये या पाचव्या-सहाव्या लाइनचं काम पूर्ण झालं. क्लार्क यांनी केलेल्या GIPRच्या मूळ आराखड्यानंतर या दोन नव्या मार्गांचा समावेश झाला. या दोन्ही लाइनची उभारणी करणं हे मोठं आव्हान होतं. या कामासाठी अनेक लोकांचं पुनर्वसन करावं लागलं, तसेच वीजजोडण्या, टेलिफोनची लाइन अशा अनेक गोष्टीही बाजूला सरकवायला लागल्या. या प्रकल्पासाठी जागा मोकळी झाल्यानंतर आणखी एक चूक लक्षात आली. गाडी एका ट्रॅकवरून दुसऱ्या ट्रॅकवर नेण्यासाठीचे दुभाजक टाकलेलेच नव्हते. अखेर बराच खटाटोप केल्यानंतर या दोन लाइन सुरू झाल्या.

आजच्या विद्याविहार स्थानकाच्या पूर्वेकडे जुन्या घाटकोपर उपनगराची सुरुवात व्हायची. पूर्वी इकडे घनदाट झाडी होती. १९४०च्या दशकात फाळणीनंतर भारतात - मुंबईत आलेल्या रेल्वेच्या अधिकाऱ्यांसाठी निवासी संकुलं उभारण्यासाठी ही झाडं कापून जमीन मोकळी करण्यात आली. हे निवासी संकुल आज 'चित्तरंजन नगर' या नावाने ओळखलं जातं. या जमिनीपैकी मोठा तुकडा बडोद्याचे संस्थानिक गायकवाड यांच्या मालकीचा होता. त्यांनी एका बड्या स्थानिक घराण्याला ही जागा जहागीर म्हणून दिली होती. एखाद्या मोठ्या संकटामुळे हे बडं घराणं मोडकळीस आलं असावं. त्यानंतर १९५० मध्ये ही जागा मुंबई महापालिकेने आपल्या ताब्यात घेतली. याच जमिनीच्या एका तुकड्यावर पालिकेचं राजावाडी रुग्णालय १९५८पासून रुग्णसेवेस तत्पर आहे.

आज विद्याविहार स्थानकामध्ये एकमेव प्लॅटफॉर्मसह दोन तिकीट खिडक्या शिल्लक आहेत. या पुलावर लॅनार्कशायर स्टील कंपनीचं नाव कोरलेलं आहे. तसेच प्लॅटफॉर्मवर गोलाकार ठशात मध्य रेल्वेच्या मनमाडच्या अभियांत्रिकी कार्यशाळेचं नाव कोरलेलं दिसतं.

व्यापाराचा मार्ग – घाटकोपर स्थानक

घाटकोपर हा मूळ ठाणे जिल्ह्याचा भाग होता. पूर्वेकडे मिठागरे होती आणि पश्चिमेकडे किरोळ गाव! रेल्वेकडे असलेल्या नोंदींनुसार घाटकोपरजवळ रेल्वेलाइन टाकण्यासाठी प्रचंड दगड आणि टेकड्या फोडाव्या लागल्या होत्या.[८९] आजही गाडी विद्याविहारहून घाटकोपरकडे सरकली की, मध्ये दोन डोंगरांमधला दरीसारखा भाग आणि दोन्ही बाजूंना कठीण खडक उभा असलेला दिसतो. रेल्वेमार्गाच्या दोन्ही बाजूंची जमीनही बऱ्यापैकी उंचावर आहे. या स्थानकाच्या नावातच या परिसराची भौगोलिक स्थिती सामावली आहे. घाटाचं कोपर म्हणजे घाटकोपर! शहरातल्या पहिल्यावहिल्या मेट्रोमधून जाताना मेट्रोने घाटकोपर स्थानक सोडलं की, या डोंगराचे अवशेष आजही दिसतात.

या परिसरातल्या लोकांनी केलेल्या विनंतीअर्जांनंतर १८७७ मध्ये हे स्थानक बांधण्यात आलं. आज या स्थानकात चार प्लॅटफॉर्म आहेत आणि आठवड्याच्या कोणत्याही दिवशी हे स्थानक प्रवाशांनी अगदी गजबजलेलं असतं. एकेकाळी राजावाडी रुग्णालय परिसरातील आणि आग्रा रस्त्यावरील मोजकी घरं एवढ्यातच काय ते घाटकोपर सामावलेलं होतं. जसजसा हा परिसर विकसित होत गेला, तसतसा भाटिया समाजाच्या व्यापाऱ्यांनी या भागात छोटे छोटे बंगले आणि इमारती बांधायला सुरुवात केली. घाटकोपरमधील हिंगवाला गल्ली या प्रसिद्ध गल्लीचं नावही रणछोडदास हिंगवाला या व्यापाऱ्याच्या नावावरूनच पडलं आहे. या व्यापाऱ्याने घाटकोपरमध्ये अनेक जमिनी विकत घेतल्या होत्या. एके काळी या हिंगवाला कुटुंबीयांची इथं सातमजली हवेली होती. या हवेलीचं नाव होतं बिल्ली बंगला! १९४१ मध्ये लागलेल्या आगीत ही हवेली भस्मसात झाली.

दक्षिण मुंबईत मशीद बंदर स्थानकाच्या परिसरात भाटिया समाजाची दुकानं आणि व्यवसाय होता. घाटकोपर स्थानकातून मुंबईकडे जाणारी गाडी सोडावी, अशी

---

८९. के. आर. वैद्यनाथन, 150 Glorious Years of Indian Railways (India : English Edition, 2003)

मागणीही याच समाजाच्या व्यापाऱ्यांनी केली होती. ही गाडी सुरू झाल्यानंतर ती लवकरच भाटिया लोकल या नावाने ओळखली जाऊ लागली.

१८८२ मध्ये याच भागातल्या मिठाच्या व्यापाऱ्यांनी GIPRला पत्र लिहून घाटकोपर स्थानकाच्या बाजूला एका सायडिंग लाइनची मागणी केली होती. पूर्वेकडे असलेल्या मिठागरांमधून वेगवेगळ्या प्रदेशांमध्ये मीठ पाठवण्याआधी त्याचं वजन करणं, त्याची तपासणी करणं यासाठी हे सायडिंग उपयुक्त ठरेल, असं या व्यापाऱ्यांचं म्हणणं होतं; पण ही मागणी प्रत्यक्षात येऊ शकली नाही. घाटकोपर स्थानकातून मिठाचा व्यापार करण्याला तत्कालीन मीठ आयुक्तांचा विरोध होता. त्यांच्या मते कुर्ला स्थानकाजवळ असलेल्या स्वतंत्र प्लॅटफॉर्मवरून हे काम अधिक परिणामकारपणे होऊ शकलं असतं. सीमाशुल्क, अफू आणि अबकारी विभागाचे आयुक्त सी. बी. प्रिचर्ड यांनी मुंबई रेल्वेच्या सल्लागार अभियंत्याला ३० एप्रिल १८८२ रोजी लिहिलेल्या पत्रात म्हटलं होतं की,

> अतिरिक्त खर्च करून घाटकोपर स्थानकाजवळ रेल्वे सायडिंग आणि मिठासाठी प्लॅटफॉर्म बांधण्याची काहीच गरज नाही. या अशा नव्या सुविधेमुळे मिठाच्या व्यापारातून मिळणाऱ्या महसुलावरही विपरीत परिणाम होण्याची शक्यता असल्याने या सुविधेला विरोध आहे. त्यामुळे घाटकोपर स्थानकातून मिठाची वाहतूक होण्यावर मीठ विभागाचा मोठा आक्षेप आहे. मी नमूद करू इच्छितो की, अशी सुविधा रेल्वे कंपनीसाठीही फायद्याची ठरणार नाही. घाटकोपरमध्ये ही सुविधा दिल्यावर तिथून जेवढ्या मिठाची वाहतूक होईल, तेवढीच घट कुर्ला येथील मिठाच्या व्यापारात होणार आहे.[१०]

आज घाटकोपर स्थानकाच्या बाहेर दोन्ही बाजूला रेल्वेमार्गाला समांतर जाणारे उंच पादचारी पूल आहेत. या पुलांना २१व्या शतकाच्या भाषेत 'स्कायवॉक' म्हणतात; पण हे पूल वापरणाऱ्यांची संख्या खूपच कमी आहे. वर्सोवा-अंधेरी-घाटकोपर हा शहरातला पहिला मेट्रोमार्गही याच स्थानकाच्या बाहेरून सुरू होतो.

इतिहासाच्या पाऊलखुणा

या स्थानकातील भूतकाळाशी जोडला गेलेला दुवा म्हणजे प्लॅटफॉर्म क्रमांक एकवर असलेले घडीव लोखंडातले २० खांब आणि त्यावर तोललेलं छत! या खांबांवर

---

१०. Maharashtra Archives Bulletin of the Department of Archives कडून मिळालेल्या १८८२ सालच्या GIPRच्या पत्रव्यवहारातून.

'GIPR १८९०' असं कोरलेलं आहे. त्याशिवाय नक्षीकाम असलेले नऊ लोखंडी खांबही या स्थानकामध्ये आहेत. या स्थानकाजवळ एक जुनी दगडी सिग्नल केबिन आहे.

जंगलात दडलेलं विक्रोळी स्थानक

घाटकोपरमधून गाडी विक्रोळीच्या दिशेने निघते. १९३० च्या दशकाच्या अखेरपर्यंत या दोन स्थानकांच्या मध्ये काहीच नव्हतं. अपवाद फक्त छोट्याशा विक्रोळी गावाचा आणि मुंबई-आग्रा मार्गाचा! हा मार्ग आता लालबहादूर शास्त्री मार्ग म्हणून ओळखला जातो. आज रेल्वेमार्गाच्या दोन्ही बाजूला गोदरेजचं साम्राज्य पसरलेलं आहे. या साम्राज्यामध्ये निवासी इमारती, कारखाने आणि इतर काही सोयी-सुविधा विस्तारलेल्या आहेत.

गोदरेज यांच्या संग्रहातील नोंदीनुसार १९४२ मध्ये पिरोजशाह गोदरेज यांनी त्यांच्या मुलाच्या म्हणजे नवरोजी यांच्या नावाने संपूर्ण विक्रोळी गाव विकत घेतलं.[९१] इथे त्यांना औद्योगिक वसाहत स्थापन करायची होती; पण ही जमीन खरेदीची प्रक्रिया तेवढी सोपी नव्हती. वर्तमानपत्रांमध्ये म्हटलं होतं,

> एका लिलावादरम्यान पिरोजशाह यांनी विक्रोळी गावातील जमीन खरेदी केली. जवळपासच्या परिसरातील छोट्या-छोट्या वसाहतींना त्यांनी एक एक करून आपल्या कह्यात घेतलं. मूळ जमिनीसाठी त्यांना जेवढे पैसे मोजावे लागले असते, त्यापेक्षा खूप जास्त रक्कम त्यांना या प्रक्रियेत खर्च करावी लागली. आज त्या जमिनीच्या किमतीचा विचार केला, तर त्यांनी दिलेला मोबदला अगदीच नगण्य होता; पण त्या वेळी त्यांना त्यांचे सगळे शेअर्स, सगळी मालमत्ता तर विकावी लागली होतीच; पण त्याचबरोबर कर्जही काढावं लागलं होतं.[९२]

विक्रोळीतील रेल्वे सायडिंगच्या बाजूलाच गोदरेज यांचा नवा कारखाना उभा राहिला; त्यामुळे या कारखान्यात तयार झालेला माल देशाच्या कानाकोपऱ्यांत रेल्वेमार्गाने अगदी सहजपणे पोहोचवला जायचा. स्वतंत्र भारतात झालेल्या पहिल्यावहिल्या

---

९१. आश्चर्याची गोष्ट म्हणजे १४ व्या शतकात लिहिलेल्या 'महिकावतीची बखर' या ग्रंथात विक्रोळीचा उल्लेख 'विखरोळी' या नावाने येतो. तसेच हे गाव महसूल देणाऱ्या गावांच्या यादीत होतं.

९२. नौझर के. भरूचा, '35 Acres for Homes, Offices in Vikhroli by Year-End', The Times of India, 14 April 2010

लोकसभा आणि विधानसभा निवडणुकींसाठी लागणाऱ्या मतपेट्या याच ठिकाणाहून देशभरात पोहोचवल्या गेल्या होत्या. १९५१ मध्ये पिरोजशाह गोदरेज यांच्याकडे या मतपेट्या बनवण्याची ४४ लाख रुपयांची मागणी नोंदवण्यात आली होती. देशातील विविध राज्यांमध्ये होणाऱ्या विधानसभा निवडणुकींसाठी आणि देशभरात होणाऱ्या लोकसभेच्या मतदानासाठी या पेट्या वापरल्या जाणार होत्या. ही मागणी पूर्ण करण्यासाठी तीन महिन्यांचा कालावधी होता. ८ फेब्रुवारी १९५२ रोजी या मतपेट्या ठिकठिकाणी पाठवण्यासाठी सज्ज होत्या. त्या दिवशी पिरोजशाह गोदरेज यांनी लिहिलेल्या पत्रात हे राष्ट्रीय कार्य यशस्वी झाल्याबद्दल संतोष व्यक्त केला होता. त्यांनी लिहिलं आहे की,

> विविध राज्यांतील विधानसभा आणि लोकसभा निवडणुकीसाठी १२,८३,३७१ मतपेट्या गोदरेज यांच्या विक्रोळी येथील कारखान्यातून देशातील विविध भागांसाठी रवाना होणार आहेत. या मतपेट्यांपैकी मुंबई प्रांत आणि आसपासच्या परिसरासाठीच्या १५ हजार मतपेट्या रस्तामार्गानेच पाठवल्या जातील, तर उरलेल्या १२,५८,३७१ मतपेट्या पाठवण्यासाठी ५३२ मालडबे विक्रोळीच्या सायडिंगमध्ये भरण्यात आले. यांपैकी १५७ डबे नोव्हेंबर १९५१च्या आधीच भरले गेले, तर नोव्हेंबर १९५१ मध्ये एकूण २०० डब्यांमध्ये या मतपेट्या भरण्यात आल्या. डिसेंबर महिन्यात १७५ डबे भरून गाड्या देशाच्या विविध प्रांतांमध्ये पोहोचल्या. डिसेंबरच्या मध्यानंतर अनेक राज्यांनी अगदी तातडीने मागण्या नोंदवल्या. वेळापत्रकाबरहुकूम काम करत गोदरेजच्या कारखान्यातून या मतपेट्या मालगाडीच्या डब्यात भरल्या गेल्या. हे डबे नंतर प्रवासी गाड्यांना जोडून त्या-त्या राज्यांची मागणी पूर्ण करण्यात आली. ही सगळी प्रक्रिया सुटीचे दिवस सोडून ६८ दिवसांमध्ये पूर्ण करण्यात आली.[९३]

विक्रोळीच्या या सायडिंगने भारतात लोकशाहीची मुळं मजबूत करण्यात मोलाची भूमिका बजावली आहे.

~

चार प्लॅटफॉर्म असलेलं विक्रोळी स्थानक एकेकाळी जंगलात होतं. त्या वेळी या स्थानकाच्या आजूबाजूला असलेलं एकमेव लोकवस्तीचं ठिकाण म्हणजे हरियाली

९३. 'Godrej Company Archives', Western Railway Newsletter, January 1952

गाव! वेगाने पसरणाऱ्या रेल्वेच्या जाळ्यामुळे आणि इतरही काही घटकांमुळे या परिस्थितीत खूप बदल झाला. रेल्वेच्या नोंदींनुसार १९०७ मध्ये करी रोड ते कल्याण या स्थानकांच्या दरम्यान आणखी दोन नव्या लाइन टाकण्याचा प्रस्ताव मान्य झाला होता. या कामासाठी ३८ लाख रुपये एवढा प्रचंड निधीही ठेवला गेला; पण या निधीमध्ये नंतर काटछाट झाली आणि हा प्रकल्प चांगलाच रखडला. अखेर १९१० मध्ये कुर्ला आणि ठाणे या स्थानकांच्या दरम्यान पूर्वेकडे जागेचं अधिग्रहण करून हा प्रकल्प पूर्ण करण्यात आला.

त्या काळामध्ये कुर्ला आणि ठाणा या दरम्यान अक्षरशः मांडव घातल्यासारखी दुतर्फा घनदाट झाडी होती. या भागातल्या काही जुन्या नोंदी असं सांगतात की, 'या स्थानकामध्ये जंगली प्राण्यांचा अगदी सर्रास वावर होत असल्याने स्टेशन मास्तर स्वतःला आपल्या कार्यालयात बंद करून घ्यायचे.'[९४] अर्थात त्यांची भीती अगदीच अनाठायी नव्हती. तुम्ही जर ऐतिहासिक दस्तावेजांवर नजर टाकलीत, तर ९ ऑक्टोबर १९५० रोजी प्रसिद्ध झालेला एक विशेष लेख तुमचं लक्ष वेधून घेईल. त्यामध्ये असं लिहिलेलं होतं की, 'भांडुप येथे एक वाघ पत्रांच्या गाडीवर चढला आणि त्याने ती गाडी उलटवून दिली. या प्रकारामध्ये गाडीवाल्याला मामुली जखमा झाल्या.'[९५] आजकाल बातमीत वाघ नसले, तरी कधीकधी बिबटे वर्तमानपत्रात जागा पटकावतात.

इतिहासाच्या पाऊलखुणा

आज विक्रोळी स्थानकाबाहेर हिरवळ औषधालासुद्धा उरलेली नाही. त्या घनदाट झाडीची जागा आज गजबजलेल्या घरांनी आणि झोपडपट्ट्यांनी घेतली आहे. स्थानकातही अनेक बदल झाले आहेत. अनेक ऐतिहासिक खुणा पुसल्या गेल्या आहेत. प्लॅटफॉर्मजवळ असलेली जुनी विहीर किंवा GIPRची घंटा असलेली जुनी सिग्नलची केबिन अशी अनेक उदाहरणे देता येतील.

अगदीच शोधण्याचा प्रयत्न केला, तर प्लॅटफॉर्म क्रमांक चारवर निमुळतं होत गेलेलं छप्पर दिसतं. या छपराला तोलून धरणाऱ्या नऊ खांबांवर 'ग्लेनगरनॉक स्टील' ही अक्षरं वाचायला मिळतात. जुन्या बांधकामांपैकी सर्वांत जुना म्हणजे

---

९४. विमल मिश्रा, Mumbai Local (India : Western Railway, 2008) पृ. ८१

९५. जेम्स डग्लस, Glimpses of Old Bombay and Western India with Other Papers (London : Sampson Low, Marston and Company, 1900). पृ. १०८

स्थानकाच्या मध्यावर असलेला पादचारी पूल! रेल्वेच्या नोंदींप्रमाणे हा पूल १९२३ मध्ये बांधण्यात आला होता. त्या वेळी हा पूल फक्त दोन प्लॅटफॉर्मना जोडत होता. नंतर पुढे कालौघामध्ये या पुलाची लांबी वाढली आणि त्याने इतर दोन प्लॅटफॉर्मही जोडले गेले.

कांजूरमार्ग स्थानक – शहराची पुनर्रचना

१४व्या शतकात लिहिलेल्या 'महिकावतीच्या बखरी'त या प्रदेशात असलेल्या आणि महसूल देणाऱ्या गावांच्या यादीत कांजुर किंवा क्वांजूर हे नाव आढळतं. या गावापर्यंत जाणारा रस्ता किंवा या गावाच्या जवळ असलेलं स्थानक म्हणून कांजूरच्या पुढे मार्ग लागून स्थानकाचं नाव कांजूरमार्ग असं झालं.

कांजूरमार्ग हे रेल्वे स्थानक २६ जानेवारी १९६८ रोजी सुरू झालं. १९९०च्या दशकाच्या अखेरीस आणि २१व्या शतकाच्या सुरुवातीला कांजूरमार्गला एका वेगळ्याच आव्हानाला सामोरं जावं लागलं. जागतिक बँकेच्या मदतीने होत असलेल्या 'मुंबई नागरी वाहतूक प्रकल्पा'मुळे विस्थापित झालेल्यांचं पुनर्वसन करण्यासाठी मोठी योजना आखण्यात आली आणि या योजनेचं नाव होतं 'द कांजूरमार्ग एक्स्पिरीमेंट' किंवा कांजूरमार्गचा प्रयोग! या प्रयोगामध्ये तब्बल ९०० कुटुंबांचं पुनर्वसन करण्यात येणार होतं. ठाणे-कुर्ला यांच्या दरम्यान पाचवी-सहावी लाइन टाकण्यासाठी जमिनीची आवश्यकता होती. या जमिनीचं अधिग्रहण करताना ही ९०० कुटुंबं बेघर होणार होती. त्यांच्यासाठी कांजूरमार्ग इथं अल्प उत्पन्न गटासाठीची घरं कमी दरात बांधण्यात आली. या कुटुंबांनी कोणताही विरोध न करता, तसेच मुंबईतील विविध सरकारी संस्थांच्या एकत्रित प्रयत्नांमुळे हे शक्य झालं; त्यामुळे पाचव्या-सहाव्या लाइनच्या बांधणीतला मोठा अडथळा दूर झाला. शिवाय हे पुनर्वसन जवळपास एका वर्षाच्या आत करण्यात आलं होतं, हे विशेष! लोक आपणहून या नव्या ठिकाणी राहायला आले आणि त्यांनी त्यांची रेल्वेमार्गामध्ये येणारी घरं तोडू दिली.[९६] आज कांजूरमार्ग स्थानकाच्या पूर्व आणि पश्चिम या दोन्ही दिशांना असलेली इमारतींची रांग या कांजूरमार्ग प्रयोगाचं यश अधोरेखित करण्यास पुरेशी आहे.[९७]

---

९६. सुंदर बुर्रा आणि शीला पटेल, Norms and Standards in Urban Development : The Experience of an Urban Alliance in India, May 2001.
९७. सुंदर बुर्रा, Resettlement and Rehabilitation of the Urban Poor : The Story of Kanjur Marg (India : Society for the Promotion of Area Resource Centers, 1999)

कांजूरमार्ग स्थानकाच्या जवळच पूर्वीच्या रेल्वे फाटकाचे आणि सिग्नल केबिनचे अवशेष आढळतात. गाडी पुढे सरकून भांडुप स्थानकात शिरण्याआधी रेल्वेचं एक सायडिंग लागतं. पूर्वी इथे गेस्ट कीन विल्यम्स लिमिटेड ही कंपनी होती. इथे आपल्याला GIPR कंपनीच्या अगदी सुरुवातीच्या काळात वापरामध्ये असलेले अनेक हलक्या वजनाचे रूळ दिसतात.

भांडुप स्थानक – उत्पत्ती

सायन हे भारतीय रेल्वेचं जन्मस्थान मानलं, तरी या जन्माची प्रक्रिया भांडुपपासून सुरू झाली होती. बॉम्बे आणि ठाणे या दरम्यान रेल्वेमार्ग टाकण्याचा विचार १८४० मध्ये देशाच्या सुरुवातीच्या काही अभियंत्यांपैकी एक असलेल्या कर्नल जॉर्ज थॉमस क्लार्क यांच्या डोक्यात इथेच भांडुपमध्ये आला होता. त्यांनी या मार्गाचा आराखडा सेठ फ्रामजी कावसजी बानाजी यांच्या भांडुप येथील बंगल्यात बसूनच बनवला होता.[९८] १८४०-५०च्या काळातल्या भांडुपला आज पवई म्हणून ओळखतात. तेव्हा कांजूरमार्ग तर एक उपनगर म्हणून अद्याप उदयालाही आलेलं नव्हतं.

पवईमध्ये दोन महत्त्वाचे तलाव होते. तसेच दहाव्या शतकातलं पद्मावती देवीचं एक मंदिरही होतं; त्यामुळेही या स्थानाला माहात्म्य प्राप्त झालं होतं. या पद्मावती देवीच्या मंदिरावरूनच या परिसराला पवई असं नाव पडलं होतं. या देवीला स्थानिक भाषेत 'पौमवी' म्हणत. त्याचा अपभ्रंश होऊन पुढे पवई हे नाव रूढ झालं. पवईतल्या अनेक उत्खननांमध्ये रंजक माहिती समोर आली आहे. १९२५ मध्ये पवईच्या तलावाच्या काठी काही दगड आढळून आले होते. हे दगड शिवलिंगासारखे होते आणि त्यावर संस्कृत भाषेतला सहा ओळींचा एक शिलालेखही होता. तज्ज्ञांनी या शिलालेखाचा अर्थ लावला आणि त्यावरून ही शिवलिंगं ७०० वर्षांपूर्वीची असल्याचा निष्कर्ष काढला.[९९] पुढे १९६५ मध्ये पवईच्या तळ्याकाठीच आणखी एक शिलालेख सापडला. इथे असलेल्या मंदिराची काळजी घेण्यात जे कुचराई करतील, त्यांचा नाश होईल, असं या शिलालेखावर लिहिलेलं होतं. पवईच्या उत्तरेला आजचं भांडुप आहे. त्या वेळी भांडुप हेदेखील मिठागरांसाठी

---

९८. टेरेसा अल्बुकर्क, Urbs Prima in Indis : An Epoch in the History of Bombay (India : Promilla and Co Publishers, 1985), पृ. ४

९९. The Times of India, १३ डिसेंबर १९६४

आणि मिठाच्या व्यापारासाठी प्रसिद्ध होतं. हळूहळू भांडुप स्थानकाचं महत्त्व वाढलं. १९२५ मध्ये या स्थानकामध्ये पादचारी पूल बांधण्याची गरज पडली, यावरूनच या विधानाला पुष्टी मिळते. त्या वेळी या पुलाची लांबी हा अभियांत्रिकी क्षेत्रात चर्चेचा विषय होता. हा पूल सहाच्या सहा रूळ ओलांडणारा होता. यावरूनच भांडुपचं आर्थिक महत्त्व विशद होतं. आजही भांडुपमध्ये अनेक मिठागरे आहेत, तसेच केंद्रीय मीठ विभागाचं कार्यालय आणि या विभागाच्या अधिकाऱ्यांचे बंगलेही इथे आहेत.

इतिहासाच्या पाऊलखुणा

भांडुपचं रेल्वे स्थानक खूप छोटं आहे; पण या स्थानकातही GIPR कंपनीच्या काळातले अनेक अवशेष आजही सापडतात. यामध्ये उतरतं छत, GIPR हे बोधचिन्ह असलेल्या चौकटी आणि पुरातन खांब यांचा समावेश आहे. या चौकटींपैकी काही २००४ मध्ये काढून स्थानकाच्या मागे भंगारात विकण्यासाठी ठेवल्या होत्या. पुढे उल्हासनगरमधील एका भंगाराच्या घाऊक विक्रेत्याकडे त्या सापडल्या. त्याने या चौकटींचा वापर टेबलाला आधार म्हणून केला होता. मुंबईतल्या एखाद्या दिवाणखान्यातही हा दुर्मिळ खजिना पडलेला असेल.

काही अवशेष तर या स्थानकाच्या खाली आहेत. जुलै २०१०मध्ये भांडुप स्थानकाजवळ नव्या रेल्वेलाइन बांधण्याचं काम सुरू असताना एका प्लॅटफॉर्मखाली दगड आणि विटांच्या २२ कमानी असलेलं एक बांधकाम आढळलं होतं. हा कदाचित एक पूल असावा. तसेच एक जुनी दगडी विहीरही या स्थानकातच जमिनीखाली पुरली गेली आहे. १९७० मध्ये या विहिरीचा वापर बंद करून ती बुजवली होती. त्यानंतर त्या जागी एक पिंपळाचं झाड लावलं होतं. आजही हे डेरेदार झाड उभं आहे. बदलत्या काळानुसार स्थानक परिसरात झालेल्या बदलांना तोंड देत हे झाड आजही टिकून आहे. भांडुपमध्ये अशा अनेक विहिरी होत्या. त्यांपैकी काही अजूनही आहेत. या विहिरींवर डिझेलचे पंप बसवून त्यातून पाणी उपसा करण्याचं काम आजही चालतं; पण दुर्दैवाने यातल्या काही विहिरी कायमच्या जमिनीच्या पोटात गुडूप झाल्या आहेत.

२१व्या शतकाची खूण – नाहूर स्थानक

भारतीय रेल्वेच्या सगळ्यात जुन्या मार्गावरील सगळ्यात नव्या स्थानकांपैकी एक म्हणजे नाहूर! २१ एप्रिल २००६ रोजी या ठिकाणी गाड्या थांबायला सुरुवात झाली. स्थानक नवीन असलं, तरी नाहूर गावाचा उल्लेख 'महिकावतीच्या बखरी'त 'नावूर' असा येतो.

नाहूर स्थानकाजवळची GIPR च्या काळातली एकमेव खूण म्हणजे वापरात नसलेल्या रेल्वेलाइनचं जंजाळ! २००३ पर्यंत इथे एक दगडी सिग्नल केबिन होती. याच इमारतीमधून तत्कालीन रेल्वेमंत्र्यांनी प्रस्तावित नाहूर स्थानकाच्या जागेचं निरीक्षण केलं होतं. आज मीठ विभागाची आणखी एक केबिन रुळांच्या बाजूला पडून आहे. या केबिनमध्ये सागाच्या तुळया आणि मंगळुरी कौलं आहेत. गंमत म्हणजे मुंबई महानगरपालिकेच्या वारसा इमारतींच्या यादीत या छोटेखानी इमारतीचाही समावेश आहे.

तहानलेल्यांना पाणी पाजणारं मुलुंड स्थानक

मुलुंड स्थानक १९३१ मध्ये सुरू झालं. हे मुंबईतील सुरुवातीच्या नियोजित उपनगरांपैकी एक होतं. क्राउन ॲण्ड कार्टर या स्थापत्यविशारदांनी १९२२ मध्ये आखलेल्या 'ग्रिडिरॉन' आराखड्याप्रमाणे या उपनगराची रचना करण्यात आलेली आहे.

या ठिकाणी स्थानक तयार होण्याआधीच मुलुंड चर्चेत होतं. १९२०च्या दशकात मुंबईत पाण्याची समस्या तीव्र बनली होती. पहिलं महायुद्ध संपलं होतं. लोक मोठ्या संख्येने शहराकडे येत होते आणि ते सगळेच भुकेलेले आणि तहानलेले होते. इतर वेळी जोमानं बरसणाऱ्या पावसाने १९१८ मध्ये मुंबईला हुलकावणी दिली होती आणि १९१९ मध्ये जुन्या तानसा धरणातून पाणी वाहून आणणाऱ्या जलवाहिन्यांमध्ये बिघाड झाला होता; त्यामुळे परिस्थिती अजूनच बिघडली होती. महापालिकेला लवकरच काहीतरी उपाययोजना करावी लागणार होती. त्यांनी अधिकाधिक पाणीपुरवठ्यासाठी तानसा धरणाचं काम पूर्ण करण्याचा प्रकल्प हाती घेतला. १९२३-१९२७ या कालावधीत डॉरमन, लाँग ॲण्ड कंपनीने पोलादी चकत्या मुंबईत पाठवल्या. मुंबईमध्ये आल्यानंतर या चकत्या GIPR कंपनीतर्फे मुलुंडला आणल्या जायच्या. त्यानंतर या पोलादी चकत्या एकमेकींना जोडण्यासाठी रेल्वेच्या विशेष सायडिंग लाइनने ब्रेथवेट ॲण्ड कंपनी या कारखान्यामध्ये नेल्या जायच्या. या चकत्यांना सिलिंडरचा आकार देण्यासाठी आवश्यक असलेली अद्ययावत यंत्रणा या कंपनीच्या पाच कार्यशाळांमध्ये होती. हे सिलिंडर एकमेकांना जोडून ५६ फूट लांबीचे पाइप तयार केले जायचे.[१००]

---

१००. 'Condensing and Utilization of Exhaust Stem in Locomotive', The Engineer, 23 March 1923

१९२७ पर्यंत तानसा धरण पूर्णपणे बांधण्याचं काम तडीस गेलं आणि या प्रकल्पामुळे तहानलेल्या मुंबईला पाणी मिळालं.

ही सायडिंग लाइन अगदी आत्तापर्यंत अस्तित्वात होती.[१०१] गाडी मुलुंडहून ठाण्याच्या दिशेने निघाली की, रस्त्याच्या दिशेला पडलेल्या काही लोखंडी रुळांच्या स्वरूपात या जुन्या सायडिंगच्या काही पुसटशा खुणा आजही सापडतात. या खुणा शहराच्या विस्ताराची आठवण करून देतात.

इतिहासाच्या पाऊलखुणा

मुलुंड स्थानकामध्ये प्रत्येक प्लॅटफॉर्मवर नऊ जुने खांब आढळतात. या खांबांचा पाया अष्टकोनी आहे. या खांबांवर भायखळा, परळ आणि विक्रोळी इथल्या खांबांप्रमाणेच ग्लेनगरनॉक स्टील कंपनीचं नाव कोरलेलं आहे. स्टेशन मास्तरांच्या कार्यालयाच्या मागच्या बाजूलाही काही ओसाड दगडी इमारती आहेत.

ठाणे स्थानक – मुलीच्या प्रेमाखातर...

मुलुंड स्थानकाच्या पुढे असलेल्या एका उड्डाणपुलाखालून गाडी ठाण्याकडे सरकते. या ठिकाणी वापरात नसलेली एक पाण्याची मोठी टाकी आहे. या टाकीच्या पुढेच विस्मृतीत गेलेला एक भुयारी मार्ग आहे. रूळ ओलांडण्यासाठी जमिनीखालून हा रस्ता काढण्यात आला होता.

या रस्त्याची जन्मकहाणीसुद्धा रंजक आहे.[१०२] डब्ल्यू. एच. रक्सले नावाच्या एका इंग्लिश महाशयांना आपल्या मुलीला निरोप देण्यासाठी सांताक्रूझ विमानतळावर पोहोचायचं होतं. भारतभेटीवर आलेली त्यांची मुलगी इंग्लंडला जाण्यासाठी आधीच विमानतळावर पोहोचली होती; पण नेमकं त्या दिवशी इथलं रेल्वे फाटक जरा जास्तच काळासाठी बंद राहिल्याने बाप-लेकीची चुकामूक झाली आणि रक्सले यांना आपल्या मुलीला निरोप देता आला नाही. दुसऱ्याच दिवशी हे रक्सले महाशय इतर काही स्थानिक नागरिकांसह थेट रेल्वेच्या व्यवस्थापकांना भेटले. हे रेल्वे फाटक बंद राहण्याच्या वेळा निश्चित नसल्याने लोकांना किती अडचणींचा सामना करावा लागतो, याचा पाढा त्यांनी रेल्वेच्या व्यवस्थापकांपुढे वाचला आणि मग या जागी रेल्वे स्थानकाऐवजी एक छोटा भुयारी मार्ग बांधण्याचा विडाच त्यांनी

---

१०१. Land Revenue Administation Report (of the Bombay Presidency, including Sind) (Bombay : Government Central Press, 1935) पृ. ४०

१०२. चित्रपटाचा संदर्भ : मुलुंड, दिग्दर्शक : सशी श्रीधर

उचलला. २००० सालच्या शेवटापर्यंत दुचाकी आणि तीन चाकी वाहनं या भुयारी मार्गाचा वापर करत होती. नंतर या ठिकाणी एक मोठा पूल उभा राहिला आणि हा भुयारी मार्ग निरुपयोगी झाला. पुढे दोन नव्या रेल्वेलाइन टाकल्यानंतर या भुयारी मार्गाचं प्रवेशद्वारच पूर्णपणे बंद झालं. रक्सले महाशयांनी बांधलेल्या या भुयारी मार्गाचा आता नाला झाला असून त्यामध्ये कचरा साठला आहे. एका पित्याने आपल्या मुलीची भेट चुकल्याच्या चुटपुटीमुळे बांधलेल्या या भुयारी मार्गाचा इतिहास कोणालाच ठाऊक नाही.

गाडी पुढे जाते आणि तीन कमानींच्या एका पुलाखाली येते. या पुलावर 'RL, BF, TF' अशी रेल्वेचा स्तर आणि पायाची खोली दर्शवणारी अक्षरे कोरलेली आहेत. १९९८ मध्ये तयार केलेल्या भारतीय रेल्वेच्या पुलांसाठीच्या नियमावलीत ही अशी अक्षरे कोरण्याबद्दल स्पष्ट उल्लेख केला गेला आहे. हा पूल म्हणजे मुलुंड आणि ठाणे यांच्यातील प्रशासकीय सीमा आहे.

~

टी-८१ ही ठाणे लोकल व्हिक्टोरिया टर्मिनसवरून सुटल्यानंतर बरोबर ५७ मिनिटांनी म्हणजे ४ वाजून २० मिनिटांनी ठाणा स्थानकामध्ये पोहोचते. विशेष म्हणजे १५० पेक्षा जास्त वर्षांपूर्वी धावलेल्या पहिल्या गाडीलाही हे अंतर पार करायला एवढाच वेळ लागला होता. १८५३ रोजी त्या दिवशी ठाणे स्थानकात या गाडीचं स्वागत करण्यासाठी शामियाने बांधले होते. त्या काळातल्या सगळ्या खाद्यपदार्थांची रेलचेल असलेली टेबलं त्या वजनाने वाकली होती. ट्रेनच्या पहिल्या प्रवासाच्या समारंभाच्या अध्यक्षस्थानी GIPRचे वरिष्ठ संचालक मेजर स्वॅन्सन होते. त्यांनी राणीच्या दीर्घायुष्याची प्रार्थना करत बड्या खान्याला सुरुवात केली. भारतातील वाहतुकीच्या इतिहासातला तो खूप मोठा दिवस होता.

आज मात्र ठाणे स्थानकावर ऑफिस गाठायची धडपड असलेल्यांची गर्दी दिसते. पादचारी आणि वाहनांसाठीच्या पुलांचं जाळं इथे तयार झालं आहे. तसेच मुंबईतला पहिला सरकता जिनाही याच स्थानकामध्ये सुरू झाला. या स्थानकाच्या आसपास फक्त वाहनतळ एवढीच रिकामी जागा उरली आहे. तीदेखील रात्रीच्या वेळी सगळ्या गाड्या गेल्यानंतरच! तसेच इथे शामियान्यांच्या जागी आता फक्त रेल्वेच्या देखभाल-दुरुस्ती करणाऱ्या कर्मचाऱ्यांनी रेल्वे रुळांवर धोकादायक पद्धतीने उभारलेले तात्पुरते तंबू दिसतात.

रेल्वेची सुरुवात झाल्यापासून देशातलं एकमेव रेल्वे टर्मिनस असल्याचा मान ठाण्याला फक्त एका वर्षापुरताच मिळाला. पहिला रेल्वेमार्ग ठाण्याच्या कोळीवाड्यातून गेला. या रेल्वेमार्गामुळे हा कोळीवाडा पूर्व आणि पश्चिम या दोन भागांमध्ये

विभागला गेला. आजही रेल्वे स्थानकाच्या जवळ असलेला हा परिसर 'चेंदणी कोळीवाडा' याच नावाने ओळखला जातो; पण आता समुद्र खूपच लांब गेला आहे आणि मासेमारी हा खूपच थोड्या लोकांचा रोजीरोटीचा धंदा उरला आहे.

रेल्वेच्या नियमित फेऱ्या सुरू झाल्या आणि स्थानकामध्ये आणखी सुधारणा करण्याची गरज भासू लागली. त्यासाठी जवळपास चार एकर अतिरिक्त जमिनीचा ताबा मिळवण्यात आला. या चारपैकी तीन एकर जमिनीची मालकी ठाण्यातल्याच ३० रहिवाशांकडे होती. GIPRने शेतजमिनीसाठी प्रतिएकर १००० रुपये आणि पडीक जमिनीसाठी प्रतिएकर ५०० रुपये देऊन ही जमीन विकत घेतली. ही जमीन अधिग्रहणाची प्रक्रिया १८९१पर्यंत पूर्ण झाली.

डिसेंबर १९२६ मध्ये GIPRने ठाण्यापर्यंतच्या मार्गाचं विद्युतीकरण केलं आणि ठाण्यापर्यंतची पहिली विजेवरची गाडी चालवली.[१०३] या सगळ्या विकासाच्या प्रक्रियेत प्लॅटफॉर्म क्रमांक नऊच्या जागी असलेलं एक दगडी गोदाम भुईसपाट करण्यात आलं.

इतिहासाच्या पाऊलखुणा

दहा प्लॅटफॉर्मचं मोठं स्थानक असलेल्या ठाण्यात आजही GIPRच्या काळाची सावली पडलेली दिसते. पश्चिमेकडच्या प्लॅटफॉर्म क्रमांक एक ते चार इथे ही सावली आणखी गडद होते. हे चार प्लॅटफॉर्म या स्थानकातले सर्वांत जुने प्लॅटफॉर्म आहेत. प्लॅटफॉर्म क्रमांक एक म्हणजे तर एकेकाळी माल भरण्यासाठी वापरला जाणारा धक्का किंवा सायडिंग होतं. इथे दोन्ही बाजूंनी वापरता येतील असे रूळ आहेत. हे रूळ GIPRच्या सुरुवातीच्या काळातले आहेत. या रुळांचा वापर आता स्थानकात खांब आणि छप्पर तोलण्यासाठीच्या तुळया म्हणून केला जातो.
या खांबांवर बीव्ही ॲण्ड कं. लिमिटेड किंवा मॉस बे कंपनी असं कोरलेलं आहे. बीव्ही ॲण्ड कं. लिमिटेड म्हणजेच बॉल्कॉव वॉन ॲण्ड कंपनी ही मिडलबॉरोमध्ये असलेली मोठी लोखंड आणि पोलाद उत्पादक कंपनी होती. १८४० पासून एकमेकांचे सख्खे शेजारी असलेल्या हेन्री बॉल्कॉव आणि जॉन वॉन यांनी १८६४ मध्ये या कंपनीची नोंदणी केली. मॉस बे हेमॅटिट आयर्न ॲण्ड स्टील कंपनी या बड्या कंपनीचे ते प्रतिस्पर्धी होते. ठाणे स्थानकातल्या काही खांबांवर आढळणारं आणखी एक महत्त्वाचं नाव म्हणजे बॅरो स्टील! 'बॅरो-इन-फर्नेस'मध्ये स्थापन

---

१०३. डॉ. ए. के. अरोरा, History of Bombay Suburban Railways : 1853-1985, (Bombay : The Indian Railway Electrical Engineers Association, 1985) पृ. ४४

झालेली बॅरो हेमॅटिट स्टील कंपनी म्हणजे १८५० मधल्या ग्रीनफील्ड प्रोजेक्टचा एक भाग होती. ग्रीनफील्ड प्रोजेक्ट म्हणजे आधी कोणत्याही सोयी उपलब्ध नसलेल्या ठिकाणी आपली कंपनी सुरू करणे! ही कंपनी इतक्या झपाट्याने वाढली की, लवकरच या ठिकाणी १६ भट्ट्या सुरू झाल्या. १८७० मध्ये ती जगातली सर्वांत मोठी पोलाद उत्पादक कंपनी बनली. भारतात रेल्वेसाठी लागणारं पोलाद पुरवण्यातही ही कंपनी आघाडीवर होती.

ठाण्यापुढील स्थानकं : कळवा ते कल्याण!

कुर्ला ते ठाणा या स्थानकांदरम्यान गाडी पूर्व किनारपट्टी आणि मिठागरांच्या संगतीने पुढे जाते. रेल्वेच्या वाटचालीमध्ये हा टप्पा त्या मानाने सहज पार झाला. ठाण्यानंतर मात्र रेल्वे ज्या भागामध्ये प्रवेश करते, त्या भागाचं वर्णन १९ व्या शतकामध्ये कोंकण असं करण्यात येत होतं. कोंकण किंवा कोकण या भागामधला रेल्वेचा प्रवेश थोडासा किचकट होता. त्यासाठी दोन मोठे पूल बांधावे लागले आणि त्यावर रेल्वेलाइन टाकावी लागली, पारसिकचा डोंगर फोडून बोगदा बनवावा लागला आणि

पारसिक बोगद्याबाहेरील डेक्कन क्वीन. आभार – मध्य रेल्वे संग्रह.

गाडी सह्याद्री पर्वतरांगांच्या पायथ्यापर्यंत आणावी लागली. ब्रिटिश ठेकेदार जॉर्ज वॅथ्स यांना ठाणा ते पारसिक या टप्प्यातली रेल्वेलाइन बांधावी लागली.[१०४]

खाडीवरचा पूल आणि बोगदा बांधणं ही दोन्ही कामं आव्हानात्मक होती; पण या कामासाठी एकत्र आलेल्या आणि एकत्र राहणाऱ्या कामगारांबरोबर व्यवहार करणं हे ब्रिटिश अभियंत्यांपुढील जास्त मोठं आव्हान होतं. अनेकदा कामगारांच्या संपामुळे किंवा काम बंद आंदोलनामुळे कामावर परिणाम व्हायचा. १८५५ मध्ये असाच एक उठाव झाल्याची नोंद आहे. ती अशी :

> ठाणे खाडीवरील पूल बांधण्याच्या कामाच्या ठिकाणी सगळं काही सुरळीत सुरू होतं. गवंडी आपलं काम करत होते, विटांवर विटा रचल्या जात होत्या, कमानी तयार होत होत्या, हमाल पोती वाहून नेत होते आणि मजूर स्त्रिया त्यांना नेमून दिलेली कामं करत होत्या. अचानक मजूर स्त्रियांमध्ये काहीतरी कारणावरून गलका उडाला आणि त्यांनी हातातली घमेली बाजूला टाकून काम करण्यास नकार दिला. एका कामगाराने त्याच्या बाजूस असलेल्या कामगाराला शिवीगाळ केल्याने हे मजूर संतापले होते. शेवटी गोऱ्या साहेबाने मध्यस्थी करून अपराधी कामगाराला माफी मागायला भाग पाडलं. त्यानंतर हे प्रकरण शांत झालं आणि काम पुन्हा सुरू झालं.[१०५]

ठाणा खाडीवरच्या पुलानंतर ही रेल्वेलाइन तीन वेगवेगळ्या मार्गांमध्ये विभागली जाते. एक मार्ग सरळ कळवा स्थानकाकडे जातो. इतर दोन मार्ग पुढे जाऊन पुन्हा वेगळे होतात. एक मार्ग हा लांब पल्ल्याच्या जलद गाड्यांचा, तर दुसरा ठाणा-वाशी या मार्गावर जाणारा! २००४ मध्ये सुरू झालेल्या या ठाणा-वाशी ट्रान्सहार्बर मार्गामुळे ठाणा आणि नवी मुंबईतील उपनगरं एकमेकांशी जोडली गेली. मुख्य मार्गावरचे दोन वेगळे झालेले मार्ग पुढे मुंब्रा स्थानकानंतर कल्याणच्या दिशेने जाताना एकत्र येतात.

---

१०४. रेल्वेची पहिली धाव झाल्यानंतर जवळपास वर्षभराने रेल्वेमार्ग कल्याणपर्यंत वाढवण्यात आला. इथून हा रेल्वेमार्ग दोन वेगवेगळ्या दिशांना गेला. ईशान्येकडे जाणारा मार्ग कसारा-इगतपुरी-भुसावळ इकडे गेला आणि आग्नेयेकडे जाणारा मार्ग कर्जत-पुणे-सोलापूर या मार्गाने पुढे गेला. कर्जतपासून खोपोलीपर्यंत आणखी एक मार्ग सह्याद्रीच्या पायथ्यापासूनही जातो.

१०५. Bombay Quarterly Review, July-October १८५५

पारसिकचा बोगदा खणताना जॉर्ज वॅथ्स यांच्या कामगारांनी १७व्या शतकातला पोर्तुगीजांच्या आमदनीतला किल्लाही पाडला असण्याची शक्यता आहे. एके काळी हा किल्ला पारसिकच्या डोंगरावर होता. बोगद्याच्या बांधकामासाठी दगड मिळावेत, म्हणून हा किल्ला पाडला गेला असावा असा अंदाज आहे. १८१८ मध्ये केलेल्या नोंदीनुसार या किल्ल्याच्या भिंती तीन फूट रुंदीच्या होत्या.[१०६] पोर्तुगीज आणि शिवपुत्र संभाजी यांच्यामध्ये या किल्ल्यावरच लढाई झाली होती; पण त्याची आठवणही आज कोणाला राहिलेली नाही. रेल्वे रुळांखालची जमीन समतल करण्यासाठी टाकलेल्या दगडांच्या आणि बोगद्यातल्या भिंतीच्या रूपाने हा किल्ला अजूनही जिवंत आहे. दर दिवशी या बोगद्यातून ये-जा करणाऱ्या लाखो प्रवाशांवर तो लक्ष ठेवून आहे.[१०७]

~

ठाणे स्थानकातून जुना मार्ग कुठे जातो? दोनच प्लॅटफॉर्म असलेल्या छोट्याशा कळवा स्थानकाकडे आणि मग त्यापुढे मुंब्रा स्थानकाकडे! एके काळी मुंब्रा स्थानकाला ब्रिटिश अभियंत्यांच्या मनात वेगळंच महत्त्व होतं. या अभियंत्यांच्या डोक्यात याच स्थानकातून पनवेल आणि कोकण या दिशेने वेगळी रेल्वेलाइन टाकायचा विचार घोळत होता. १८८० मध्येच मुंब्रा इथे कोकण रेल्वेचा कच्चा आराखडा तयार झाला होता.

त्यानंतर दिवा स्थानक येतं. दिवा स्थानकापुढे असलेलं कोपर हे अगदी हल्ली हल्ली म्हणजे २००७ मध्ये उपनगरीय रेल्वेच्या सेवेत आलं आहे. १८८७ पासून प्रवाशांच्या सेवेत असलेल्या डोंबिवली स्थानकावरचा ताण कमी करावा, या उद्देशाने हे स्थानक सुरू झालं होतं. डोंबिवलीपुढे असलेलं ठाकुर्लीही जुनं स्थानक आहे. इथे रेल्वे कर्मचाऱ्यांसाठीची बावन्न चाळ नावाची जुनी वसाहत आहे. अखेर आपण कल्याणला पोहोचतो. कल्याण स्थानक १८५४ मध्ये बांधण्यात आलं. इथे ही रेल्वेलाइन आणखी दोन मार्गांमध्ये विभागली जाते. एक कर्जतकडे जाते आणि दुसरी कसाऱ्याकडे.

भले प्लॅटफॉर्मची लांबी वाढत असेल किंवा गाड्यांचा वेग वाढत असेल; पण जेम्स बर्कले यांनी GIPRच्या या मार्गासाठी आखलेल्या रेल्वेलाइनवरून आजही

---

१०६. बी. व्ही. कुलकर्णी, मुंबई परिसरातील अर्थात एके काळचे फिरंगणातील किल्ले (भारत : महाराष्ट्र सरकार, २००८), पृ. ४४७-४५२.

१०७. आज खाडीवर एक नवा पूल आणि जुन्या रेल्वेमार्गाच्या बाजूला आणखी दोन ट्रॅक उभारले गेले आहेत.

सुमारे ३० लाख लोक दररोज प्रवास करतात. हा आराखडा म्हणजे भारतीय रेल्वेच्या नंतर विस्तीर्ण पसरलेल्या जाळ्याची सुरुवात होती. आज भारतीय रेल्वे ही आशियातली सर्वांत मोठी रेल्वे आहे. ६५ हजार किलोमीटर[१०८] अंतर कापणारी, जवळपास साडेसात हजार स्थानकं असलेली भारतीय रेल्वे जगात अमेरिका, रशिया आणि चीन यांच्यानंतरची चौथी मोठी रेल्वे आहे.[१०९]

---

१०८. एस. के. एस. यादव, कुमकुम चौधरी आणि सोमनाथ किसन खताळ, 'Issues and Reforms in Indian Railways', International Journal of Trade and Commerce, January-June 2012, खंड १, पृ. १०६-१२५.
१०९. The World Factbook: 2013-14, २० जुलै २०१४ रोजी in<https:/ /www.cia.gov/library/publications/the-world-factbook/rankorder/ 2121rank.html?countryName=China&countryCode=ch&region Code=eas&rank=3#ch>, या वेबसाइटवरील माहितीनुसार

हार्बर लाइनची रंजक कहाणी

मुंबई हे काही फक्त मुख्य मार्गाचंच माहेरघर नाही, तर हार्बर मार्गाचा जन्मही इथेच झाला. २०१०मध्ये हार्बर लाइनला शंभरावं वर्ष लागलं. १२ डिसेंबर १९१० मध्ये कुर्ला ते रे रोड यादरम्यान हार्बर मार्गावरची पहिली गाडी धावली. त्या वेळी रे रोड हे स्वतंत्र टर्मिनस होतं. रे रोड स्थानकावरून मुख्य मुंबईमध्ये येण्यासाठी ट्रामचा वापर करावा लागत होता.

हार्बर लाइन रे रोडला अशी अमनधपक्या संपत असल्याने या मार्गाचा विस्तार व्हिक्टोरिया टर्मिनसपर्यंत करण्याची गरज भासत होती; पण दक्षिण मुंबईत जागा मिळवण्यासारखी अशक्य गोष्ट नव्हती. जमीन उपलब्ध नसल्याने अखेर रेल्वेला उन्नत मार्गाचा एकमेव व्यवहार्य पर्याय निवडावा लागला; पण या उन्नत मार्गाचे चढ तीव्र असल्याने वाफेवर धावणारं इंजिन इथे चालणं निव्वळ अशक्य होतं; त्यामुळे विद्युत यंत्रणेवर धावणाऱ्या रेल्वेची गरज अधिकच तीव्रतेने जाणवू लागली. हार्बर लाइन अशी उंचावरून का जाते, यामागे हे प्रमुख कारण आहे. विशेष म्हणजे या मर्यादेमुळेच विद्युत यंत्रणेवर चालणारी भारतातली पहिली प्रवासी रेल्वे बनण्याचा बहुमान हार्बर मार्गाने पटकावला.

~

विसाव्या शतकाच्या सुरुवातीलाच १९०७ मध्ये विद्युत यंत्रणेवर चालणारी पहिली ट्रामगाडी मुंबईच्या रस्त्यांवरून धावायला लागली. रेल्वेचं विद्युतीकरण अजून खूपच लांब होतं. या शतकाच्या सुरुवातीपासूनच रेल्वेचं विद्युतीकरण हा प्रत्येक बैठकीत चर्चिला जाणारा विषय होता; पण काही ना काही अडथळ्यांमुळे त्याबाबत तातडीने निर्णय घेणं टळत होतं.

मुंबई प्रांताचे मुख्य अभियंता डब्ल्यू. एच. व्हाइट यांनी १९०४ मध्ये मुंबईतल्या GIPR आणि BB&CI या दोन्ही कंपन्यांचं विद्युतीकरण करण्याचा आणि दोन्ही कंपन्यांसाठी संयुक्त टर्मिनस उभारण्याचा प्रस्ताव मांडला होता. या दोन्ही कंपन्या विद्युतीकरणासाठी तयार होत्या; पण अपेक्षेप्रमाणे संयुक्त टर्मिनसच्या कल्पनेबद्दल मात्र प्रचंड मतभेद होते. मुंबईतल्या रेल्वेच्या पायाभूत सुविधा वाढवण्याच्या निर्णयाला ब्रिटिश सरकारची मंजुरी मिळवण्यासाठी आणखी एक वर्षाचा काळ लोटला. युनायटेड किंग्डममध्ये तीन टप्प्यांतली अल्टरनेट प्रवाहाच्या वीज वितरणाची सुरुवात करणाऱ्या चार्ल्स हेस्टरमन मेर्झ या विद्युत अभियंत्याची नेमणूक भारत सरकारने सल्लागार अभियंता म्हणून केली; पण मेर्झ यांनी आपल्या कल्पना मांडण्याआधीच राजीनामा दिला. वसईच्या खाडीवरचा पूल बदलण्याची एकमेव कल्पना त्यांनी मांडली.

कोणतीही योजना पुढे नेण्याआधीच पहिलं महायुद्ध सुरू झालं आणि गोष्टी अधिकच गुंतागुंतीच्या बनल्या. या युद्धामुळे रेल्वेचं विद्युतीकरण लवकर होईल, हे स्वप्न तात्पुरतं भंग पावलं. रेल्वेच्या विकासासाठी दिलेला निधी भारताबाहेरच्या ब्रिटिश लष्कराकडे वळवण्यात आला. युद्धाच्या अखेरीस भारतीय रेल्वेला प्रचंड अवकळा आली होती. या रेल्वेला तातडीने दुरुस्तीची गरज होती; पण १९१७ मध्ये रेल्वेने पुन्हा वेग घेतला. कामं जोमानं व्हायला लागली आणि कल्याणपर्यंत चार मार्ग टाकण्याचं काम पूर्णही झालं. रेल्वेमार्गाचं चौपदरीकरण हे काम विद्युतीकरण करण्यापूर्वीचं अत्यावश्यक काम होतं. १९१९ मध्ये मुंबई महापालिकेने ठराव करून GIPRसाठी कल्याणपर्यंतच्या रेल्वेमार्गाचं विद्युतीकरण अनिवार्य केलं.

GIPRने पुन्हा मेर्झ महाशयांकडे धाव घेतली. आतापावेतो मेर्झ महाशयांनी विल्यम मॅक्लिलान यांच्याबरोबर भागीदारीत एक सल्लागार कंपनी सुरू केली होती. सरकारने या कंपनीची मदत घेत मुंबई/पुणे/इगतपुरी/वसई आणि मद्रास-तांबरम या मार्गांवर विद्युतीकरणासाठी आवश्यक पायाभूत सुविधांसाठी एक आराखडा तयार केला. भारताच्या सेक्रेटरी ऑफ स्टेटने या योजनांना ऑक्टोबर १९२० मध्ये मान्यता दिली.

यामध्ये तांत्रिक वैशिष्ट्यं काय होती? १५०० वोल्ट ऊर्जेवर ही गाडी धावणार होती आणि वेगावर नियंत्रण आणणं अगदी सोपं होणार होतं. या विद्युत रेल्वेसाठी टाटा वीज पुरवठा करणार होते. तसेच GIPRनेही ठाकुर्ली इथे आपला स्वतःचा विद्युत प्रकल्प सुरू केला. विद्युत पुरवठा वगळता इतर सर्व गोष्टींसाठी इंग्लंडमधील विविध कंपन्यांचं साहाय्य घेण्यात आलं.

प्रत्यक्षात विद्युतीकरण सुरू होण्याआधी एक महिना भारतात विद्युत ऊर्जेवर चालणारे हे डबे आले. हे डबे तेव्हाचे रुंद डबे होते. या डब्यांची रुंदी १२ फूट

आणि लांबी ६८ फूट होती. प्रत्येक गाडीला चार डबे होते. त्यांपैकी एका डब्यात विद्युत यंत्रणा होती. तसेच हे डबे एकमेकांना जोडलेले होते. तिसऱ्या श्रेणीच्या प्रत्येक डब्यात ९६ आसने होती. हे डबे युकेमधील कॅमेल लायर्ड कंपनीने आणि १८९८ मध्ये जर्मनीत स्थापन झालेल्या वॅगनफाब्रिक उर्डिंगन एजी या जर्मन कंपनीने बनवलेले होते. आता ही कंपनी सिमेन्स कंपनीचाच एक भाग झाली आहे. सगळ्यात महत्त्वाचं म्हणजे या गाड्या धुराशिवाय धावत होत्या; त्यामुळे मुंबईमध्ये जणू स्वच्छ आणि प्रदूषणमुक्त वाहतुकीचं युग अवतरलं होतं. या युगाबरोबर आणखी एका नवीन युगाचीही ही सुरुवात होती. ते म्हणजे इलेक्ट्रिक मल्टिपल युनिट किंवा इएमयु किंवा साध्या भाषेत सांगायचं तर लोकल ट्रेनचं युग! विद्युत ऊर्जेवर रेल्वे चालवणारा भारत हा जगातला चोविसावा देश बनला होता आणि आशियातला तिसरा!

भारतीय इतिहासातली पहिली गाडी जशी १६ एप्रिल १८५३ रोजी मुंबईवरून सुटली होती, तशीच विद्युत यंत्रणेवर धावणारी पहिली गाडीही मुंबईहूनच सुटली. हा पहिला प्रवास अगदीच छोटेखानी होता. ही गाडी व्हिक्टोरिया टर्मिनस ते कुर्ला या १६ किलोमीटरच्या अंतरातच धावली; पण पहिल्याच दौडीत तिने ८० किलोमीटर प्रतितास एवढा वेग गाठला होता. तारीख होती ३ फेब्रुवारी १९२५ आणि पहिले मोटरमन होते जहांगीर फ्रेमजी दारूवाला! या प्रवासाचं उद्‌घाटन मुंबईचे तत्कालीन गव्हर्नर लेस्ली ओरम विल्सन यांनी केलं होतं.[१] मालवाहू गाड्यांसाठीचं पहिलं विद्युत इंजिन १९२८ मध्ये भारतीय भूमीवर अवतरलं. स्वीस लोकोमोटिव्ह ॲण्ड मशीन वर्क्स यांनी बनवलेल्या आणि मेट्रोपोलिटन-व्हिकर्स, इंग्लंड यांची विद्युत उपकरणं असलेल्या या इंजिनाला सर लेस्ली विल्सन हे नाव देण्यात आलं आहे. महाराष्ट्रातले घाट पालथे घालणारं हे इंजिन आता दिल्लीच्या रेल्वे संग्रहालयात दिमाखात उभं आहे.

कुर्ला ते चेंबूर हा मार्ग १ जुलै १९२७ मध्ये मानखुर्दपर्यंत वाढवण्यात आला.[२] तरी कुर्ला-चेंबूर यादरम्यान वाफेवरच्या इंजिनाद्वारेच सेवा सुरू होती. स्वातंत्र्यानंतर पाच वर्षांनी म्हणजे १९५२ मध्ये कुर्ला-मानखुर्द या टप्प्याचं विद्युतीकरण पूर्ण झालं.

१९५६ मध्ये वाढत्या वाहतुकीचा आणि प्रवासी संख्येचा विचार करून

---

१. डॉ. ए. के. अरोरा, History of Bombay Suburban Railways : 1853-1985, (Bombay : The Indian Railway Electrical Engineers Association, 1985)

२. Ibid, पृ. ४४

व्हिक्टोरिया टर्मिनस आणि कुर्लादरम्यान विद्युत यंत्रणेवर धावलेली पहिली लोकल गाडी.
आभार – मध्य रेल्वे संग्रह.

सरकारने संपूर्ण भारतीय रेल्वेसाठी २५-kV AC सिंगल फेज ट्रॅक्शन विद्युत-प्रवाह निवडण्याचं ठरवलं. त्यासाठी मेन लाइन इलेक्ट्रिफिकेशन प्रोजेक्ट या नावाची संस्थाही स्थापन करण्यात आली. नंतर या संस्थेचं नाव बदलून रेल्वे इलेक्ट्रिफिकेशन प्रोजेक्ट आणि त्यानंतर सेंट्रल ऑर्गनायझेशन फॉर रेल्वे इलेक्ट्रिफिकेशन असं ठेवण्यात आलं. या नव्या विद्युत प्रवाहावरची पहिली गाडी बरद्वान ते मुगलसराय जंक्शन या स्थानकांदरम्यान धावली. मुंबईच्या उपनगरीय रेल्वेमार्गावर अगदी दोन वर्षांपूर्वीच डीसी ते एसी परावर्तन करण्यात आलं.

देशात सर्वांत पहिलं विद्युतीकरण झालेला हार्बर मार्ग डीसी-एसी परावर्तनाच्या बाबतीत मात्र देशातला सर्वांत शेवटचा मार्ग ठरला.

~

आज नवी मुंबई आणि ठाणा या दोन शहरांना जोडण्याचं कामही हार्बर लाइन करते. ३८ स्थानकं असलेल्या या हार्बर लाइनवरून दर दिवशी दहा लाखांपेक्षा जास्त लोक प्रवास करतात. समुद्रकिनाऱ्याच्या बाजूबाजूने जाणाऱ्या या लाइनवरून या १० लाख प्रवाशांबरोबर आपणही एक फेरफटका मारू या! काय म्हणता?

'पोलादी बांध्या'चं सॅन्डहर्स्ट रोड स्थानक

व्हिक्टोरिया टर्मिनसवरून सुरू झालेली हार्बर लाइन पहिले काही किलोमीटर मेन लाइनला समांतरच जाते. मशीद बंदरनंतर एका पोलादी पुलावर चढून ती उन्नत अशा सॅन्डहर्स्ट रोड स्थानकाकडे जाते. १९२० च्या दशकाच्या सुरुवातीला या नव्या मार्गाचं बांधकाम झालं होतं.

आपण मघाशीच बघितलं की, सॅन्डहर्स्ट रोड हे भारतातलं पहिलं दुमजली स्थानक आहे. या स्थानकातील उन्नत पातळीवरचं स्थानक पोलादी चौकटी आणि पोलादी खांबांवर तोललं आहे. हा पोलादी पूल बांधायलाच जवळपास २७८८ टन एवढं पोलाद वापरलं आहे, तर या पुलाची लांबी १७२८ फूट एवढी आहे. त्या काळी हा पूल बांधण्यासाठी २० लाख रुपये खर्च आला होता. विजेवर चालणाऱ्या पहिल्या रेल्वेचं आगमनही याच स्थानकात झालं होतं. या विजेच्या खांबांबद्दल त्या वेळी प्रवाशांनाही प्रचंड कुतूहल होतं. तसेच आज या खांबांचा समावेश राष्ट्रीय वारसा यादीत झाला आहे.

इतिहासाच्या पाऊलखुणा

या उन्नत सॅन्डहर्स्ट रोड स्थानकात इतिहास पुन्हा एकदा जिवंत होतो. इथे GIPRच्या काळातले खांब आणि त्या खांबांवरची १९२१ हे साल आणि 'मॅक्लिलान' असं दर्शवणारी लोखंडी पट्टी दिसते. ओव्हरहेड वायर तोलून धरणारे काही पुरातन खांबही या स्थानकात दिसतात.

द्वेष, युद्ध आणि चिरंतन प्रेम यांचं प्रतीक – डॉकयार्ड रोड

सॅन्डहर्स्ट रोड स्थानकाच्या आधीपासून सुरू होणारा पूल स्थानकानंतरही पसरला आहे. हा पूल गाडीला थेट डॉकयार्ड रोड स्थानकाकडे घेऊन जातो. हे स्थानक वाडी बंदर रेल्वे यार्डाच्या वर बांधलेलं आहे. १९३१ मध्ये सुरू झालेल्या या स्थानकात आजही दोन छोट्या लाकडी खोल्या आहेत. यापैकी एक खोली स्टेशन मास्तरांचं कार्यालय म्हणून आणि दुसरी तिकीटघर म्हणून वापरली जाते. प्लॅटफॉर्म आणि रेल्वे रूळ हे दोन्ही एका मोठ्या दगडी चौथऱ्यावर आहेत. हा चौथरा एका टेकडीच्या पायथ्याशी आहे. एकेकाळी माझगाव किल्ला या नावाने ओळखल्या

जाणाऱ्या टेकडीच्या नावाशी अनेक कथा जोडल्या गेल्या आहेत. काही द्वेषाने भरलेल्या, काही युद्धाच्या तर काही चिरंतन प्रेमाच्या!

~

१७ व्या शतकात ब्रिटिश म्हणजे ईस्ट इंडिया कंपनी आणि मुघल यांच्यात सतत चकमकी होत असत. ब्रिटिशांसाठी आणखी त्रासदायक गोष्ट म्हणजे जंजिऱ्याच्या सिद्दीने मुघलांशी हातमिळवणी करत ब्रिटिशांशी उभा दावा मांडला होता. १७७२ मध्ये सिद्दीच्या सततच्या हल्ल्यांचा सामना करावा लागल्यामुळे ब्रिटिशांनी मुंबईत अनेक किल्ले बांधले. शिवडी आणि माझगाव हे त्यांपैकीच दोन!

१६८९ मध्ये सिद्दीचा सरदार याकुत खान याने २० हजार सैन्यासह मुंबईवर हल्ला केला. त्याने शिवडी आणि माझगाव हे दोन्ही किल्ले आपल्या ताब्यात घेतले आणि उरलेल्या मुंबईवर तोफा डागण्यासाठी तो पुढे सरसावला. मग अखेरचा एक प्रयत्न म्हणून ब्रिटिशांनी इथल्या स्थानिक रहिवाशांना एकत्र करून, त्याचं लष्कर बांधण्याचा प्रयत्न केला. प्रथम त्यांनी कोळ्यांना एकत्र केलं. तसेच त्यांचं नेतृत्व रुस्तुमजी दोराबजी पटेल नावाच्या एका पारशाकडे दिलं; पण या लष्कराने ब्रिटिशांना अपेक्षित अशी कामगिरी केली नाही. ब्रिटिशांनी ही लढाई जवळपास हरली होती. याच वेळी ब्रिटिश गव्हर्नर जॉन चाइल्ड याने मुघल बादशहा औरंगजेबासमोर शरणागती पत्करून दयेची याचना केली. तसेच बादशहाला दीड लाख रुपयांचा नजराणा सादर केला. औरंगजेबाने हा नजराणा एका अटीवर स्वीकारला. जॉन चाइल्डला गव्हर्नरपदावरून काढून टाकण्याची अट बादशहाने टाकली; पण १६९० मध्ये जॉन चाइल्ड यांचं अकाली निधन झालं आणि त्यामुळे त्यांच्यावरची हकालपट्टीची नामुष्की टळली.

औरंगजेबाला नेमका हा दयेचा पाझर कसा काय फुटला? याच वेळी मराठ्यांविरोधातलं औरंगजेबाचं युद्ध निर्णायक टप्प्यावर येऊन पोहोचलं होतं. कदाचित त्यामुळे औरंगजेबाने हा तह केला असावा किंवा अरब देशांबरोबर व्यापार करण्यासाठी त्याला ब्रिटिशांच्या संरक्षणाची गरज भासली असावी. एक तर्क असाही आहे की, व्यापारातून महसूल मिळवण्यासाठी ब्रिटिशांसह भागीदारी करणं त्याला फायद्याचं वाटलं असावं; कारणं काहीही असोत, औरंगजेबाच्या या एका निर्णयाने इतिहासाने एक वेगळंच वळण घेतलं. या तहामुळे याकुत खानाचा चांगलाच तिळपापड झाला. त्याने ८ जून १६९० रोजी मुंबईतून आपलं सैन्य मागे घेतलं खरं; पण जाता जाता त्याने माझगावचा किल्ला जमीनदोस्त केला.

किल्ला पाडल्यानंतर एकाकी झालेल्या या समुद्रमुखी टेकडीवर लवकरच बंगल्यांनी आपले डेरे टाकायला सुरुवात केली. त्यांपैकीच एका बंगल्याला पांढरा

रंग देऊन हा बंगला जहाजांना दिशा दाखवणारं 'दीपगृह' बनवण्यात आला.[३] मग या टेकडीवर वेगवेगळी झाडं लावण्यात आली. माझगावच्या टेकडीवरील आंब्याच्या झाडाची फळं राणीला पाठवली जायची. १८८० ते १८८४ मध्ये या टेकडीवर पाण्याच्या टाक्या तयार करण्यात आल्या. या टाक्यांवर जॉन हे ग्रँट यांच्या नावाने एक उद्यानही बनवण्यात आलं. भायखळ्याचा प्रसिद्ध ए ब्रिज बांधणाऱ्या सेठ तेजू काया यांनी १९२५ मध्ये या टाक्यांची दुरुस्ती केली. याच वर्षी हार्बर मार्गाचं विद्युतीकरण झालं. स्वातंत्र्यानंतर या टाक्यांवरच्या उद्यानाला माझगावच्या म्हातारपाखाडीत जन्माला आलेल्या बॅरिस्टर जॉन बाप्टिस्टा यांचं नाव देण्यात आलं. होम रूल चळवळीमध्ये सहभागी असलेले बॅरिस्टर बाप्टिस्टा १९२५-२६ या काळात मुंबईचे महापौर होते.

~

याकुत खानाने हल्ला करून हा किल्ला जमीनदोस्त केल्यानंतर १०० वर्षांमध्ये ही टेकडी बंगल्यांनी भरली. याच काळामध्ये या टेकडीवर एक प्रेमकहाणी फुलली. ही प्रेमकहाणी आज इंग्लंड आणि मुंबई दोन्हीकडे सांगितली जाते. १७७०च्या दशकात डॅनिअल ड्रेपर नावाचा एक अधिकारी ईस्ट इंडिया कंपनीच्या सेवेत वरिष्ठ पदावर होता. १४ जानेवारी १७७३ च्या रात्री त्याची बायको एलिझा ड्रेपर माझगावच्या त्यांच्या बंगल्यातल्या समुद्राकडे तोंड करून असलेल्या तिच्या शयनगृहाच्या खिडकीला दोरखंड बांधून पळाली. या दोरखंडाच्या साहाय्याने ती थेट टेकडीखाली समुद्रात उभ्या असलेल्या एका होडीमध्ये उतरली. या होडीत नौदलातला कमोडोर जॉन क्लार्क हा तिची वाटच बघत होता. त्याने ही होडी वल्हवत बंदरामध्ये उभ्या असलेल्या त्याच्या 'H. M. S. प्रूडेंट' या जहाजाजवळ नेली. पळून जाताना या एलिझाने तिच्या नवऱ्यासाठी अगदीच परखड शब्दांत लिहिलेली एक चिट्ठी मागे ठेवली होती. त्यात लिहिलं होतं की, 'ड्रेपर, तुला भोगाव्या लागलेल्या वेदनेसाठी माझं मन कळवळतं आहे; पण तू जर माझ्यावर खरं प्रेम केलं असतंस, तर ही वेळच आली नसती.'[४]

---

३. जे. एम. कॅम्पबेल, Materials towards a Statistical Account of the Town and Island of Bomaby, Keb[2, (Bombay : Government Central Press, 1893) पृ. ५३०

४. एन. पी. चेकुट्टी, 'The Life and Letters of Elizabeth Draper', Himal, 13 January 2013. ४ सप्टेंबर २०१४ रोजी बघितलेल्या in <http://himalmag.com/life-letters-elizabeth-draper/#sthash.xdos86T2.dpuf>, या वेबसाइटवरील माहितीनुसार.

१७६६-६७ या वर्षी एलिझा ड्रेपर इंग्लंडला गेली असताना तिथे तिची ओळख कॉक्सवल्डमधला एक धर्मोपदेशक आणि 'द लाइफ अ‍ॅण्ड ओपिनियन्स ऑफ ट्रिस्ट्राम शँडी' या पुस्तकाचा लेखक लॉरेन्स स्टर्न याच्याशी झाली. एकमेकांना बघताक्षणीच त्या दोघांमध्ये प्रेमाचे अंगार फुलले. पुढले तीन महिने त्यांनी एकत्र घालवले. स्टर्न महाशयांना आता एलिझाशिवाय राहणं अशक्य झालं.[५] तो तिला दर दिवशी पत्र लिहायचा. या पत्रांच्या आधारे या दोघांच्या नात्याबद्दल लिहिलेलं, तरीही काल्पनिक असलेलं 'द जर्नल टु एलिझा' हे पुस्तक प्रसिद्ध झालं. या दोघांचीही लग्नं झाली होती. स्टर्नची बायको त्याच्या मुलीबरोबर फ्रान्सला राहायला गेली होती, तर एलिझाचा नवरा तिच्यापेक्षा ३० वर्षांनी मोठा होता. एलिझा २३ वर्षांची होती आणि स्टर्न ५४ वर्षांचा धर्मोपदेशक!

एलिझा भारतात परतल्यानंतर स्टर्न तिची वाट बघत राहिला. त्याने आपल्या या प्रेयसीसाठी शँडी हॉल इथे एक छोटीशी खोलीही सजवली.[६] आजही ही खोली एलिझाची खोली म्हणून ओळखली जाते. ड्रेपर मुंबईतल्या माझगाव टेकडीवरच्या पांढऱ्याशुभ्र बंगल्यात राहायला आले. हा बंगला मनोर हाउस किंवा बेल्वेडर हाउस या नावानेही ओळखला जायचा. दिवसेंदिवस एलिझा तिच्या नवऱ्यापासून मनाने वेगळी होत गेली. तिचा नवराही प्रचंड चिडखोर बनला होता आणि दिवसेंदिवस आपल्या बायकोकडे दुर्लक्ष करायला लागला होता. नेमक्या याच कारणामुळे एलिझाला मनोर हाउसमधून कमोडोर जॉन क्लार्क यांच्या मदतीने पळून जायला प्रोत्साहन मिळाले.

आज एलिझाच्या बंगल्याच्या जागी तिची कहाणी सांगणारी एक पाटी लावली आहे. त्यावर लिहिलं आहे, 'या ठिकाणाजवळ मनोर हाउस होतं. स्टर्न याच्या प्रेमाने अमर झालेली एलिझा ड्रेपर इथूनच १७७३ मध्ये पळाली.' मनोर हाउस उभं असलेला या टेकडीचा कडा आज अस्तित्वात नाही. रेल्वेलाइन, बंदर आणि रस्ते बांधण्यासाठी याच कड्याचा दगड वापरण्यात आला होता.

~

---

५. 'Sterne Letters from Yorick to Eliza', WorthPoint, ४ सप्टेंबर २०१४ रोजी बघितलेल्या in <http://www.worthpoint.com/worthopedia/sterne-letters-yorick-eliza-1773-400007471>, वेबसाइटवरील माहितीनुसार.

६. विल्बर एल. क्रॉस, The Life and Times of Laurence Sterne (London : Forgotten Books, 2013), पृ. ४२२-४२३

माझगावमध्ये जहाजबांधणीचा व्यवसाय १८व्या शतकापासूनच सुरू होता; पण १८४०च्या दशकापासून माझगावचं रूपही बदलायला सुरुवात झाली. १८४३ मध्ये आगा मुहम्मद रहीम नावाच्या एका व्यावसायिकाने सरकारच्या आदेशानुसार नऊ लाख रुपये खर्च करून इथे गोदी बांधली. इथे पाणी खोल असल्यामुळे या गोदीचं बांधकाम पूर्ण व्हायला तब्बल सहा वर्षं लागली. या गोदीचा काही भाग भाड्याने घेत ब्रिटिश पेनिन्सुलर अ‍ॅण्ड ओरिएन्ट (P&O) या कंपनीने इथे आपलं कार्यालय थाटलं.[७] अशा प्रकारे पी अ‍ॅण्ड ओ कंपनीने भारतात येणाऱ्या आपल्या जहाजांची देखभाल-दुरुस्ती करण्यासाठी बांधलेल्या माझगाव डॉक्स लिमिटेडची सुरुवात झाली. या कंपनीच्या गोदीचं नाव डॉकयार्ड असं पडलं. पुढे GIPRने आपल्या स्थानकाला हेच नाव दिलं.

नाव कायम राहिलं असलं, तरी इथल्या भौगोलिक परिस्थितीत बराच बदल झाला. एक काळ असा होता की, समुद्र डॉकयार्ड रोड स्थानकाच्या खूप जवळ होता आणि समुद्राच्या लाटा माझगावच्या पायांना लागत होत्या; पण १९व्या शतकाच्या मध्यात शहर नियोजनकारांनी रेल्वे, रस्ते आणि घरं बांधण्यासाठी या समुद्रात भराव टाकून त्याला मागे लोटलं. डॉकयार्ड रोड स्थानकाच्या दोन्ही बाजूंना आजही पोर्तुगीज आणि ब्रिटिश काळातली घरं, अरुंद रस्त्यांच्या कडेला हारीने उभी असलेली झाडं आणि काळाच्या सांदीत अडकलेली गृहसंकुलं आपल्याला दिसतात. इथेच म्हातारपाखाडीचा वारसा यादीत समाविष्ट झालेला प्रदेश आहे. या म्हातारपाखाडीत मराठी भाषक ईस्ट इंडियन समुदाय राहतो. बॅरिस्टर जॉन बाप्टिस्टा यांचा जन्मही इथेच झाला होता.

या सगळ्या जुन्या इमारतींच्या परिसरातच खेळाचं एक मैदान आहे. या मैदानात एक जुना आणि अतिशय दुर्मिळ असा रोलर आहे. त्यावर १८९४ हे वर्ष कोरलेलं आहे. या मैदानाचं जुनं नाव 'अयाझ अली' असं होतं. हे अयाझ अली म्हैसूरच्या टिपू सुलतानाचे नातेवाईक होते. ब्रिटिशांनी १७९९ मध्ये टिपूला हरवलं, तेव्हा ते माझगावमध्ये आले.[८] विसाव्या शतकाच्या सुरुवातीला अयाझ अलींचे वंशज आणि त्यांचं कुटुंब भारताबाहेर गेलं.

---

७. गोविंद नारायण मडगावकर, मुंबईचे वर्णन, संपादन - नरहर रघुनाथ फाटक (इंडिया : मराठी ग्रंथ संग्रहालय, १८६३), पृ. ७५-७६

८. सॅम्युअल टी. शेपर्ड, Bombay : Place Names and Street Names : Exursion into the By-ways of the History of Bombay City (Bombay : The Times Press, 1917). पृ. १०६.

डॉकयार्ड रोडच्या जवळ असलेल्या आणखी एका छोट्या गल्लीत मेसर्स मार्शलॅन्ड प्राइस ॲण्ड कंपनी ही कंपनी आहे. या कंपनीने भारतातली पहिलीवहिली मोनोरेल बनवली होती. ही मोनोरेल १९१० ते १९२७ या काळात पंजाबमधील. पतियाळात धावत असायची.९ ही मोनोरेल पतियाळा स्टेट मोनोरेल सिस्टिम या नावाने ओळखली जायची. आता ही गाडी आणि तिचे रूळ दिल्लीच्या रेल्वे संग्रहालयात पाहायला मिळतात.

इतिहासाच्या पाऊलखुणा

डॉकयार्ड रोड स्थानकाजवळच तीन पोलादी पूल आहेत. पहिल्या दोन पुलांवर कोणत्याही खाणाखुणा किंवा कोणतीही अक्षरं कोरलेली नाहीत; पण तिसऱ्या पुलावर पी. ॲण्ड डब्ल्यू. मॅक्लिलान यांचं नाव असलेली चौकट आहे. तसेच डोरमन, लाँग ॲण्ड कं. यांचाही शिक्का आहे.

टर्मिनस असलेलं रे रोड स्थानक

वळणदार रेल्वेलाइन, दाटीवाटीने उभ्या असलेल्या इमारती आणि दोन्ही बाजूंना असलेली गोदामं यातून वाट काढत गाडी पुलावरून खाली उतरते आणि रे रोड स्थानकात येऊन विसावते. हे हार्बर मार्गावरचं मूळ टर्मिनस! हे स्थानक सुरू झालं, तेच टर्मिनस म्हणून! १२ डिसेंबर १९१० रोजी सुरू झालेल्या या स्थानकाला १८८५ ते १८९० या काळात मुंबईचे गव्हर्नर असलेल्या डोनाल्ड मॅके म्हणजे ११ वे लॉर्ड रे यांच्या नावाने रे रोड असं नाव देण्यात आलं.

गोदामांना लागूनच असलेल्या प्लॅटफॉर्मचं हे स्थानक सुरू झालं आणि लगेचच गजबजलंही! गोदामातले कामगार, ठेकेदार, मालगाड्या, माल आणि ट्रक यांची सततची वर्दळ इथे सुरू झाली. आज या स्थानकाचे प्लॅटफॉर्म तुलनेने ओस पडलेले दिसतात. तर आता वापरात नसलेल्या गोदामांमध्ये परीक्षेच्या काळात पोरं अभ्यासाला बसलेली दिसतात किंवा इतर वेळी इथे क्रिकेटचा खेळ रंगलेला पाहायला मिळतो.

इतिहासाच्या पाऊलखुणा

कागदोपत्री रे रोड स्थानकाची नोंद 'अ' श्रेणीची वारसा यादीतील वास्तू म्हणून झालेली आहे. प्रत्यक्षात मात्र इथले अवशेष जपण्यासाठी खूपच कमी प्रयत्न केले गेले. या स्थानकाला झोपड्या आणि अनधिकृत बांधकामं यांचा वेढा पडलेला आहे.

---

९. आता ही जागा रेल्वेच्या गोदामासाठी वापरली जाते.

प्लॅटफॉर्मपासून उंचावर असलेली रे रोड स्थानकाची इमारत ही बेसॉल्ट खडकापासून बनवली आहे. या इमारतीवर 'रे रोड GIPR' असं लिहिलं आहे. या इमारतीवर कोणतीही तारीख नसली, तरी जवळच्याच पुलाच्या तुळयांवर बॉम्बे पोर्ट ट्रस्टच्या लोगोसह 'बॉम्बे पोर्ट ट्रस्ट १९१५' असं कोरलेलं आढळतं.

रे रोड स्थानकाच्या जवळच रेल्वेलाइनला लागून पाण्याची एक जुनी पाणपोई एकाकी उभी आहे. या पाणपोईभोवती एकेकाळी महत्त्वाची गोदामं होती. गोदामातले मजूर आणि माल वाहून नेणाऱ्या गाड्यांच्या प्राणी यांना पाण्याची सोय म्हणून एका श्रीमंत व्यापाऱ्याने आपल्या मुलीच्या स्मरणार्थ ही पाणपोई बांधली होती. या पाणपोईवरच्या फलकावर, 'आपल्या लाडक्या मुलीच्या, कुसुमबाला हिच्या स्मरणार्थ श्री. लवजी मेगजी जे. पी. यांच्याकडून लोकसेवेत. १९२४' असं लिहिलेलं आहे.

कॉटन ग्रीन स्थानक – नावात काय आहे?

आता गाडी पुन्हा एका दगडी आणि लोखंडी पुलावर चढून कॉटन ग्रीन या उन्नत स्थानकामध्ये येते. २०व्या शतकाच्या सुरुवातीला हा परिसर कापसाच्या व्यापाराचं केंद्र बनल्यामुळे हे स्थानक तयार करण्याची गरज निर्माण झाली.

पण या स्थानकाचं नाव हे असं कॉटन ग्रीन असं का? या प्रश्नाचं उत्तर शोधायला आपल्याला १८ व्या शतकातल्या काही नोंदी तपासून घ्याव्या लागतात. ईस्ट इंडिया कंपनीच्या प्रशासकीय सेवेत असलेल्या आणि जगभ्रमंतीवर निघालेल्या जॉन हेन्री ग्रोस याने या प्रश्नाचं अगदी सरळसोट, सोपं आणि सर्वमान्य असं उत्तर त्याच्या 'ए व्हॉएज टु द ईस्ट इंडिज' या पुस्तकात लिहून ठेवलं आहे. तो लिहितो,

कोणत्याही समारंभासाठी प्रशस्त जागा असलेलं आणि नीटनेटकी व हवेशीर इमारत असलेलं मुंबईतील एकमेव इंग्लिश चर्च ग्रीन या नावाने ओळखल्या जाणाऱ्या परिसरात आहे. फोर्ट भागापासून थोडं लांब असलेल्या या भागात इंग्रजांची घरं आहेत आणि रस्त्याच्या दुतर्फा लावलेली झाडं आहेत.[१०]

या नोंदीतून काही धागेदोरे सापडू शकतात. एकमेव इंग्लिश चर्च असलेल्या 'सेंट थॉमस चर्च'च्या आजूबाजूच्या परिसराला बॉम्बे ग्रीन म्हणत असत. गोदींपासून

<hr>

१०. जॉन हेन्री ग्रोस, A Voyage to the East Indies : Containing Authentic Accounts of the Mogul Government in General, the Viceroyalties of Decan and Bengal, with Their Several Subordinate Dependance, with General Reflections on the Trade of India, Volume 1 (London : S. Hooper, 1772)

जवळ असल्याने आणि या परिसरात कापसाचे गठ्ठेच्या गठ्ठे व्यापारासाठी येत असल्याने हा परिसर कॉटन ग्रीन या नावाने ओळखला जाऊ लागला.

या भागाच्या आसपासच्या परिसरामध्ये उद्यान तयार करून त्याभोवती इमारती बांधण्याचा प्रस्ताव होता. मुंबईचे तत्कालीन गव्हर्नर लॉर्ड एल्फिन्स्टन यांचाही या प्रस्तावाला पाठिंबा होता. अखेर १८६९ मध्ये हे उद्यान अस्तित्वात आलं. योग्य पद्धतीने कापलेली हिरवळ, झाडं आणि चालण्यासाठी नियोजित वाटा असलेलं हे उद्यान 'एल्फिन्स्टन सर्कल' या नावाने ओळखलं जाऊ लागलं. स्वातंत्र्यानंतर या उद्यानाला 'बेंजामिन हॉर्निमन' यांचं नाव देण्यात आलं. 'बॉम्बे क्रॉनिकल' या वृत्तपत्राचे ते ब्रिटिश संपादक होते. शिवाय त्यांनी भारताच्या स्वातंत्र्यलढ्याला पाठिंबा दिला होता. या कृतज्ञतेपोटी आजही हे सर्कल हॉर्निमन सर्कल म्हणून ओखळलं जातं.

१८४४ पर्यंत कापसाच्या व्यापाराचा केंद्रबिंदू मूळ कॉटन ग्रीनपासून आणखी दक्षिणेकडे म्हणजे कुलाब्याकडे सरकला. मग या भागाला न्यू कॉटन ग्रीन असं नाव देण्यात आलं. कालौघामध्ये कुलाब्याची रचना बदलली आणि इथेही समुद्रात भराव टाकण्यात आला. या कापसाच्या व्यापाराचा केंद्रबिंदू पुन्हा हलला आणि या वेळी मुंबईच्या पूर्व किनाऱ्याला असलेल्या शिवडी-माझगाव या भराव टाकलेल्या नव्या भागात वसवला गेला. इथेच कॉटन एक्स्चेंजची इमारतही उभी राहिली.[११] या कॉटन एक्स्चेंज इमारतीसमोर सुरू झालेल्या रेल्वे स्थानकाला अर्थातच कॉटन ग्रीन हे नाव मिळालं. कापसाच्या व्यापाराचं केंद्र पुन्हा एकदा हलवण्यात आलं. आता ते काळबादेवीकडे सरकलं. तरीही या स्थानकाचं नाव मात्र कॉटन ग्रीन असंच राहिलं.

इतिहासाच्या पाऊलखुणा

कॉटन ग्रीन रेल्वे स्थानक म्हणजे एके काळी पोलादी राक्षस होता. आता इथे फक्त २१ मूळ खांब, घडीव लोखंडातील कुंपणाचा काही भाग आणि दोन्ही बाजूंनी उपयोग करता येतील असे रूळ एवढ्याच गोष्टी शिल्लक आहेत. हे रूळ आता दुभाजक किंवा रेल्वेच्या इतर सामानासाठी वापरले जातात.

या स्थानकाच्या खालीच शिवडीच्या अग्निशमन दलाचं कार्यालय आहे. या अग्निशमन दलाच्या कार्यालयाच्या बाजूला एका मजल्याची इमारत आहे. ही इमारत म्हणजे एके काळच्या अग्निशामक संघटनेचं कार्यालय होतं. या इमारतीच्या

---

११. 'A Map of Bombay, Specially Drawn for the East India Cotton Association Ltd. 1947' Bombay Explorer, Number 42, June 2004, पृ. ३२

एका कोपऱ्यामध्ये असलेला एक फलक एस. एस. फोर्ट स्टिकीन या जहाजाची आणि या जहाजावरच्या प्रवाशांचा जीव वाचवण्यासाठी आपला जीव धोक्यात घालणाऱ्या अग्निशमन दलाच्या जवानांची आठवण ताजी करतो. हे जहाज १९४४ मध्ये कापसाच्या गासड्या, बेदाणे आणि जवळपास १४०० टन दारूगोळा घेऊन उभं होतं. त्या वेळी या जहाजाला आग लागली. दोन स्फोट झाले आणि अखेर या जहाजाला जलसमाधी मिळाली.

...संध्याकाळी शेकडो टन दारूगोळ्याचा स्फोट झाला आणि या जहाजाचे तुकडेतुकडे झाले. त्यांपैकी काही तुकडे गोदीत घुसले, काही बाजूला उभ्या असलेल्या जलपद्म या मालवाहू जहाजावर जाऊन आदळले. ६५०० टनांचा माल असलेलं हे जहाज लगेचच गोदीतून बाहेर काढून दुसऱ्या गोदीत नेण्यात आलं. या स्फोटांनी मुंबई हादरली. जहाजातले कापसाच्या गासड्या आणि तेल यांमुळे भडकलेल्या आगीने

कॉटन ग्रीन स्थानकाजवळ असलेला पूल. हा पूल आता अर्धवट पडलेल्या अवस्थेत आहे. आभार – मुंबई पोर्ट ट्रस्ट संग्रह

रात्रीच्या वेळीही मुंबईचा आसमंत उजळला होता, तर दिवसा धुराने मुंबई काळवंडली होती.[१२]

हे दोन स्फोट एवढे शक्तिशाली होते की, कुलाबा वेधशाळेत भूकंपाच्या नोंदी ठेवणाऱ्या यंत्रावरही त्यांची नोंद झाली. तसेच या स्फोटांमुळे १७०० किलोमीटर लांब असलेल्या सिमल्यालाही हादरे बसले.

गाडीने कॉटन ग्रीन स्थानक सोडण्याआधी दोन रस्ते स्थानकाखालून जातात. हे दोन्ही रस्ते शहराला गोदीशी जोडतात. हे दोन्ही पूल १९२० च्या दशकाच्या सुरुवातीला बांधले होते. या पुलांवरील फलकांवर पुसट अक्षरांत 'रावजी सोजपाल अँण्ड कं., ठेकेदार १९२३-२४' असं लिहिलेलं आढळतं. रावजी सोजपाल हे जैन व्यापारी कच्छहून मुंबईला ठेकेदारी करायला आले होते. आज अनेक गृहनिर्माण इमारतींवर त्यांचं नाव आहे आणि त्यातील सर्वांत मोठी इमारत शिवडी इथं आहे.

फ्लेमिंगोंची भूमी : शिवडी स्थानक

कॉटन ग्रीन स्थानकातून गाडी निघाली की, कॉटन एक्सचेंज बिल्डिंग, जपान कॉटन ट्रेडिंग कंपनीचं ओसाड कार्यालय, भारतीय वायुसेनेचं कुंपणाआड असलेलं भांडार अशा वास्तू लागतात. अखेर बॉम्बे पोर्ट ट्रस्टच्या रेल्वेलाइन ओलांडून गाडी शिवडी स्थानकात शिरते.

ब्रिटिशांच्या दफ्तरात या स्थानकाचं नाव सिवरी असं आहे. हे नाव शिवडी किंवा शिववाडी म्हणजे भगवान शंकराची बाग या नावावरून तयार झालं आहे.[१३] दोन प्लॅटफॉर्म असलेलं हे स्थानक तसं साधंच आहे; पण पूर्वी या स्थानकात एक पुरातन लोखंडी पादचारी पूल होता; पण मध्य रेल्वेने तो नुकताच पाडून टाकला.

मुंबईतल्या सात मूळ बेटांपैकी एक असलेल्या परळच्या पूर्व किनाऱ्यावरचं हे एक छोटंसं गावठाण होतं. एके काळी सुस्त पडलेलं हे गाव माझगाव-शिवडी रेक्लमेशन योजनेनंतर अचानक कात टाकून, अंग झडझडून उभं राहिलं. १९१८

---

१२. जेरी पिंटो, 'The Day It Rained Gold Bricks and a Horse Ran Headless', Bombay, Meri Jaan : Writings on Mumbai, संपादन : नरेश फर्नांडिस आणि जेरी पिंटो, (India : Penguin Books, 2003) पृ. १४०

१३. सॅम्युअल टी. शेपर्ड, Bombay : Place Names and Street Names : Exursion into the By-ways of the History of Bombay City (Bombay : The Times Press, 1917). पृ. १२९

मध्ये गव्हर्नर जॉर्ज लॉईड यांनी स्थापन केलेल्या बॉम्बे डेव्हलपमेंट डिपार्टमेंटने या भागामध्ये चाळी बांधल्या आणि शिवडी गजबजून गेलं. आजही या चाळी 'बीडीडी चाळी' या नावाने ओळखल्या जातात. शिवडी स्थानकाच्या बाहेरच ब्रिटिश राजच्या काळातली एक चाळ आजही बघायला मिळते. या चाळीच्या दर्शनी भिंतीवरच 'बीडीडी १९२५' असं लिहिलेलं आहे.

~

या स्थानकापासून जेमतेम एक किलोमीटर अंतरावर ओसाड अवस्थेतला पण राज्य सरकारच्या पुरातत्त्व विभागाने संरक्षित केलेला शिवडीचा किल्ला आहे. एके काळी मुंबईच्या संरक्षणामध्ये मोलाची भूमिका असलेला हा किल्ला आज मात्र इथल्या पोरा-टोरांमुळे खेळण्याची जागा बनला आहे. या किल्ल्यातून समुद्र तर दिसतोच; पण त्याच बरोबर पर्यावरणासाठी अत्यंत महत्त्वाची अशी खारफुटीची झाडं असलेला भागही दिसतो. कधीकधी या किल्ल्यातून फ्लेमिंगो पक्षी पाहण्याचा योगही येतो. काही छोट्या छोट्या पण काळ्या बेसॉल्ट खडकातल्या टेकड्या या किल्ल्यातून दिसतात. काही शतकांपूर्वी मुंबई कशी असेल, याची झलकच जणू आपल्याला येथे बघायला मिळते. आज शिवडीच्या पूर्वेकडे तेलशुद्धीकरण कंपन्यांच्या चिमण्या आणि बॉम्बे पोर्ट ट्रस्टची जमीन दिसते, तर पश्चिमेकडे एक ख्रिस्ती दफनभूमी आहे.

१८६५ च्या आधी या ठिकाणी दफनभूमी नव्हती, तर शेतकी-फलोत्पादन सहकारी संस्थेचं उद्यान होतं. मुंबईचे महापालिका आयुक्त आर्थर क्रॉफर्ड यांनी ख्रिस्ती दफनभूमी बांधण्यासाठी बोमनजी फ्रामजी कामा यांच्याकडून या उद्यानाचा ताबा मिळवला. अशा दफनभूमीची तातडीची निकड भासत होती. १७६० पर्यंत कुलाब्याच्या 'मेंढाम्स पॉइंट' इथल्या दफनभूमीत मृत इंग्रजांचे अंत्यसंस्कार केले जायचे. ही जागा आताच्या रिगल जंक्शनजवळ होती. काही धोरणात्मक नियोजनांमुळे ही जागा पुढे मरिन लाइन्सच्या सोनापूर येथील मुस्लीम दफनभूमी आणि हिंदू स्मशानभूमीच्या बाजूला हलवण्यात आली; पण जसजसा या शहराचा विस्तार झाला, तसतसे रहिवासी याबाबत तक्रार करू लागले.

> १८५५ पर्यंत एकमेकांच्या शेजारी असलेल्या या दफनभूमींचा सातत्याने वापर होत होता; त्यामुळे रहिवासी आणि स्थानिक प्रशासन यांच्या तक्रारीही वाढत होत्या. रहिवाशांचं म्हणणं होतं की, पावसाळ्यासारख्या मोसमात, जेव्हा कॉलऱ्याची साथ पसरते, तेव्हा या दफनभूमींमुळे आणि स्मशानामुळे वातावरण आणखी प्रदूषित होतं; त्यामुळे गिरगावसारख्या

भागात मृत्युदर वाढतो.[१४]

१८६३ मध्ये स्थापन झालेल्या अंत्यविधी आयोगाने त्या वेळी असं जाहीर केलं की, शहरातल्या सर्वधर्मीयांच्या अंत्यविधीच्या जागा माटुंग्याजवळ तयार करण्यात येतील. या प्रकल्पामध्ये शांततेचा मनोरा, तसेच या जागेपर्यंत जाण्यासाठी रेल्वेची सोय अशा गोष्टींचा समावेश होता. या प्रकल्पासाठी ४७ लाख रुपयांचा खर्चही अपेक्षित होता. ही रक्कम जास्त होती; त्यामुळे यावर तोडगा काढण्यासाठी तत्कालीन पालिका आयुक्त आर्थर क्रॉफर्ड यांनी शेतकी-फलोत्पादन उद्यानाची जमीन मिळवली. ही जागा मार्च १८६७ मध्ये पवित्र करून घेण्यात आली आणि तेव्हापासून अनेक युरोपियन आणि नंतर भारतीयांचे अंत्यसंस्कार इथेच झाले आहेत. विशेष म्हणजे, व्हिक्टोरिया टर्मिनस या अभिजात इमारतीचे स्थापत्यविशारद आणि वास्तुरचनाकार एफ. डब्ल्यू. स्टीव्हन्स हेदेखील याच दफनभूमीत चिरनिद्रा घेत आहेत.

इतिहासाच्या पाऊलखुणा

शिवडी स्थानकाची मूळ इमारत कोणालाही ओळखता येईल अशीच छोटेखानी होती. १३ पोलादी खांबांवर उभी असलेली ही एक टुमदार इमारत होती. यांपैकी काही खांबांवर टाटा आयर्न अँण्ड स्टील असं लिहिलेलं आहे.

शिवडी स्थानकात एक पादचारी पूल होता. या पुलावरही 'GIPR, जोसेफ वेस्टवुड अँण्ड कं. लिमिटेड, लंडन, १८९७' असं लिहिलेलं होतं. ही तारीख जराशी गोंधळात टाकणारी आहे, कारण रेल्वेच्या नोंदींप्रमाणे शिवडी स्थानक १९२२ मध्ये बांधलं गेलं होतं. हार्बर लाइनही २०व्या शतकाच्या सुरुवातीला आकाराला येत होती. मग हे १८९७ साल कुठून आलं असेल? ब्रिटिशांच्या औद्योगिक कारखान्यांच्या दफ्तरातल्या नोंदी तपासल्या, तर याचं उत्तर मिळतं. जहाज बांधणी करणाऱ्या जोसेफ वेस्टवुड यांची स्वतंत्र कंपनी १८८३ मध्ये स्थापन झाली होती; पण १८९७ मध्ये ही कंपनी प्रायव्हेट कंपनी म्हणून नोंदवली गेली. हेच वर्ष शिवडीच्या पुलावरही नोंदवलेलं होतं. या कोरलेल्या वर्षानुसार शिवडीच्या या पादचारी पुलाचे खांब १०० वर्षांपेक्षाही जास्त जुने होते. हे खांब लंडनमध्ये तयार होऊन जहाजाने भारतात पाठवण्यात आले असावेत. त्यानंतर मुंबईत ते जोडले गेले असावेत. मध्य रेल्वेने नुकताच हा पूल जमीनदोस्त केला.

शिवडी स्थानक आणि बॉम्बे पोर्ट ट्रस्टच्या रेल्वेलाइन यांच्याजवळ चार

---

१४. एस. एम. एडवर्ड्स, The Gazetteer of Bombay City and Island, खंड 3 (India : Cosmo Publications, 2002)

चाकांचा एक डबा विपन्नावस्थेत पडून आहे. आज आपल्याला दिसणाऱ्या गोदी जेव्हा पूर्ण विकसित झाल्या नव्हत्या, त्या काळातला हा डबा आहे. या डब्यापासून काही यार्डांवरच आणखी एक दुर्लक्षित ऐतिहासिक ठेवा तोफांच्या रूपाने पडून आहे. बॉम्बे पोर्ट ट्रस्टच्या वसाहतीकडे जाणाऱ्या रस्त्यावरील पदपथावर दोन तोफा पडलेल्या आहेत. या तोफा कदाचित शिवडीच्या किल्ल्यातल्या असाव्यात.

अर्वाचीन काळातलं वडाळा स्थानक

जुन्या नकाशांचा संदर्भ घेतला, तर वडाळा स्थानक एके काळी गोवरी या नावानं ओळखलं जायचं. या स्थानकाच्या पुढे रावली किंवा रावळी होतं. इथेच GIPR आणि BB&CI या दोन्ही रेल्वे एकमेकींना जोडल्या गेल्या होत्या. आज गोवरी इतिहासजमा झालं आहे; पण रावळी अजूनही टिकून आहे आणि आजही मध्य आणि पश्चिम या दोन्ही रेल्वेंमधला दुवा म्हणून काम करत आहे.

आजचं वडाळा स्थानक हे तुलनेने नवीन आहे. मात्र, या स्थानकाच्या यार्डात वाफेवर चालणाऱ्या यंत्राच्या पाण्याचा पाइप सापडतो. यावरून असा एक अंदाज निघतो की, बॉम्बे पोर्ट ट्रस्टच्या मालकीच्या वाफेवरच्या इंजिनाची देखभाल-दुरुस्तीची शेड इथे होती.

इतिहासाच्या पाऊलखुणा

वडाळा स्थानकाजवळच बॉम्बे पोर्ट ट्रस्टचं एक जुनं भंगाराचं यार्ड आहे. इथे अग्निशमनासाठी वापरले जाणारे जुने डबे, लोखंडी स्लीपर आणि वाफेचे पाइप आजही सापडतात. इथल्या रेल्वे रुळांवर तर कचरा आणि झोपड्यांचं साम्राज्य पसरलेलं आहे. GIPRची जुनी दगडी सिग्नल केबिनही या झोपड्यांच्या गर्दीमध्ये हरवली आहे.

किंग्ज सर्कल आणि गुरू तेग बहादूर स्थानक – सम्राटांचे रस्ते

किंग्ज सर्कल हे नाव उच्चारलं की, कुतूहल जागं होतं. या स्थानकाचं नाव हे असं का ठेवलं गेलं असावं? या मागची कहाणी सॅम्युअल टी. शेपर्ड हा लेखक आपल्याला सांगतो. त्याच्या नोंदीनुसार बॉम्बे इम्प्रूव्हमेंट ट्रस्टची एक बैठक २० एप्रिल १९११ रोजी झाली. या बैठकीत अध्यक्षांनी दादर आणि माटुंगा यांच्या विकासाच्या योजनेचं वर्णन केलं. या योजनेनुसार माटुंगा स्थानकाच्या पूर्वेला काही उद्यानं बांधण्यात येणार होती. या बैठकीत असं ठरलं की, या उद्यानांपैकी एका गोलाकार उद्यानाला राजाच्या सन्मानार्थ किंग्ज सर्कल असं नाव द्यायचं. तसेच क्रॉफर्ड मार्केट ते सायन कॉजवे या दरम्यानच्या रस्त्यालाही किंग्ज वे असं नाव

देण्याचा निर्णय या बैठकीत मान्य झाला.१५

गुरू तेग बहादूरनगर स्थानकाचं मूळ नाव काय होतं, माहिती आहे? या स्थानकाचं मूळ नाव होतं कोलवाडा किंवा कोळीवाडा! जुलै १९७९ मध्ये हे नाव बदलून या स्थानकाचं नाव शिखांच्या दहाव्या गुरूंच्या नावाने गुरू तेग बहादूरनगर असं ठेवण्यात आलं. फाळणीनंतर पाकिस्तानातून भारतात आलेले अनेक शीख कामाच्या शोधार्थ मुंबईतही आले. त्या वेळी शीख तसेच सिंधी निर्वासितांसाठी खास वसाहतींची स्थापना झाली. गुरू तेग बहादूरनगर स्थानकाच्या परिसरातही शिखांची एक मोठी वसाहत आहे.

इतिहासाच्या पाऊलखुणा

किंग्ज सर्कल स्थानकामध्ये व्हिक्टोरिया टर्मिनसकडे जाणाऱ्या गाड्यांच्या प्लॅटफॉर्मखाली एक तिकीटघर आहे. आज हे तिकीटघर वापरात नसलं, तरी ते १९४० मध्ये बांधण्यात आलं होतं. आता इथे जोडपी बसलेली असतात किंवा कधी एखादी पूजा वगैरे होते.

इथून गुरू तेग बहादूरनगर स्थानकापर्यंतच्या मार्गावर अनेक रंजक वास्तू आहेत. यामध्ये १९६० मध्ये बांधण्यात आलेल्या षण्मुखानंद सभागृहाचाही समावेश आहे. ही जमीन मुळात कन्याशाळेसाठी देण्यात आली होती. भारतातल्या अनेक प्रख्यात कलाकारांच्या मैफली या सभागृहामध्ये रंगल्या. तसेच अनेक राजकीय सभाही इथे झाल्या आहेत. असं म्हणतात की, १९६३ चं अखिल भारतीय काँग्रेस समितीचं अधिवेशन याच सभागृहात घेण्याचं ठरलं होतं. या अधिवेशनाला चार हजाराहून अधिक कार्यकर्ते येणार होते. त्या वेळी या सभागृहात वातानुकूलन व्यवस्था नव्हती आणि मुंबईच्या प्रचंड उकाड्यात सगळ्यांचेच हाल होत होते. या वेळी सभागृहाच्या व्यवस्थापकांनी एक नामी शक्कल लढवली होती. त्यांनी सभागृहाच्या वर असलेल्या टाक्यांमध्ये दर तासाला ट्रक भरभरून बर्फाच्या लाद्या टाकल्या; त्यामुळे या टाक्यांमधलं पाणी आणि पर्यायाने सभागृहातील तापमान थंड झालं. वातानुकूलन यंत्रणेच्या इतिहासात कधीच एखादी इमारत बर्फाच्या लाद्यांच्या मदतीने अशी थंड केली गेली नसेल.१६

१५. सॅम्युअल टी. शेपर्ड, Bombay : Place Names and Street Names : Exursion into the By-ways of the History of Bombay City (Bombay : The Times Press, 1917). पृ. ८८-८९
१६. The Shanmukhananda Hall, १२ ऑगस्ट २०१२ रोजी बघितलेल्या in<http://www.shanmukhananda.com/Profile.html>, या वेबसाइटवर उपलब्ध असलेल्या माहितीनुसार

या सभागृहाशिवाय रेल्वेच्या बाजूने जाणाऱ्या रस्त्यावर शेख मिस्त्री यांचा दर्गा आहे. अशी एक दंतकथा आहे की, ५०० वर्षांपूर्वी शेख मिस्त्री हे संत इजिप्तहून (मिस्त्र) भारतात आले होते. आज त्यांच्या दर्ग्यावर नवस बोलल्याने तो पूर्ण होईल, या आशेने अनेकजण इथे येतात.

गाडी गुरू तेग बहादूरनगरच्या प्लॅटफॉर्मवर थांबली की, आपल्याला काही ऐतिहासिक अवशेष दिसतात. या स्थानकाची मूळ शेड १४ खांबांवर तोललेली आहे. हे खांबही इतर स्थानकांवरील खांबांप्रमाणे विशेष आहेत. या स्थानकाच्या पश्चिमेला सायन आणि पूर्वेला ॲन्टॉप हिल आहे.

चुनाभट्टी स्थानक

आता गाडी पुढच्या स्थानकावर म्हणजे चुनाभट्टीला पोहोचते. जुन्या कुर्ला गावाचा विस्तार म्हणजेच चुनाभट्टी स्थानक! GIPR कंपनीने भारतातून आपला गाशा गुंडाळल्यानंतर साधारण वर्षभराने म्हणजेच १५ जून १९६० रोजी या स्थानकाचं उद्‌घाटन झालं.

पण चुनाभट्टी म्हणजे काय? खरंतर याचा अर्थ नावातच दडलेला आहे. चुन्याची भट्टी ती चुनाभट्टी! पण या स्थानकाला हे असं नाव का देण्यात आलं असावं? आज चुनाभट्टी म्हणून ओळखल्या जाणाऱ्या भागामध्ये एके काळी जुन्या मुंबईतील सर्वांत महत्त्वाची चुन्याची भट्टी होती. इथल्या दगडाच्या खाणींमधून निघणाऱ्या चुनखडीच्या मदतीनेच तर दक्षिण मुंबईतल्या दिमाखदार इमारती उभ्या राहिलेल्या आहेत.

गुरू तेग बहादूरनगर आणि चुनाभट्टी या स्थानकांदरम्यानच्या रेल्वेलाइनला एवढ्या अनधिकृत झोपड्यांचा आणि घरांचा विळखा पडला होता की, रेल्वे सुरक्षा आयुक्तांनी हा मार्ग बंद करण्याची धमकी दिली होती. त्यानंतरच रेल्वेलाइनला पडलेली ही अनधिकृत बांधकामांची मगरमिठी सोडवण्यात आली. १९९०मध्ये या झोपड्या इथून हटवण्यात आल्या; पण आज पुन्हा इथे नवीन झोपड्या उभ्या राहिल्या आहेत. चुनाभट्टी स्थानकाच्या जवळचा हा परिसर पुन्हा एकदा बाजारांनी आणि घरांनी गजबजला आहे.

इतिहासाच्या पाऊलखुणा

चुनाभट्टी स्थानकाचे खांब टाकाऊ किंवा सेवेतून बाद केलेल्या रुळांपासून बनवण्यात आले आहेत. हे रूळ इंग्लंडवरून आयात करण्यात आले होते. असे रूळ आज ठाणे आणि कळवा स्थानकांवरच्या प्लॅटफॉर्मवरही खांबांच्या रूपात रेल्वेची चाकरी करत आहेत. ऐतिहासिक वारसा म्हणता येईल असं काही असलेली ही एकच

गोष्ट इथे आहे. या खांबांवर 'कॅमेल शेफील्ड टफन्ड स्टील, GIPR, १८८६' असं कोरलेलं आहे.

भारतात किंवा भारतीय रेल्वेवर कॅमेल कंपनीचे रूळ सापडणं दुर्मिळ आहे. जहाजबांधणीसाठी आणि लोखंड उद्योगासाठी प्रसिद्ध असलेली शेफील्डची ही कंपनी चार्ल्स कॅमेल यांनी सुरू केली होती. १ मे १८६० रोजी व्यापारीदृष्ट्या बनलेले जगातील पहिले बेसमेअर रूळ तयार करणाऱ्या जॉन ब्राऊन कंपनीशी या कंपनीची स्पर्धा होती. जॉन ब्राऊन कंपनी जगभरात रेल्वे रूळ पोहोचवीत होती. १८६६ मध्ये ब्राऊन आणि कॅमेल यांनी GIPRसाठी भारतात पाठवायच्या २२ हजार टनांच्या रुळांची विभागणी करून घेतली.

> त्या वेळी कॅमेल यांच्याकडे २८ हजार टन रुळांची नोंदणी झालेली होती. १८६८च्या आधीची तीन वर्षं इंग्लंडमधल्या लोखंड आणि पोलाद उत्पादनासाठी मंदीची वर्षं होती. तरीही १८६८ च्या हिवाळ्यापर्यंत जॉन ब्राऊन यांनी आपल्या भागधारकांना ६ टक्क्यांचा आणि चार्ल्स कॅमेल यांनी आपल्या भागधारकांना १० टक्क्यांपर्यंत परतावा देण्याइतकी आपली पत परत मिळवली. १८६० च्या उत्तरार्धात इंग्लंडमध्ये तयार होणाऱ्या एकूण पोलादापैकी जवळपास निम्मं पोलाद 'शेफील्ड'मध्ये तयार होत होतं.[१७]

कॅमेल आणि ब्राऊन यांच्यातील या तीव्र स्पर्धेच्या खुणा या खांबांच्या रूपाने चुनाभट्टी स्थानकात सापडतात.

कुर्ला स्थानकाच्या पुढे – चेंबूर, मानखुर्द, वाशी, बेलापूर आणि पनवेल

चुनाभट्टी आणि कुर्ला या स्थानकांनंतर हार्बर लाइन पुढे जाते. २० व्या शतकाच्या पहिल्या दशकामध्ये तर हा मार्ग मुंबई महानगरपालिकेसाठी कचरा वाहून नेण्याचा मार्ग होता.

१९ व्या शतकाच्या उत्तरार्धात आणि विसाव्या शतकाच्या सुरुवातीला मुंबईतला कचरा शहर हद्दीच्या बाहेर टाकला जायचा. हा कचरा महालक्ष्मी इथल्या कचरा डेपोतून कचऱ्यासाठीच्या विशेष गाडीत भरला जायचा. या गाडीला पूर्वी 'डेक्कन किंग' असं म्हणायचे. हा कचरा आधी सायन इथल्या क्षेपणभूमीत, नंतर चेंबूरच्या

---

१७. केनेथ वॉरन, Steel, Ships and Men : Cammell Laird, 1824-1993 (UK : Liverpool University Press, 1998) पृ. ५८-५९

खाडीत टाकला जायचा. कुर्ला ते रे रोड यादरम्यान हार्बर लाइन सुरू होण्याआधी, १९०९ मध्ये कुर्ला ते चेंबूर यादरम्यान ही कचरा गाडी एका ट्रॅकवरून चालवली जायची. त्यासाठी वेगळी लाइनही टाकलेली होती. ही लाइन कुर्ल्यानंतर एक तीव्र वळण घेऊन चेंबूरच्या दिशेने जायची. अजूनही हार्बर मार्गावरची गाडी कुर्ल्यावरून हेच वळण घेऊन पुढे जाते.

कचऱ्यासाठी विशेष गाडी चालवण्याची पद्धत आजही सुरू आहे. रेल्वेच्या रुळांवर पडलेला कचरा आजही जुन्या गाड्यांच्या डब्यांमध्ये भरून, वाहून नेला जातो. १९२१ मध्ये कुर्ला आणि चेंबूर यांच्या दरम्यान असलेला हा कचऱ्याचा मार्ग जरा अधिक बळकट करण्याची प्रक्रिया सुरू झाली. ही लाइन आणखी १० किलोमीटर पुढे ट्रॉम्बेपर्यंत नेऊन तिथे लोकवस्ती वाढवावी, अशी योजना होती. ४ डिसेंबर १९२४ रोजी कुर्ला-चेंबूर मार्गावर प्रवासी वाहतूक सुरू झाली आणि हा मार्ग हार्बर लाइनचाच भाग झाला. या भागात राहणारे एक वृद्ध रहिवासी सांगतात की, दर शनिवारी गाडीत गार्ड तिकिटं विकायचा. त्या वेळी चेंबूर एवढं शांत होतं की, मानखुर्दवरून निघताना गाडीने वाजवलेली शिटीही चेंबूरला ऐकायला यायची.

१ जुलै १९२७ रोजी या लाइनचा मानखुर्दपर्यंत विस्तार करण्यात आला. आता वाफेवर चालणाऱ्या लोकल गाड्या या मार्गावर धावू लागल्या. अखेर १९५२ मध्ये या लाइनचं विद्युतीकरण करण्यात आलं. जवळपास ४० वर्षांनी, १९९० मध्ये ही लाइन खाडीच्या पलीकडे वाशीपर्यंत वाढवण्यात आली. १९९३ मध्ये हार्बर लाइन नेरूळ आणि बेलापूरपर्यंत पोहोचली. दोनच वर्षांत हार्बर लाइनचा विस्तार खांदेश्वरपर्यंत झाला. १९९८ मध्ये हार्बर लाइन रायगड जिल्ह्यातील पनवेलला पोहोचली. एके काळी ब्रिटिशांनी इथूनच कापूस आणण्यासाठी रेल्वेलाइन टाकण्याचं नियोजन केलं होतं.

बंदर आणि त्यासाठीची रेल्वे

मुख्य भूभागाकडे तोंड करून उभा असलेला मुंबईचा पूर्व किनारा वेगवेगळ्या बातम्या, दंतकथा, कथा, युद्धं, प्रेम आणि व्यापार या सगळ्याच गोष्टींचा साक्षीदार आहे. जहाजबांधणी कारखाने, नव्याने स्थापन झालेले व्यापारी मार्ग आणि जहाज मोडण्याच्या गोदी हे सगळं या किनाऱ्याने बघितलं आहे. किंबहुना १८५०च्या आधी वाफेवर चालणाऱ्या जहाजांपूर्वी वापरली जाणारी जहाजं माझगाव आणि कुलाबा या पट्ट्यातच मोडली जायची.[१८]

---

१८. बी. अरुणाचलम, Mumbai by the Sea (India : Maritime History Society, 2004). पृ. २०९

मुंबईची कथा ही समुद्रातल्या भरावाची कथा आहे. आज आपण ज्या भूभागाला मुंबई शहर म्हणून ओळखतो, तो पूर्ण भाग समुद्रात दगड-मातीचा भराव टाकून तयार केला गेला आहे, असं म्हटलं तर ती अतिशयोक्ती होणार नाही.

मुंबईचे तत्कालीन गव्हर्नर आणि मुंबई शहराचे शिल्पकार असलेल्या गेराल्ड आँजियर यांनी संचालक मंडळाला हे शहर वसवण्याचा आराखडा सादर केला; त्यानंतर दोनशे वर्षांनी म्हणजे १८७३ मध्ये बॉम्बे पोर्ट ट्रस्टची स्थापना झाली. गोदी, बंदर आणि त्यांना जोडणारे मार्ग यांचा विकास व्हावा, यासाठी हे पाऊल उचललं गेलं होतं. इथे तयार झालेल्या रेल्वेलाइन म्हणजे बंदर विस्तारीकरणाचाच भाग होत्या. आज दहा किलोमीटर लांबीची आणि फक्त मालगाड्यांसाठीची ही रेल्वेलाइन इंदिरा पोर्ट (पूर्वीचे अलेक्झांड्रा पोर्ट) ते वडाळा या दरम्यान धावते. ही रेल्वेलाइन हार्बर लाइनला समांतर आहे.

गोदींच्या परिसरात रेल्वेमार्गाचं बांधकाम. आभार – मुंबई पोर्ट ट्रस्ट संग्रह.

१९ व्या शतकाच्या मध्यापर्यंत सागरी वाहतूक हा वाहतुकीचा मुख्य मार्ग होता; त्यामुळे रेल्वेमार्ग आणि सायडिंग या माध्यमातून बंदरे आणि मुख्य मार्ग जोडण्यात आला होता. सातत्याने या सायडिंगचं नूतनीकरण करण्यात येत होतं. तसेच १८९९ मध्ये सायन ते बलार्ड पिअर या दरम्यान एका नव्या रेल्वेलाइनचं नियोजनही करण्यात आलं. मुंबईचा नियोजित विकास तटबंदीपलीकडे करण्यासाठी लॉर्ड सॅन्डहर्स्ट यांनी स्थापन केलेल्या बॉम्बे इम्प्रूव्हमेंट ट्रस्टनेही अस्तित्वात असलेल्या वाहतुकीच्या मार्गांचा विकास करण्याची भूमिका घेतली होती.

विसाव्या शतकाच्या सुरुवातीपर्यंत गोदींची संख्या वाढत होती आणि गोदीपासून मुख्य भूभागापर्यंत वाहतुकीची उत्तम साधने असण्याची गरजही दिवसेंदिवस तीव्र होत चालली होती. मालाची ने-आण करण्यासाठी अशी साधनं असणं आवश्यक होतं. बॉम्बे पोर्ट ट्रस्टकडे GIPRच्या मुख्य मार्गाशी जोडलेलं सायडिंग आणि मालगाड्यांसाठीचं यार्ड होतं. प्रिन्सेस डॉक आणि व्हिक्टोरिया डॉक या दोन गोदींना जोडणाऱ्या तीन रेल्वेलाइन फ्रेअर रोड ओलांडून जात होत्या; पण काही काळ गेल्यानंतर असं लक्षात आलं की, या रेल्वेमार्गावरून अगदी थोड्याच मालाची आयात आणि निर्यात होऊ शकते. जहाजावरून रेल्वेमध्ये किंवा रेल्वेतून जहाजामध्ये सामान भरण्यासाठी बैलगाड्यांचा वापर करणं हे त्रासदायक, खर्चीक आणि वेळखाऊ काम होतं. या गाड्या वापरल्याने माल हाताळण्यासाठी येणारा खर्च दुप्पट व्हायचा.

मुख्य रेल्वेच्या मालगाडीची याड्र्स गोदींच्या सायडिंगला जोडण्याची योजनाही वेगवेगळ्या समस्यांना आमंत्रण देणारी ठरली. GIPR रेल्वेचं वाडीबंदर इथलं मालगाडीचं यार्ड आणि गोदामांसाठी वापरलं जाणारं रेल्वेचं सायडिंग काटकोनात होतं. तर BB&CIच्या मालगाडीच्या यार्डाकिडे जाण्यासाठी GIPRची रेल्वेलाइन ओलांडण्याशिवाय गत्यंतर नव्हतं. १९ व्या शतकाच्या उत्तरार्धात शहरातला कापसाचा व्यापार शिवडीला आला होता. याच दरम्यान १९१४ मध्ये बॉम्बे डेव्हलपमेंट कमिटीने एक अहवाल सादर केला. (हा अहवाल निर्माण विभागाचे अधीक्षक अभियंता आर. व्हॉटले यांनी ६ नोव्हेंबर १९१३ रोजी लिहिला होता.) या अहवालातही मुंबईच्या या भागात रेल्वेलाइनची गरज अधोरेखित करण्यात आली होती. हा अहवाल म्हणत होता की,

> माहिम येथे BB&CI रेल्वेच्या मुख्य मार्गापासून वडाळा येथे असलेल्या बॉम्बे पोर्ट ट्रस्टच्या सायडिंगपर्यंत एक छोटी रेल्वेलाइन टाकण्याचा प्रस्ताव विचाराधीन आहे. मुंबईतला कापूस व्यापार शिवडीत हलवण्यासाठी आणि पोर्ट ट्रस्ट योजनेला बळकटी देण्यासाठी ही रेल्वेलाइन महत्त्वाची आहे. हार्बर लाइन ओलांडायला लागत असल्याने होणारी दिरंगाई

टाळायची असेल, तर पोर्ट ट्रस्टपासून एक स्वतंत्र लाइन टाकण्याची गरज आहे. ही प्रस्तावित लाइन GIPR रेल्वलाइनला समांतर जाईल. हार्बर लाइन आणि GIPRकडून माहिमला जाणारी लाइन यांच्या जंक्शनच्या उत्तरेला असलेल्या आणि सिटी इम्प्रूव्हमेंट ट्रस्टने आखून दिलेल्या भागातून ही लाइन जाईल.[१९]

पश्चिम किनारपट्टीवरून जाणारी BB&CI रेल्वे आणि पूर्व किनारपट्टीला समांतर जाणारी हार्बर लाइन यांना जोडणारी एक लाइन गोदींच्या जवळपास टाकण्याचं नियोजनही झालं होतं. GIPR रेल्वेमार्गावरच्या माटुंगा स्थानकानंतर ही लाइन बाजूला होऊन माहिमला BB&CI रेल्वेला जाऊन मिळणार होती. आज आपल्यासमोर असलेली वडाळा-माहिम या दरम्यानची रेल्वेलाइन ११ ऑगस्ट १९१४ रोजी अधिकृतपणे सुरू झाली. तर हार्बर आणि वडाळा-माहिम या दोन्ही लाइनना जोडणारी पोर्ट ट्रस्टची स्वतंत्र रेल्वेलाइन त्यानंतर वर्षभराने सुरू झाली.

सुरुवातीला या सगळ्या योजनांना GIPRने विरोध केला होता; पण याबाबत ठाम असलेल्या सरकारने १९०० मध्ये या योजना आर्थर ट्रेव्हर यांच्या चौकशी आयोगासमोर ठेवल्या. त्यानंतर वाढती वाहतूक आणि बंदरापर्यंत असलेली त्या वेळची रेल्वेची जोडणी यांचा अभ्यास करून ट्रेव्हर यांच्या आयोगाने बंदरासाठी एक स्वतंत्र रेल्वेमार्ग सुरू करण्याची शिफारस केली.

ही नवीन लाइन दोन वेगवेगळ्या विभागांमध्ये असणार होती. ते विभाग खालीलप्रमाणे

१. कुर्ल्यापासून ते माझगाव इथल्या पोर्ट ट्रस्टच्या प्रस्तावित माल गोदामापर्यंतची GIPRची हार्बर लाइन. तसेच या लाइनची एक शाखा BB&CI रेल्वेकडे जाईल.
२. प्रिन्सेस आणि व्हिक्टोरिया या दोन गोदींपासून पोर्ट ट्रस्टच्या माझगाव इथल्या प्रस्तावित माल गोदामापर्यंत पोर्ट ट्रस्टची रेल्वेलाइन. या लाइनची लांबी पाच किलोमीटर एवढी असणार होती. त्यांपैकी एक किलोमीटर लांबीचे रूळ टाकण्यासाठी पोर्ट ट्रस्टला खासगी जमीन विकत घ्यावी लागणार होती.[२०]

---

१९. 'Note on the Development of BB&CI Railway on te Local Section since 1909.' Report of the Bombay Development Committee, 1914

२०. एस. एम. एडवर्ड्स, The Gazetteer of Bombay City and Island, खंड १ (India : Cosmo Publications, 2002)

बॉम्बे गॅझेटिअरमध्ये याबाबत अगदी अचूक अंदाज बांधण्यात आला होता. त्यात म्हटलं होतं,

या लाइनचं काम पूर्ण झालं की, ही लाइन वाढत्या व्यापाराला योग्य अशी भूमिका बजावेल. मालवाहतुकीसाठी हा अत्यंत सोयीचा मार्ग ठरेल. या लाइनमुळे अत्यंत महत्त्वाच्या उपनगरांचा विकास होईल. तसेच आतापर्यंत वाहतुकीची साधनं नसल्यामुळे मुख्य शहरापासून तुटलेला एक भाग निवासी इमारतींसाठी वापरता येईल; त्यामुळे मुंबई शहरातल्या लोकसंख्येचं विकेंद्रीकरण होण्यासाठीही या लाइनची विशेष मदत होईल.२१

बोटीच्या धक्क्याजवळच्या स्थानकावर उभी असलेली ट्रेन.
आभार - मुंबई पोर्ट ट्रस्ट संग्रह.

२१. Ibid., पृ. ३५८

कालांतराने प्रिन्सेस आणि व्हिक्टोरिया या गोदींपासून माझगावपर्यंत बांधण्यात येणारा दुसरा तुकडा वाढवून थेट वडाळ्यापर्यंत जोडण्याचा निर्णय घेतला गेला. पोर्ट ट्रस्टला वडाळा येथे एक प्रशस्त यार्डही देण्यात आलं. कामाला वेगाने सुरुवात झाली. ही पोर्ट ट्रस्टची रेल्वेलाइन १ जानेवारी १९१५ पासून अस्तित्वात आली आणि १० स्थानके उभी राहिली.[२२]

ब्रिटिश रेल्वे इतिहासकार पॉल अटेरबरी त्यांच्या 'अलाँग लॉस्ट लाइन्स' या पुस्तकामध्ये असं लिहितात की, जहाजापासून भूभागापर्यंत प्रवासी वाहतुकीसाठी वेगळी रेल्वेलाइन ही संकल्पना १८४० च्या दशकापासून अस्तित्वात होती. सुरुवातीला थेम्स नदीच्या किनाऱ्यावर असलेल्या बंदरांपासून ते स्कॉटलंडच्या पश्चिम किनाऱ्यापर्यंत अशी लाइन चालवण्यात आली. १८८०च्या दशकापर्यंत ब्रिटनमधील बंदर आणि धक्क्यांपर्यंत अशा बोट ट्रेन धावायला सुरुवात झाली होती. फेरी बोटी आणि मोठमोठाली जहाजे यांच्या प्रवाशांसाठीसुद्धा त्या ही सेवा देत होत्या.

भारतात धावलेली पहिली रेल्वेही याच बोट ट्रेनची भ्रष्ट आवृत्ती होती, असं म्हणता येईल; पण अगदी जशीच्या तशी आणि 'बोट ट्रेन' म्हणता येईल, अशी रेल्वे मुंबईमध्ये १९२०च्या दशकात धावली. ही गाडी पुलमन्स यांच्या गाडीप्रमाणे बनवलेली होती. जॉर्ज पुलमन्स यांनी विकसित केलेल्या या आरामदायक डब्यांमध्ये प्रवास करता करता रात्री सुखाची झोप घेणं सहज शक्य होतं. अमेरिकेतली ही कल्पना १८७० मध्ये ब्रिटनमध्ये नेण्यात आली. लवकरच मुंबईत बंदरांसाठी रेल्वेचं जाळं तयार झालं. हे जाळं GIPR आणि BB&CI या दोन्ही कंपन्यांच्या मुख्य मार्गांशी जोडलेलं होतं.

बलार्ड पिअर इथे एक स्थानक सुरू करण्यात आलं. या स्थानकात फक्त माल उतरवण्यासाठीचा धक्का नव्हता, तर जहाजातून उतरणाऱ्या सैनिकांच्या तुकड्या आणि प्रवासी यांना उत्तरेकडे घेऊन जाणाऱ्या गाड्यांसाठीचा प्लॅटफॉर्महीे होता. उत्तरेकडे जाणाऱ्या या गाड्या पार कराचीपर्यंत जायच्या. १ जून १९१२ रोजी सुरू झालेली पंजाब लिमिटेड गाडी बलार्ड पिअरच्या या छोट्या स्थानकातून सुटायची. ही गाडी आठवड्यातील काही ठरावीक दिवस सेवा द्यायची. ही गाडी मुंबईतून पेशावरला जाण्यासाठी अनेक दिवस घ्यायची. आज ही गाडी 'पंजाब मेल' म्हणून ओळखली जाते. मुंबईपासून फिरोजपूरपर्यंतचं १९२९ किलोमीटर अंतर ही गाडी

---

२२. शांताराम चित्तर, The Port of Bombay : A Brief History (For the Trustees of the Port of Bombay to Mark the First Centenary of the Bombay Port Trust, 1873-1973) (India : S. Y. Ranade, 1973). पृ. ३५-३६

आज ३६ तासांमध्ये पार करते.[२३]

मुंबईहून पेशावरला जाणारी 'फ्रंटियर मेल'देखील अशीच लोकप्रिय बोट ट्रेन होती. या गाडीची पहिली सवारी १ सप्टेंबर १९२८ रोजी कुलाबा स्थानकातून सुटली होती; पण सप्टेंबर ते डिसेंबर या थंडीच्या काळामध्ये ती बलार्ड पिअर या स्थानकातून रवाना व्हायची. फ्रंटियर मेल सुरू होण्यामागेसुद्धा तसंच काहीसं कारण होतं. BB&CI या कंपनीला तिच्या प्रतिस्पर्धी GIPR ला तोडीस तोड टक्कर द्यायची होती. ही टक्कर अर्थातच व्यावसायिक पातळीवरची होती आणि या विचारातून BB&CI या कंपनीचे रेल्वे एजंट अर्नेस्ट जॅक्सन यांना या फ्रंटियर मेलची कल्पना सुचली. ही गाडी GIPRच्या पंजाब लिमिटेड मेलला तगडी स्पर्धा देईल, असं त्यांना वाटत होतं. कितीही झालं तरी, पंजाब लिमिटेड मेल पेशावरपर्यंत पोहोचायला काही दिवस लागत होते, तर पंजाब लिमिटेड मेलच्या तुलनेत वेगाने धावणारी फ्रंटियर मेल हे अंतर कापायला फक्त ७२ तास म्हणजे तीन दिवस घेत होती; पण येथे एक गंमत लक्षात घ्यायला हवी; ती म्हणजे बलार्ड पिअरवरून ही गाडी सुटली की, सुरुवातीला ती पोर्ट ट्रस्टच्या रेल्वेलाइनवरून धावायची. त्यानंतर ती GIPRच्या मार्गावर यायची आणि शेवटी ती पुढे जाऊन BB&CI च्या हद्दीमध्ये प्रवेश करायची.

फ्रंटियर मेल पेशावरहून मुंबईला परत आली की, प्रवासी सुखरूप आले आहेत, हे जाहीर करण्यासाठी चर्चगेट स्थानकातील दिवे सुरू केले जायचे. रेल्वेच्या इमारतींवर रोषणाई करण्याचा प्रकार हा चर्चगेट स्थानकापासूनच सुरू झाला. आज फ्रंटियर मेल मुंबई सेंट्रल टर्मिनसवरून निघते आणि अमृतसरपर्यंत धावते. तुम्हा-आम्हाला ही गाडी गोल्डन टेम्पल मेल या नावाने परिचित आहे.

इंग्लंडहून जहाजाने मुंबईत येणाऱ्या ब्रिटिश प्रवाशांसाठी बलार्ड पिअरचं हे स्थानक म्हणजे भारतातला प्रवास सुरू करण्यासाठीची उत्तम जागा होती. P&O कंपनीच्या टपाल वाहून आणणाऱ्या जहाजांसाठीही हे ठिकाण आदर्श होतं.[२४] बलार्ड पीअरचा विकास बलार्ड इस्टेटमध्ये झाल्याची घटना साजरी करण्यासाठी १९२०पर्यंत इथे बलार्ड बंदर गेटहाउस बांधण्यात आलं. ही योजना जॉर्ज विटेट या स्थापत्यविशारदाची होती. जॉर्ज विटेट हे बॉम्बे पोर्ट ट्रस्टचे मुख्य स्थापत्यरचनाकार

---

२३. १८ जुलै २०१२ रोजी Indian Railways Fan Club Association, in <http://www.irfca.org/-shankie/famoustrains/famtrainpunjmail.htm>, वेबसाइटवरील उपलब्ध माहितीनुसार

२४. Ibid, १८ जुलै २०१२ रोजी in<http://www.irfca.org/-shankie/famoustrains/famtrainfrontier.htm>, वेबसाइटवरील माहितीनुसार

होते. स्वातंत्र्यानंतर हे गेटहाउस नौदलाच्या गोदीचाच भाग झालं. त्यानंतर पुढील काळात त्याचा वापर बंद झाला. २००५ मध्ये भारतीय नौदलाने यात सागरी वस्तुसंग्रहालय उघडून या गेटहाउसचं पुनर्वसन केलं.

आता खूप गोष्टी बदलल्या आहेत. बलार्ड पिअरवरून रेल्वे आणि जहाजं सुटणं कधीच बंद झालं आहे. आता २१व्या शतकातल्या पोर्ट ट्रस्टच्या रेल्वेमार्गाची रया पूर्णपणे गेली आहे. आता हा मार्ग जेमतेम १० किलोमीटरचा आहे. तो अजूनही मध्य आणि पश्चिम रेल्वेच्या मुख्य मार्गांना जोडलेला आहे; पण आता पोर्ट ट्रस्टकडे स्वतःची अशी फक्त पाच डिझेल इंजिन्स आहेत.

देशाच्या एकूण सागरी व्यापारामध्ये मुंबई पोर्ट ट्रस्टचा वाटा फक्त १० टक्के एवढाच आहे; पण आजही या पोर्ट ट्रस्टच्या आवारातल्या कोपऱ्यांमध्ये, रेल्वे सायडिंगमध्ये इतिहास अद्याप अस्तित्वात आहे. पहिल्या महायुद्धामध्ये वापरलेले जुने डबे, पाण्याचे जुने पाइप, जुने सिग्नल आजही पोर्ट ट्रस्ट रेल्वेचा गौरवशाली इतिहास सांगतात.

BB&CI रेल्वेमार्गाची अद्भुत कथा

२८ नोव्हेंबर २०१३ : या दिवशी पश्चिम रेल्वेमार्गावर पहिली गाडी धावल्याच्या घटनेला १५० वर्षं पूर्ण झाली. १८६४ मध्ये या रेल्वेमार्गावर पहिली रेल्वे धावली होती.

भारतीय भूमीवर पहिलीवहिली रेल्वे धावल्याच्या घटनेनंतर दोन वर्षांनी म्हणजे २१ नोव्हेंबर १८५५ रोजी ईस्ट इंडिया कंपनी आणि BB&CI कंपनी यांच्यात करार झाला. या करारानुसार सुरत ते बडोदा (आताचं वडोदरा) आणि अहमदाबाद या दरम्यान रेल्वेमार्ग बांधला जाणार होता.[१] त्यामुळे सुरुवातीला गुजरातमधील अंकलेश्वर ते उत्रनदरम्यान ४६ किलोमीटरची ब्रॉड गेज लाइन टाकण्यात आली. चार वर्षांनंतर BB&CI कंपनीने ईस्ट इंडिया कंपनीसह उत्रनपासून मुंबईच्या ग्रँट रोडपर्यंत रेल्वेमार्ग बांधण्याचा आणखी एक करार केला. या करारामुळे सुरत ते बडोदा आणि अहमदाबाद यात मुंबईचाही समावेश झाला. गुजरातमध्ये कापसाचं उत्पादन होत असल्याने तिथून हा कापूस थेट मुंबईच्या बंदरामध्ये आणणं या मार्गामुळे सोईचं होणार होतं; त्यामुळे ब्रिटिशांसाठीसुद्धा हा मार्ग अत्यंत महत्त्वाचा होता. १८६४ मध्ये ही योजना प्रत्यक्षात उतरली आणि सुरुवातीला ग्रँट रोडपर्यंत आणि त्यानंतर पुढे आजच्या मरिन लाइन्स ते चर्चगेट यादरम्यान असलेल्या बॅक बे स्थानकापर्यंत रेल्वेमार्ग बांधण्यात आला. पुढे हा मार्ग मुंबईच्या अगदी दक्षिण टोकाला म्हणजे थेट कुलाब्यापर्यंत जाऊन पोहोचला. १८६४ च्या वेळापत्रकामध्ये या मार्गावर मुंबई ते अहमदाबाद या दोन स्थानकांदरम्यान धावणारी फक्त एकच

---

१. एस. एम. एडवर्ड्स, The Gazetteer of Bombay City and Island, खंड १ (India : Cosmo Publications, 2002)

गाडी होती. या प्रवासासाठी ही गाडी तब्बल ४६ तास घ्यायची. गाडी ग्रँट रोडवरून आज सकाळी सात वाजता निघाली की, तिसऱ्या दिवशी सकाळी पाच वाजता ती अहमदाबादला पोहोचायची. तसेच अहमदाबादवरून ही गाडी सकाळी सात वाजता निघायची आणि तिसऱ्या दिवशी पहाटे साडेपाच वाजता ग्रँट रोडला पोहोचायची.

GIPRची जशी मध्य रेल्वे झाली, तशीच BB&CI ची पश्चिम रेल्वे बनली. या मार्गावरची वाफेच्या इंजिनावर धावणारी पहिली लोकल गाडी एप्रिल १८६७ मध्ये सुरू करण्यात आली. त्या वेळी विरार ते बॅक बे स्थानकापर्यंत एकच गाडी चालवली जायची. तीन वर्षांनंतर हा मार्ग चर्चगेटपर्यंत विस्तारित करण्यात आला. सन १९०० पर्यंत दर दिवशी धावणाऱ्या ४४ गाड्यांमधून प्रतिवर्षी १० लाख प्रवासी प्रवास करत होते.

विद्युत यंत्रणेवर चालणारी तीन डब्यांची पहिलीवहिली लोकल १९२८मध्ये अंधेरी ते कुलाबादरम्यान धावली. आज या मार्गावरील उपनगरीय विभाग चर्चगेट ते विरार या ६० किलोमीटरदरम्यान पसरला आहे. या मार्गावर २८ स्थानकेही आहेत. नुकताच या उपनगरीय मार्गाचा विस्तार डहाणू रोड स्थानकापर्यंत झाला असून आणखी ६० किलोमीटरचा परिसर आणि १० नवीन स्थानके यांची त्यामध्ये भर पडली आहे.

आधी उल्लेख केल्याप्रमाणे GIPR आणि BB&CI या दोन्ही कंपन्यांमध्ये प्रचंड स्पर्धा होती. तसेच या दोन्ही कंपन्यांच्या गाड्या एकमेकींच्या मार्गांवर धावण्यावर प्रचंड बंधने होती. BB&CIच्या मालगाड्या फक्त दादर ते कारनॅक ब्रिज या दरम्यान GIPRच्या मार्गावरून धावू शकत होत्या. तर प्रवासी गाड्यांना ही मुभा फक्त माहिम ते गोवरी म्हणजे आताचं वडाळा या मार्गापुरतीच होती. GIPRला तर BB&CIच्या हद्दीमध्ये फक्त दादर ते कुलाबा या मार्गावर मालगाड्या चालवण्याचीच परवानगी होती.

चर्चगेट स्थानक : आरंभ

नामशेष झालेल्या एका जुन्या किल्ल्याच्या दरवाजावरून या स्थानकाचं नाव चर्चगेट असं ठेवण्यात आलं होतं. या स्थानकाची ही सातमजली इमारत १९५०च्या दशकात बांधण्यात आली. या स्थानकाच्या नावावर देशातील अनेक 'पहिल्या' गोष्टींचा बहुमान नोंद आहे. भारतीय रेल्वेच्या इतिहासातील AC-DC या विद्युत यंत्रणेचं परावर्तन सर्वांत आधी इथे झालं. तसेच पादचाऱ्यांसाठी पहिला भुयारी मार्गही चर्चगेट स्थानकात सुरू झाला. आणखी एक महत्त्वाची गोष्ट म्हणजे याच स्थानकातून देशातली पहिली महिला विशेष लोकल गाडी सोडण्यात आली.

बांधकामाच्या अवस्थेत असलेलं चर्चगेट स्थानक. आभार – पश्चिम रेल्वे संग्रह.

१९२०च्या दशकातील चर्चगेट स्थानक. आभार – पश्चिम रेल्वे संग्रह.

इतिहासाच्या पाऊलखुणा

चर्चगेट स्थानकातील प्लॅटफॉर्मच्या दक्षिण टोकाला असलेले लोखंडी हायड्रॉलिक बीम 'रॅन्सम्स ॲण्ड रॅपिअर इप्सविच' या संस्थेने तयार केलेले आहेत. याच संस्थेने

एके काळी चर्चगेट स्थानकाबाहेर एक पादचारी पूल होता. आता त्या जागी भुयारी मार्ग बांधण्यात आला आहे. आभार – पश्चिम रेल्वे संग्रह

चीनमध्ये पहिल्यांदा धावलेली रेल्वे इंजिन्स पुरवली होती. १८६९ मध्ये जेम्स रॅन्सम, रॉबर्ट रॅन्सम, रिचर्ड रॅपिअर आणि आर्थर बेनेट या चार अभियंत्यांनी एकत्र येऊन ही संस्था सुरू केली होती. या चौघांनी रेल्वेला लागणाऱ्या साहित्याबरोबरच पहिल्या महायुद्धाच्या काळात बंदुका, तोफगोळे आणि रणगाडे यांचीही निर्मिती केली होती. १९८७ मध्ये या कंपनीला टाळं लागलं.

मरिन लाइन्स स्थानक

समुद्रकिनाऱ्याला वळसा घालणारा अर्धवर्तुळाकार रस्ता, त्या रस्त्यावर संध्याकाळी लागणारे दिवे आणि त्या अर्धवर्तुळाकार दिव्यांच्या माळेमुळे झळाळून दिसणारा 'राणीचा रत्नहार' म्हणजेच 'क्वीन्स नेकलेस'... मरिन ड्राइव्हचं वर्णन अनेक वर्षं असंच केलं जातं. या मरिन ड्राइव्हची संगत घेऊन मरिन लाइन्स स्थानक उभं आहे. या मरिन ड्राइव्हची जन्मकहाणीही अद्भुत आहे. १९१७ मध्ये काही प्रतिष्ठित मुंबईकरांनी एकत्र येत कुलाबा आणि बॅकबे या दरम्यानच्या समुद्रामध्ये भराव टाकून १५०० एकर जमीन वापरात आणण्याची योजना मांडली. दिरंगाईच्या विळख्यात अडकल्याने ही कल्पना प्रत्यक्षात उतरणं कठीण झालं. १९२६ मध्ये या कामाचा विचार केला असता ज्या वेगाने काम चालू आहे, त्यावरून ते पूर्ण होण्यासाठी १९४५ हे वर्ष उजाडेल, असा अंदाज बांधला गेला. तसेच या कामाची किंमत प्रस्तावित किमतीपेक्षा चार पटींनी वाढून ११ कोटींवर जाऊन पोहोचणार होती.

या संपूर्ण योजनेची चौकशी करण्यासाठी के. एफ. नरिमन आणि मामू सुभेदार यांच्या नेतृत्वाखाली बॅकबे चौकशी आयोगाची स्थापना झाली. या आयोगाला या संपूर्ण योजनेत अनेक ठिकाणी आर्थिक भ्रष्टाचार झाल्याचं आढळलं. तसेच समुद्रात भिंत बांधण्यात प्रचंड हयगय झाली असून नऊ लाख क्युबिक यार्ड एवढा चिखल आत शिरल्याचंही त्यांना दिसलं. ही संपूर्ण योजना 'बॅकबेचा अव्यवस्थितपणा' किंवा 'लॉइड यांची चूक' या नावाने ओळखली जाऊ लागली. जॉर्ज लॉइड हे तत्कालीन गव्हर्नर असल्याने हे नाव या योजनेला पडलं; पण तरीही या योजनेतील चार टप्पे १९२९ पर्यंत पूर्ण झाले. त्यातून ४३९.६ एकर एवढी जमीनही उपलब्ध झाली. त्यांपैकी २३४.८ एकर जमीन २.०६ कोटी रुपयांना लष्कराला विकली आणि १६.६ एकर जमिनीचा समावेश सागरी भिंत म्हणून करण्यात आला. हेच ते मरिन ड्राइव्ह![२]

---

२. 'Mumbai : From Simple Beginning to Bustling Metropolis', Issuu in<http://www.issuu.com/dragonov/docs/mumbai/1>.

१९४० पर्यंत मरिन ड्राइव्हचं बांधकाम पूर्ण झालं. 'इंडियन काँक्रीट जर्नल'च्या म्हणण्यानुसार मरिन ड्राइव्ह म्हणजे काँक्रीटमध्ये बांधलेला पूर्वेकडच्या समुद्राकाठचा सर्वांत देखणा रस्ता होता. या संपूर्ण रस्त्याच्या कडेला एका बाजूला समुद्र आणि दुसऱ्या बाजूला आर्ट डेको शैलीमध्ये बांधलेल्या इमारती होत्या. त्या इमारतींच्या मागे असलेल्या क्वीन्स रोडवरील इमारती पोलाद आणि काँक्रीट यांच्या मिश्रणात बनलेल्या गॉथिक शैलीतल्या इमारती होत्या; पण समुद्राकडे तोंड करून उभ्या असलेल्या या 'आर्ट डेको' शैलीतल्या इमारतींमुळे मुंबईच्या स्थापत्यरचनेने व्हिक्टोरियन शैलीकडून आधुनिक शैलीकडे आपली कूस बदलली होती.[३]

इतिहासाच्या पाऊलखुणा

मरिन लाइन्स स्थानकावर आजही BB&CI काळातले काही अवशेष आढळतात. यामध्ये लाकडी बाक, स्टेशन मास्तरांच्या केबिनजवळ असलेला जुना कंदील, प्लॅटफॉर्म आणि रस्ता यांच्या मध्ये घडीव लोखंडात बांधलेलं त्या काळातलं कुंपण अशा अनेक गोष्टींचा समावेश आहे. विशेष म्हणजे जलद मार्गावरचे रेल्वे रूळ तर BB&CI कंपनीच्या काळातलेच आहेत.

चर्नी रोड – ॲनिमल फार्म

चर्नी रोड स्थानकाच्या नावामागची कथा जाणून घेण्यासाठी १८३० च्या दशकापर्यंत मागे जावं लागेल. त्या वेळी मुंबईत राहणाऱ्या रहिवाशांची गुरंढोरं कॅम्प मैदानावर म्हणजे आताच्या आझाद मैदानावर चरायला यायची. १८३८ मध्ये ब्रिटिशांनी या मैदानात गुरं चरायला सोडण्यासाठी शुल्क आकारायला सुरुवात केली. अनेकांना हे असं शुल्क देणं परवडणारं नव्हतं. नोंदी असं सांगतात की, जमशेटजी जीजीभॉय यांनी २० हजार रुपये खर्च करून ठाकुरद्वारच्या जवळ समुद्रकिनारी असलेला जमिनीचा हिरवागार पट्टा विकत घेतला. गुराढोरांना चरायला सोडण्यासाठी कोणालाही शुल्क आकारावं लागू नये, यासाठी ही सोय करण्यात आली होती. गुरं चरण्याची जागा म्हणून हा भाग 'चरणी' या नावाने ओळखला जाऊ लागला. ४० वर्षांनी इथे रेल्वे स्थानक बांधण्यात आलं, तेव्हा त्या स्थानकालाही चरणी रोड किंवा चर्नी रोड असं नाव देण्यात आलं.

---

३. ग्यान प्रकाश, Mumbai Fables (USA: Princeton University Press 2011)

इतिहासाच्या पाऊलखुणा

या स्थानकामध्ये लोखंडी नक्षीदार खांब असलेला एक प्रचंड मोठा कठडा आढळतो. आता या कठड्याला पिवळा रंग दिलेला आहे. त्याशिवाय जुने बाक आणि स्टेशन मास्तरांच्या केबिनमध्ये जुना कंदीलही दिसतो.

ग्रँट रोड स्थानक – पहिलं टर्मिनस

१८३५ ते १८३९ या कालावधीत मुंबईचे गव्हर्नर असलेल्या रॉबर्ट ग्रँट यांच्या नावावरून या स्थानकाचं नाव ग्रँट रोड ठेवण्यात आलं. BB&CI रेल्वेचं हे पहिलं टर्मिनस होतं. १८५९ मध्ये बांधलेल्या या टर्मिनसमधून मुंबई सुरतला जोडली गेली. काही वर्षांनंतर हे टर्मिनस मुंबई सेंट्रलला हलवण्यात आलं. मालाची वाहतूक मात्र ग्रँट रोड स्थानकातूनच होत होती.

इतिहासाच्या पाऊलखुणा

पहिलं टर्मिनस अशी ओळख असलेल्या या स्थानकातील दगडी इमारत अजूनही टेचात उभी आहे. नदीतल्या गोट्यांचा वापर करून घोडागाड्यांसाठी बनवलेला रस्ता अगदी आत्ताआत्तापर्यंत होता. स्टेशन मास्तरांची केबिन आणि तिकीटघरात सागवानी लाकडापासून बनवलेल्या काही वस्तू अजूनही तशाच आहेत. तसेच रेल्वेच्या गँगमनसाठीची एक जुनी खोलीही या स्थानकात आहे. या स्थानकातली पोलिसांसाठीची इमारतही दगडी आणि मंगळुरी कौलांची आहे. आता पावसाळ्यात पाणी गळू नये, म्हणून या कौलांवर डांबराचा थर दिलेला दिसतो.

या स्थानकात जॅक्स को-ऑपरेटिव्ह बँकेचं कार्यालय आहे. ही बँक एके काळी रेल्वे कर्मचाऱ्यांची बँक होती. अर्नेस्ट जॅक्सन यांच्या नावावरून या बँकेचं नाव ठेवण्यात आलं आहे. BB&CI रेल्वेचे मुख्य लेखा परीक्षक ही जबाबदारी जॅक्सन यांनी १९११मध्ये स्वीकारली. भारतात सहकार कायद्याची सुरुवात १९०४ मध्ये झाली. कनिष्ठ उत्पन्न गटातल्या आणि मध्यमवर्गातल्या लोकांच्या हिताची काळजी असलेल्या जॅक्सन यांनी त्यानंतर काहीच वर्षांनी कलकत्ता पोर्ट ट्रस्टमध्ये पहिली सहकारी पतसंस्था सुरू केली होती. BB&CI कंपनीत ते रेल्वेचे एजंट या महत्त्वाच्या पदावर आले. मुंबई सेंट्रल स्थानक, वसईचा नवा पूल आणि BB&CIच्या बोट ट्रेन या सगळ्या गोष्टी त्यांच्या काळातच सुरू झाल्या. आजही भारतातल्या सहकारी पतसंस्थांचे जनक म्हणून जॅक्सन यांच्याकडे पाहिले जाते.[४]

---

४. The Jackson Credit and Co-operative Society of the Employees of the Western Railway Ltd.च्या in<http:/www.jackson society.com/HTML/History.htm>. या वेबसाइटवरील माहितीनुसार

बांधकाम अवस्थेतील बॉम्बे सेंट्रल स्थानक.
आभार – पश्चिम रेल्वे संग्रह

१९३१ मधील बॉम्बे सेंट्रल स्थानक.
आभार – पश्चिम रेल्वे संग्रह

बॉम्बे सेंट्रल – पुरलेल्या नाण्यांची जागा

कुलाबा स्थानक बंद झाल्यानंतर १९३० च्या दशकामध्ये बॉम्बे सेंट्रलचा (आताचं मुंबई सेंट्रल) उदय झाला. ग्रेसन, बॅटले ॲण्ड किंग या प्रसिद्ध कंपनीच्या मार्गदर्शनाखाली या स्थानकाचं बांधकाम झालं होतं. हे स्थानक अवघ्या २१ महिन्यांमध्ये बांधण्यात आलं आणि १८ डिसेंबर १९३० रोजी त्याचं उद्घाटनही झालं.

या स्थानकाच्या कोनशिलेखाली हे स्थानक उभारणाऱ्या अधिकाऱ्यांची नावं कोरलेली एक तांब्याची गोलाकार पट्टी आणि एक रुपयापासून ते आठ, चार, दोन, एक आणि अर्धा आण्यांची नाणीही पुरण्यात आली होती.

इतिहासाच्या पाऊलखुणा

जमिनीखाली पुरलेल्या त्या जुन्या नाण्यांशिवाय या स्थानकात BB&CIची मुद्रा आहे. तसेच स्टेशन मास्तरांच्या केबिनच्या बाहेर एक लोखंडी घंटा, 'फक्त महिलांसाठी' असं गुजरातीमध्ये लिहिलेले सागवानी लाकडातील बाक अशा अनेक खुणा आढळतात. स्थानकाबाहेर असलेलं लोखंडी कुंपण जुने रूळ वापरूनच बांधलेलं आहे.

महालक्ष्मी ते एल्फिन्स्टन – थिजलेला इतिहास

BB&CI मार्गावर विद्युत यंत्रणेवर धावणारी पहिलीवहिली गाडी महालक्ष्मी स्थानकातून सुटली होती. या स्थानकातून पुढे गेल्यावर आपण लोअर परळ आणि एल्फिन्स्टन रोड स्थानकामध्ये पोहोचतो. पूर्वी एल्फिन्स्टन स्थानकाऐवजी अर्ध्या किलोमीटरच्या

अंतरामध्ये दोन वेगळी स्थानके होती. दोन्ही स्थानकांवरील कर्मचारी वर्ग वेगळा होता; पण नंतर त्यामध्ये बदल करून या दोन्ही स्थानकांचं मिळून एकच स्थानक करण्यात आलं.

इतिहासाच्या पाऊलखुणा

महालक्ष्मी स्थानकाजवळ एक जुनी सिग्नल केबिन आहे. या केबिनमध्ये सिग्नल बदलण्याचे जुने खटके, लाकडी बाक आणि अशीच जुनी साधनसामग्री आहे.

लोअर परळ स्थानकातही काही अवशेष आढळतात. त्यामध्ये लोखंडी स्लीपर्स, स्टेशन मास्तरांच्या केबिनमधलं जुनं लाकडी सामान आणि BB&CI असा ठसा असलेल्या विटा यांचा समावेश आहे.

एल्फिन्स्टन रोड स्थानकातही हे अवशेष विखुरलेले आहेत. यामध्ये काही जुने रूळ, स्टेशन मास्तरांच्या केबिनबाहेर असलेल्या खांबावर १९११ मध्ये लावलेली एक पाटी आणि एका पादचारी पुलाखाली असलेला १८७८ मधला जुना नक्षीदार कठडा यांचा समावेश आहे.

गर्दीची दादर आणि माहिम स्थानकं

दादर आणि माहिम ही दोन्ही स्थानकं प्रचंड गजबजलेली स्थानकं आहेत. प्लॅटफॉर्म आणि पादचारी पूल यांच्या गर्दीमध्ये हरवलेलं स्थानक म्हणजे दादर, अशी दादरची ओळख आहे. तर माहिम स्थानकाची दगडी इमारतच या स्थानकाचं वैशिष्ट्य दाखवण्यासाठी पुरेशी आहे. माहिमचं शाकारण्यात आलेलं छप्पर ही एकेकाळी या स्थानकाच्या प्रतिष्ठेची बाब होती; पण आज हे छप्पर आसपासच्या इमारतींमुळे झाकोळून गेलं आहे.

गोविंद नारायण मडगावकर यांनी १८६३ मध्ये लिहिलेल्या पुस्तकामध्ये असं म्हटलं आहे की, मूळचं माहिम स्थानक हे GIPRच्या मालकीचं होतं. हे स्थानक सीमा शुल्क विभागाच्या कार्यालयाजवळ किंवा मांडवीजवळ म्हणजेच आता माहिम कॉजवे जिथून सुरू होतो, तिथे होतं.[५] पण हे मूळचं स्थानक काळाच्या उदरामध्ये गडप झालं असावं, कारण या स्थानकाच्या काहीच खाणाखुणा आज शिल्लक राहिलेल्या नाहीत.

मुंबई महापालिकेच्या जल विभागातील काही जुन्या नोंदी सांगतात की, या परिसरातल्या पाण्याच्या टाक्यांशी जोडलेलं पर्शियन व्हील या स्थानकात होतं.

---

५. गोविंद नारायण मडगावकर, मुंबईचे वर्णन, संपादन- नरहर रघुनाथ फाटक (इंडिया : मराठी ग्रंथ संग्रहालय, १८६३)

दुष्काळात याच ठिकाणी गाड्यांमध्ये पाणी भरलं जायचं आणि मुंबई शहरापर्यंत पोहोचवलं जायचं.

इतिहासाच्या पाऊलखुणा

दादर स्थानकामध्ये पोहोचण्याआधी मुंबईतील सर्वांत जुन्या पाट्यांपैकी एक पाटी दिसते, हे खूपच थोड्या लोकांना ठाऊक असेल. या पाटीवर 'डार्लिंग्टन इंजिनिअरिंग कंपनी ॲण्ड BB&CI१९००' असं लिहिलेलं आहे. आपल्याला इथे वापरात नसलेली ब्रिटिशकालीन सिग्नल केबिनही दिसते. या केबिनवरची पाटी 'दादर जंक्शन नॉर्थ केबिन' असं सांगते. थोडं पुढे गेल्यावर एक गोलाकार विहीर होती. आता ही विहीर बुजवण्यात आली असली, तरी एके काळी वाफेवर चालणाऱ्या इंजिनामध्ये पाणी भरण्यासाठी तिचा वापर व्हायचा.

माहिम स्थानकातही रांगांचं विभाजन करण्यासाठी वापरले जाणारे जुन्या पद्धतीचे खांब आहेत. तसेच पहिल्या महायुद्धाच्या काळात स्कॉटलंडमधली सर्वांत मोठी पोलाद उत्पादक कंपनी असलेल्या डाल्झेल स्टीलचे खांबही या स्थानकात दिसतात. आता ही कंपनी ब्रिटिश स्टील या कंपनीचा भाग बनली आहे.

माहिम स्थानकाला समांतर असलेल्या लेडी जमशेटजी रस्त्यावर मुंबईच्या भौगोलिक इतिहासाच्या शेवटच्या खुणांपैकी एक खूण आढळते. मुंबई हे सात बेटं जोडून वसलेलं शहर आहे; या भौगोलिक इतिहासाचा पुरावा असलेली ही खूण म्हणजे सहा फुटी दगडी शिला! १८४६ मध्ये लावलेल्या या शिळेवर माहिम आणि वांद्रे ही बेटं एकमेकांना जोडल्याचा संदर्भ आढळतो.

वांद्रे आणि खार रोड स्थानक – गतवैभवाच्या खुणा

मुंबई महापालिकेच्या ऐतिहासिक वारसास्थळांच्या यादीत वांद्रे स्थानकाची इमारत अ श्रेणीची इमारत असल्याची नोंद आहे. रेल्वेने नुकतीच या इमारतीची दुरुस्ती केली आहे. या स्थानकाच्या इमारतीवर कमानदार छप्पर आणि उंच मनोरे आहेत. रेल्वेच्या नोंदींप्रमाणे असं कळतं की, हे संपूर्ण छप्पर लंडनमध्ये जोडून जहाजाने मुंबईत पाठवण्यात आलं होतं. नंतर ते इथे उभ्या असलेल्या खांबांवर फक्त ठेवण्यात आलं.

पूर्वीच्या काळी वांद्र्याच्या खाटीकखान्यामधून मुंबईला मांसाचा पुरवठा करण्यासाठी BB&CI कडून विशेष गाडी चालवली जायची. त्यासाठी खास रेल्वे रूळ, सायडिंग बनवली होती. मात्र, आता हा जुना खाटीकखाना नामशेष झाला आहे. ही जागा BESTने ताब्यात घेतली असून तिथे त्यांचं बस आगार आहे. उरलेल्या जागेत झोपड्या उभ्या राहिल्या आहेत. रेल्वेचं सायडिंग तर विजेच्या वायरी,

पाण्याचे पाइप, गटार आणि डांबराखाली गायब झालं आहे.

पुढे येणारं खार रोड हे स्थानक जुलै १९२४ मध्ये सुरू झालं. नव्या नगर नियोजनाच्या सर्वेक्षणानुसार या स्थानकातून दर दिवशी १७०० लोक प्रवास करतील, असं त्या वेळी म्हटलं गेलं होतं.

इतिहासाच्या पाऊलखुणा

ऐतिहासिक वारसास्थळांच्या यादीत समावेश असलेली स्थानकाची इमारत वगळता वांद्रे स्थानकात काय अवशेष आहेत? याचं उत्तर शोधायचं असेल, तर फक्त स्थानकाचं छत तोलून धरणाऱ्या खांबांकडे बघायला हवं. दोन्ही बाजूंनी वापरता येणारे सहा रूळ एकत्र जोडून हे खांब तयार केलेले आहेत. या खांबांवर 'BB&CI, १८८८' असंही कोरलं आहे. तसेच या स्थानकाच्या विविध प्रवेशद्वारांजवळ लोखंडी कुंपण आहे. या स्थानकात मध्यभागी असलेल्या पादचारी पुलाचे खांब डाल्झेल कंपनीने तयार केले आहेत. वांद्रे स्थानकाच्या बाहेर शंभर वर्षांपेक्षा जास्त जुना फलक दिसतो. टर्नर रोड सुरू झाल्याची माहिती हा फलक देतो. त्याशिवाय वांद्र्याच्या यार्डात भारतीय रेल्वेच्या इतिहासातील जुन्या अवशेषांपैकी एक अवशेष आढळतो; तो म्हणजे इंजिन वळवण्यासाठीचं टर्नटेबल. अगदी आत्तापर्यंत हे टर्नटेबल वापरात होतं आणि ते हातांनी फिरवायला लागायचं.

खार स्थानकाच्या टुमदार इमारतीतही काही अवशेष सापडतात. यामध्ये नामफलक आणि नक्षीदार लोखंडी खांब यांचा समावेश आहे. सध्या हार्बर लाइनसाठी वापरात असलेला प्लॅटफॉर्म एक हा BB&CI कंपनीच्या काळातला प्लॅटफॉर्म असावा.

सांताक्रूझ ते विरार

खार स्थानकापुढे गाडी सांताक्रूझ, विलेपार्ले, अंधेरी, जोगेश्वरी, गोरेगाव, मालाड, कांदिवली, बोरिवली, दहिसर, मीरा रोड, भाईंदर, नायगाव, वसई रोड, नालासोपारा ही स्थानकं ओलांडत विरारला पोहोचते. मुंबईकरांसाठी हा खूप मोठा प्रवास आहे.

इतिहासाच्या पाऊलखुणा

प्रत्येक स्थानकावर इतिहासाच्या कोणकोणत्या पाऊलखुणा शिल्लक आहेत, ते एकदा पाहू या!

सांताक्रूझ स्थानक परिसरातील नजरेत भरेल अशी गोष्ट म्हणजे या स्थानक परिसरातल्या रेल्वे वसाहतीतील ब्रिटिशकालीन बंगले!

विलेपार्ले स्थानकात थर्ड क्लासचं तिकीट विकणाऱ्या खिडकीची पाटी आजही दिसते. भारतीय रेल्वेतून थर्ड क्लास किंवा तृतीय श्रेणीचं उच्चाटन होऊन आता ४० वर्षांपेक्षा जास्त काळ लोटला आहे.

एके काळी अंधेरी स्थानकाची इमारत पूर्णपणे दगडी होती. आता ही इमारत जमीनदोस्त करण्यात आली आहे. इथे दगडी पाटीवर ही इमारत उभारल्याचं वर्ष म्हणजे १९०२ लिहिलं होतं. हार्बर लाइनचा विस्तार गोरेगावपर्यंत करण्यासाठी ही इमारत पाडण्यात आली. या स्थानक परिसरात लोखंडी स्लीपर्सही आढळतात.

या पुस्तकासाठी संशोधन करताना BB&CI रेल्वेच्या इतिहासातला सर्वांत जुना तुकडा कुठे सापडला असेल, तर तो कोणाच्याही खिजगणतीत नसलेल्या जोगेश्वरी स्थानकात! हा तुकडा म्हणजे १८६८ सालची एक घंटा. या घंटेवर 'BB&CIR Contract No. १०. १८६८' असं लिहिलेलं आहे. ही घंटा स्टेशन मास्तरांच्या कार्यालयाबाहेर लटकत असते.

गोरेगाव स्थानकात आजही दगडी इमारत उभी आहे. मालाड स्थानकामध्ये दोन्ही बाजूंनी वापरता येतील, अशा रुळांचे खांब आहेत. कांदिवली आणि बोरिवली स्थानकांत जुन्या लोखंडी घंटा सापडतात.

दहिसर स्थानकात एक सुंदर लोखंडी पूल होता; पण या स्थानकाच्या विस्तारीकरणाच्या प्रक्रियेत तो जमीनदोस्त करण्यात आला. मीरा रोड स्थानकात जुना रेल्वेमार्ग आणि जुन्या पुलाचे अवशेष आजही सापडतात. भाईंदर स्थानकात अग्निशमन यंत्रणेचा भाग असलेल्या लाल-काळ्या रंगाच्या बादल्या दिसतात. भाईंदरहून नायगाव आणि वसईला जाताना एका बाजूला वसई यार्ड लागतं. या वसई यार्डात ऐतिहासिक अवशेषांचा खजिनाच आहे. इथे अनेक दगडी इमारतींबरोबरच वापरात नसलेलं विद्युत केंद्रही आहे.

नालासोपारा स्थानकात आजही लोखंडी खांब आणि अग्निशमन यंत्रणेच्या लाल बादल्या दिसतात. नालासोपाराला ऐतिहासिक महत्त्व आहे. १४ व्या शतकात हे महत्त्वाचं बंदर होतं. विरार स्थानकात मंगळुरी कौलं सापडतात. तसेच इथे एक जुनी पाण्याची टाकी, लाकडी बाक आणि लोखंडी घंटा आहे.

उपनगरीय मार्गाचा विस्तार

पश्चिम रेल्वेच्या उपनगरीय मार्गाचा विस्तार विरारपुढे आणखी ६० किलोमीटर, म्हणजे डहाणूपर्यंत करावा, असा प्रस्ताव रेल्वे मंत्रालयाने १९९९ मध्ये मांडला होता. यासाठीचं नियोजन करण्यात आलं; पण डहाणूपर्यंत लोकल नेण्यासाठी रुळांची रुंदी वाढवण्याची गरज होती. लांब पल्ल्याच्या गाड्यांची रुंदी १० फूट एवढी असते; पण ब्रिटिशांनी मूळ रचना केलेल्या लोकल गाड्यांची रुंदी मात्र १२

फूट एवढी असते; त्यामुळे रुळांची रुंदी वाढवल्याशिवाय लोकल गाडी डहाणूपर्यंत नेणं शक्य नव्हतं. अखेर हे काम पूर्ण करून चर्चगेट ते डहाणू या स्थानकांच्या दरम्यान पहिली लोकल १६ एप्रिल २०१३ रोजी म्हणजे भारतीय रेल्वेला १६० वर्षे पूर्ण झाल्यावर सोडण्यात आली.

पश्चिम रेल्वेच्या यार्डातलं २०व्या शतकातलं रहस्य

नोव्हेंबर २०१० मध्ये पश्चिम रेल्वे प्रशासनाला महालक्ष्मी यार्डातल्या एका झाडाखाली एक विचित्र अवशेष सापडला. इथे नवीन विद्युत उपकेंद्र उभं करण्यासाठी हे यार्ड साफ केलं जात होतं. रेल्वेतल्या जुन्या कर्मचाऱ्यांच्या माहितीनुसार हा अवशेष याच यार्डामध्ये जवळपास ४० वर्षं पडून होता. नालासोपारामध्ये करण्यात आलेल्या उत्खननामध्ये सापडलेला हा अवशेष तिथून म्हणजे जवळपास ५६ किलोमीटर अंतरावरून एका रेल्वेगाडीत टाकून इथे आणला गेला, असं त्या कर्मचाऱ्यांचं म्हणणं होतं. आता या अवशेषाला हार वगैरे घालून त्याची पूजाही केली जात होती.

या अवशेषाने अनेक पुरातत्त्वशास्त्रज्ञांचं लक्ष वेधून घेतलं. अधिक माहितीसाठी काहींनी आपला मोर्चा डॉ. डी. एम. मिराशी यांच्याकडे आणि त्यांच्या 'शिलाहार राजवंशाचा इतिहास आणि कोरीव लेख' या ग्रंथाकडे वळवला. इसवी सन ८१० ते १२४० या कालावधीत राज्य करणाऱ्या शिलाहार घराण्यातील हरिपाल देव या राजाच्या काळातल्या एका गहाळ झालेल्या अवशेषाचं वर्णन डॉ. मिराशी यांनी केलं होतं.[६] त्यांच्या वर्णनानुसार दोन फूट रुंद आणि पाच फूट उंच असलेल्या या दगडी अवशेषाच्या वरच्या भागात मंगल कलश आणि चंद्र-सूर्य यांच्या प्रतिमा कोरल्या होत्या, तर खालच्या भागात गाढवाचं चित्र कोरलेलं होतं. मध्यभागी दगडात कोरलेली अक्षरं वाचणं अशक्य कोटीतली गोष्ट होती.

पण महालक्ष्मीच्या यार्डात सापडलेला हा अवशेष आणि डॉ. मिराशी यांनी काढलेलं चित्र एकमेकांशी पडताळून पाहिलं असता, सापडलेल्या अवशेषावर मंगल कलश नसल्याचं आणि मध्यभागी दगडात कोरलेली अक्षरंही नसल्याचं आढळलं. त्यावरून डॉ. मिराशी यांनी वर्णन केलेला तो अवशेष हा नाही, असा निष्कर्ष काढण्यात आला.

---

६. शिलाहार घराण्याने आताच्या मुंबईच्या भागावर राज्य केलं होतं. हे घराणं तीन शाखांमध्ये विभागलं गेलं होतं. एक शाखा दक्षिण कोकणात, दुसरी शाखा उत्तर कोकणात आणि तिसरी शाखा आता सातारा म्हणून ओळखल्या जाणाऱ्या भागावर राज्य करत होती.

मग मिराशी यांनी वर्णन केलेला तो दगडी अवशेष अजूनही महालक्ष्मीच्या त्या यार्डमध्ये पडून असेल का? कोणास ठाऊक?

महालक्ष्मी इथं सापडलेल्या या अवशेषाचं दोन भागांमध्ये विभाजन करण्यात आलं. या अवशेषाचा वरचा भाग इतर भागापासून वेगळा करण्यात आला. आता हा अवशेष चर्चगेट येथील पश्चिम रेल्वेच्या वारसा दालनात नेण्याची योजना आहे.

रेल्वेमार्गावरील स्मरणयात्रा

'मी पाहिली पहिलीवहिली रेल्वे'

सर दिनशा वाच्छा हे मुंबईतील समाजसुधारक, राजकारणी आणि व्यावसायिक म्हणून गणले जातात. आज त्यांचा पुतळा चर्चगेट स्थानकाबाहेरची वाहतूक पाहत उभा असलेला दिसतो. ही पहिली ट्रेन धावली, तेव्हा ते जेमतेम नऊ वर्षांचे होते. भायखळ्याजवळ ही गाडी पाहण्यासाठी जमलेल्या हजारोजणांच्या गर्दीत तेदेखील सामील होते.

१९२० मध्ये प्रसिद्ध झालेल्या त्यांच्या आठवणींच्या संग्रहात त्यांनी या आश्चर्याबद्दल त्यांना काय वाटलं, ते लिहिलं आहे. ते म्हणतात,

१८५० च्या दशकाची सुरुवात मुंबईतल्या राज्यकर्त्यांसाठी आणि स्थानिकांसाठी अत्यंत महत्त्वाची होती. इंजिनच्या जोरावर चालणारी एक नवलाई मुंबईत अवतरली होती. वाफेवर धावणारं इंजिन आणि त्या इंजिनामागे लोखंडी रुळांवरून ओढली जाणारी डब्यांची रांग! बॉम्बेच्या छोटेखानी जगात हे आश्चर्यच होतं. माझ्या स्मृतिपटलावर एक ठसा उमटवणारं ते दृश्य आजही मला चांगलंच आठवतं. मी भायखळ्याच्या जुन्या रेल्वे फाटकाजवळ जमलेल्या गर्दीत उभा होतो. प्रवासी वाहतुकीसाठी पहिली गाडी सुटली, तेव्हा या गर्दीतल्या प्रत्येकाच्या चेहऱ्यावर कुतूहल आणि कौतुक दाटलेलं होतं. मुंबईच्या एकंदरीत आयुष्यावर आणि भविष्यावर रेल्वेने पाडलेली छाप समजून घेणं हे अर्थातच माझ्यासारख्या लहान मुलाच्या आवाक्याबाहेरचं होतं. मला फक्त एवढंच कळत होतं

> की, काहीतरी छान घडतं आहे आणि त्या पहिल्या दिवशी आपल्या समोरून मुंबईच्या गजबजलेल्या भागातून काहीतरी अजस्त्र पुढे सरकत आहे.[१]

वाच्छा यांनी मुंबईतल्या आणि पर्यायाने भारतातल्या पहिल्या रेल्वेच्या प्रसुतीकळा आणि ती रेल्वे धावल्यानंतरच्या पुढच्या वर्षातली तिची वाढ हे सगळंच बघितलं होतं. पहिली रेल्वे आणि रेल्वेचं विद्युतीकरण हे दोन महत्त्वाचे टप्पे त्यांनी बघितले होते. नंतर त्यांनी उपनगरांचं नियोजन करणाऱ्या बॉम्बे इम्प्रूव्हमेंट ट्रस्टचे सदस्य म्हणूनही मोलाची कामगिरी बजावली.

'माझे वडील सर्वांत वेगाने गाडी चालवतात'

नॉर्मा प्रोबर्ट या 'स्पीड किंग पर्सी' या नावाने ओळखल्या जाणाऱ्या पर्सिव्हल मिडलकोट यांच्या कन्या! २०१४ मध्ये नॉर्मा यांचं निधन झालं; पण त्यांचे वडील पर्सिव्हल मिडलकोट हे बॉम्बे-पेशावर फ्रंटियर मेल या १९२८ मध्ये सुरू झालेल्या मेलचे मुख्य इंजिन चालक होते. ही गाडी सर्वाधिक वेगात चालवण्याचा विक्रम त्यांच्या नावावर होता. तसेच त्यांनी ही गाडी रावळपिंडीच्याही पुढे खैबर खिंडीपर्यंत चालवली होती. १९३६ मध्ये न्युमोनिया झाल्याने त्यांचं निधन झालं.

नॉर्मा प्रोबर्ट यांचं बालपण स्वातंत्र्यपूर्व काळातल्या भारतात गेलं होतं. आता पाकिस्तानमध्ये असलेल्या मुर्रीमधल्या सेंट डिनेज स्कूलमध्ये त्यांचं शिक्षण झालं. त्यानंतर त्या इंग्लंडमध्ये स्थायिक झाल्या. त्यांनी इंग्लंडमधून पाठवलेल्या या आठवणींमध्ये त्या लिहितात की, 'फ्रंटियर मेल १९२८ मध्ये सुरू झाली आणि या मेलची स्तुती करताना १९३० मध्ये 'द टाइम्स'ने तिचं वर्णन 'ब्रिटिश साम्राज्यातली सर्वात जलद ट्रेन' असं केलं होतं. मला वाटतं की, या प्रशंसेमध्ये माझ्या वडिलांचाही मोठा हातभार आहे. ते १९३० ते १९३६ या काळामध्ये या गाडीचे मुख्य इंजिन चालक होते. माझ्या माहितीप्रमाणे त्यांच्या आयुष्यात तरी त्यांचा वेगाचा विक्रम कोणीच मोडू शकलं नाही. माझ्या वडिलांना वेगाचं वेड होतं. त्या काळातली सर्वांत वेगवान मोटरसायकल आणि रेसिंग कार त्यांच्याकडे होती. त्यांच्या वेगाच्या वेडाइतकंच त्यांचं ज्ञानही अफाट होतं.'

त्या पुढे लिहितात, 'फ्रंटियर मेल ही आरामदायक ट्रेन होती. ही गाडी खेचण्याचं काम त्या वेळची सर्वांत शक्तिशाली इंजिन करायची. भारतामध्ये

---

१. सर दिनशॉ एदलजी वाच्छा, Shells from Sands of Bombay : Being My Recollections and Reminiscences : 1860-1875 (Bombay : The Bombay Chronicle Press, 1920)

वातानुकूलित डबा असलेली पहिली गाडी बनण्याचा मान या ट्रेनला १९३४ मध्ये मिळाला. ब्रिटिशांच्या काळात ही गाडी इंग्लंडहून भारतात जहाजाने येणाऱ्या सैनिकांच्या तुकड्यांच्या वाहतुकीसाठी आणि पत्रांच्या जलद वाहतुकीसाठी वापरली जायची. सैनिक तृतीय किंवा द्वितीय श्रेणीच्या डब्यांमधून प्रवास करायचे, तर लष्करी अधिकारी किंवा रेल्वेचे अधिकारी प्रथम श्रेणीच्या दर्जातून प्रवास करायचे.

फ्रंटियर मेल अगदी वक्तशीरपणे धावायची. प्रत्येक स्थानकावर दिलेल्या वेळी ती पोहोचायची. सिग्नल यंत्रणेतले बिघाड किंवा गावांमध्ये गुरंढोरं रेल्वे रूळ ओलांडताना गाडी थांबणं यामुळे नक्कीच उशीर व्हायचा; पण सगळ्या महत्त्वाच्या स्थानकांवर वेळेत पोहोचण्याचं लक्ष्य आरामात गाठलं जायचं.

'लहान असताना मी या गाडीने प्रवास केल्याचं मला चांगलंच आठवतं. आम्ही अनेक प्रदेश ओलांडले. आमच्यासाठी विशेष डबा होता. या डब्याच्या एका भागात आमचं सामानसुमान होतं आणि आमच्या कुटुंबासाठी सहा आसनांचा एक कक्ष होता. या प्रवासात माझ्या वडिलांनी गाडी चालवली नाही. त्यांना माझ्या आईला आमच्यावर लक्ष ठेवायला मदत करावी लागत होती.'

या गाडीचं वर्णन करताना त्या लिहितात, 'प्रत्येक इंजिन चालक त्याच्या 'बॅटमॅन' किंवा साहाय्यकाबरोबर प्रवास करायचा. निदान माझे वडील तरी त्यांच्या मदतनीसाला बॅटमॅन म्हणून हाक मारायचे. कदाचित माझ्या वडिलांना लष्करी कुटुंबाची पार्श्वभूमी होती, म्हणून तसं असेल. हा साहाय्यक सगळी कामं करायचा. गाडी प्लॅटफॉर्मवर थांबली की, धावत जाऊन हव्या-नको त्या गोष्टी घेऊन यायचा; मुख्य चालकाच्या कुटुंबाला काय हवं-नको तेही बघायचा.

'आम्ही अगदी थाटात प्रवास करायचो. आमच्या कक्षातले बर्थ चामड्याचे होते. तसेच आसनांवर खाली पाडता येतील, अशा चौकटी होत्या. झोपताना या चौकटी खाली पाडल्यावर छान पलंग तयार व्हायचा. दिवसा त्या चौकटी मागे केल्यावर आरामात बसता यायचं. प्रत्येक कक्षामध्ये स्वतंत्र शौचालय आणि वॉश बेसिन होतं.

'या गाडीचे डबे आतून जोडलेले नव्हते. प्रत्येक डबा वेगवेगळा होता; त्यामुळे गाडी धावत असताना एका डब्यातून दुसऱ्या डब्यामध्ये जाता यायचं नाही. वातानुकूलित डबे येण्याआधी प्रत्येक डब्यामध्ये विद्युत यंत्रणेवर चालणारे पंखे बसवलेले होते. या गाडीतल्या खिडक्याही दोन प्रकारच्या होत्या. एका खिडकीला आडव्या पट्ट्या होत्या; त्यामुळे ती खिडकी बंद केली, तर वारा आत येणं शक्य होतं; पण बाहेरचे किडे-कीटक वगैरे आत येणं टाळलं जायचं. या खिडक्यांना चकचकीत लाकडी चौकटी होत्या. त्याशिवाय खाली खेचता येतील, असे पडदेही या खिडक्यांना होते. सूर्यप्रकाश हवा असेल, तर ते वर सरकवायचे आणि नको

असेल, तर खाली करायचे. त्याशिवाय प्रत्येक कक्षाचे दरवाजे आणि खिडक्या आतून बंद करण्याचीही सोय होती.

'मला गाडीत झोपायला खूप आवडायचं. रुळांसह गाडीची चाकं ताल धरायची आणि मध्येच इंजिनची शिट्टी वाजायची. गाडीच्या वेगामुळेही गुंगी यायची आणि आम्ही सगळी मुलं छान झोपायचो.

'गाडीतले खानसामे आम्हाला चांदीच्या तबकातून जेवण द्यायचे, तसेच जेवणासाठीचे काटेचमचे चांदीचे आणि ताटवाट्या काचेच्या होत्या. जेवणाची ऑर्डरही अत्यंत धोरणीपणे दिली जायची. एखाद्या स्थानकात वेटर्स गाडीत चढायचे, पदार्थांची यादी बघून मग आम्ही ऑर्डर द्यायचो आणि मग पुढच्या स्थानकात आम्ही मागवलेले पदार्थ आमच्यासमोर यायचे. यात स्टेक्स, ग्रील, स्ट्यूज, चविष्ट मासा आणि काही भारतीय पदार्थ यांचा समावेश असायचा. आम्ही वापरलेली भांडी आणखी पुढच्या स्थानकात उतरवली जायची. हा प्रवास अगदी प्रदीर्घ काळाचा म्हणजे कधीकधी तर ४८ तासांचा असल्याने स्थानकावरील थांब्यांच्या वेळा साधारणपणे जेवणाच्या वेळांनुसार ठरवल्या जायच्या.

'या गाडीने प्रवास केला, तेव्हा मी ११ वर्षांची होते; त्यामुळे त्या रंजक प्रवासाच्या आठवणी आजही माझ्या स्मरणात लख्ख आहेत. आम्ही ज्या ज्या स्थानकांमध्ये थांबायचो, तिथला आवाज, गडबड-गोंधळ आम्हाला खूप आवडायचा. फेरीवाले काहीबाही विकायला यायचे, ते ओरडायचे, 'गरम गरम चाय'चा पुकारा व्हायचा, अनेकजण मिठाई विकायला यायचे. अर्थात आम्हाला ती खाण्याची परवानगी नसायची; त्यामुळे आमचा हिरमोड व्हायचा.

'काहीही झालं तरी, माझं बालपण आणि ही नॉर्थ-वेस्टर्न रेल्वे यांचा एकमेकांशी घनिष्ठ संबंध आहे. बालपणातले हे दिवस खरंच संस्मरणीय होते आणि हे सगळं माझ्या वडिलांमुळेच शक्य झालं, यात काही वादच नाही.'[२]

'माटुंगा रेल्वे फाटकाजवळचा माणूस'

एके काळी माटुंग्याचे रहिवासी असलेले डॉ. आर्देशीर बी. दमानिया आता युनिव्हर्सिटी ऑफ कॅलिफोर्नियामध्ये असतात. त्यांच्याकडे माटुंगा स्थानकाजवळ असलेल्या रेल्वे फाटकाच्या अनेक आठवणी आहेत. लहान असताना ते त्यांच्या वडिलांबरोबर या रेल्वे फाटकाजवळ थांबायचे. त्यांचे वडील, बेहरामजी एम. दमानिया अभियंता, वैमानिक, उद्योजक आणि व्यावसायिक होते.

---

२. खासगी पत्रव्यवहार

डॉ. दमानिया सांगतात, 'मी आणि माझे वडील रेल्वे फाटक उघडण्याची वाट पाहत कधीकधी अर्धा-अर्धा तास उभे असायचो. हे रेल्वे फाटक उघडण्यासाठी हाताच्या पंजाएवढ्या दोन मोठ्या किल्ल्या होत्या. त्या किल्ल्या फिरवूनच हे फाटक उघडता यायचं. एक छोटीशी खोली होती. या खोलीत या दोन किल्ल्या आत टाकल्या जायच्या. त्या किल्ल्या फिरवल्यानंतर रेल्वे फाटकाच्या दोन्ही बाजूचे सिग्नल हिरवे व्हायचे. या किल्ल्या कुलपातून बाहेर काढल्या की, हे सिग्नल पुन्हा लाल व्हायचे. प्रत्येक किल्ली हातात घेऊन या फाटकाशी असलेला माणूस दोन्ही बाजूंना धावत जाऊन फाटक उघडायचा. या चोख बंदोबस्तामुळे रेल्वे फाटकाशी अपघात होण्याचं प्रमाण नगण्य होतं.

'१९३० ते १९५९ या काळामध्ये हे रेल्वे फाटक उघडबंद करणारा माणूस एका पायाने अपंग होता. यार्डमध्ये रेल्वे पुढे-मागे करताना झालेल्या अपघातात त्याने तो पाय गमावला होता. रेल्वे यार्डात अशा प्रकारे अपघातामध्ये अपंग झालेल्या कर्मचाऱ्यांना रेल्वे फाटक उघड-बंद करण्याचं काम दिलं जायचं. माटुंग्याच्या रेल्वे फाटकाजवळ काम करणाऱ्या या माणसाला लाकडी पाय बसवलेला होता. आपल्या लाकडी पायाच्या मदतीने तो चारही रेल्वे रूळ ओलांडून फाटक उघड-बंद करायला धावायचा. आम्ही या फाटकातून आमच्या लांबसडक गाडीतून जाताना तो माझ्या वडिलांना कडक सलाम ठोकायचा. त्यानंतर मग घंटी वाजायला सुरुवात व्हायची आणि हा माणूस एका वेळी एका बाजूचं रेल्वे फाटक बंद करायचं आपलं काम सुरू करायचा.

'कधीकधी मला आणि माझ्या वडिलांना या रेल्वे फाटकाशी अनंत काळ थांबून राहावं लागायचं. मग एक छोटेखानी डिझेल इंजिन मागे कचऱ्याने भरलेले २० डबे ओढत जायचं. या डब्यांमध्ये पार छतापर्यंत कचरा भरलेला असायचा. सायन-धारावीच्या क्षेपणभूमीकडे ही गाडी जात असायची. ती अगदी गोगलगायीच्या गतीने पुढे सरकायची आणि हळूहळू सरकणाऱ्या गाडीकडे पाहत मी आणि माझे वडील श्वास रोखून धरायचो. बाबा मला म्हणायचे, 'श्वास रोखून धर रे बाबा. डेक्कन किंग जातोय' आणि मी अगदी तसेच करायचो.'

विसाव्या शतकाच्या सुरुवातीला सायडिंगकडे येणारे रेल्वे रूळ एका लोखंडी फाटकातून टाटा विद्युत कंपनीच्या रिसीव्हिंग स्टेशनकडे जायचे. डॉ. दमानिया यांचे वडील या रिसीव्हिंग स्टेशनचे अधीक्षक होते. डॉ. दमानिया सांगतात, 'रिसीव्हिंग स्टेशनसाठीच्या तारा किंवा तत्सम गोष्टी घेऊन गाडी यायची, तेव्हा एखादं छोटं इंजिन तो डबा सायडिंगच्या लाइनवर आणून लोखंडी फाटकाजवळ उभा करायचं. हे इंजिन तो डबा तिथेच सोडून निघून जायचं, कारण ते बाहेर राहिलं, तर सायन-माटुंगा यादरम्यानची वाहतूक खोळंबून राहायची.'

'मग माझे वडील लोकांना धक्का मारून तो डबा आत विद्युत केंद्रामध्ये घ्यायला सांगायचे. यासाठी ३० ते ४० मजूर आणले जायचे; हे मजूर २२ टनांचा हा डबा ढकलताना एका सुरात, एका तालात ओरडायचे. आजही मला त्या मजुरांचं ओरडणं, घामाने डबडबलेली त्यांची काटक शरीरं आणि अगदी इंचाइंचाने पुढे सरकणारा तो डबा स्पष्ट आठवतो, तेव्हा तरुणपणीही मला त्या मजुरांचं खूप वाईट वाटायचं. जसं त्या डब्यातलं सामान विद्युत केंद्रामध्ये उतरवलं जायचं, तसा तो डबा पुन्हा ढकलून लोखंडी दरवाजाबाहेर न्यावा लागायचा. जर एक-दोन दिवसांमध्ये तो डबा बाहेर आला नाही, तर रेल्वे टाटा पॉवर कंपनीला दंड ठोठावायची. हा डबा बाहेर आला की, मग तो घेऊन जाण्यासाठी शंटिंग इंजिनाची वाट बघायला लागायची. GIPR ची कार्यशाळा बाजूलाच असल्याने इंजिन शोधायला फार वेळ लागायचा नाही; पण एकदा का तो डबा विद्युत केंद्राच्या बाहेर गेला आणि एकदा का ते लोखंडी दार बंद झालं की, मग त्या डब्याची जबाबदारी पुढे रेल्वेची असायची.'

डॉ. दमानिया शून्यात बघतात आणि म्हणतात, 'मला उत्सुकता आहे, ते सायडिंग अजूनही जागेवर असेल का?'

हे जुनं सायडिंग अजूनही आहे, असं मी त्यांना सांगितलं; पण आता ते भिंतीच्या पलीकडे आहे. या सायडिंगच्या खुणा भरमसाट वाढलेल्या झाडीत सापडतात.[३]

'माझी पणजी काही अभियंता नव्हती'

भोर घाटातला रेल्वेमार्ग बांधणाऱ्या ॲलिस ट्रेडवेल यांचे पणतू लॉरेन्स लेमेन्स त्यांच्या पणजीआजीच्या भोवती असलेल्या अनेक गोष्टींचा खुलासा करतात–

'आतापर्यंत अनेक अतिउत्साही अभियंत्यांनी मला खूपच त्रास दिला आहे; त्यांनी का कोणास ठाऊक; पण माझ्या पणजीआजीचा उल्लेख 'महान महिला अभियंता' असा करून ठेवला आहे; पण हे काही खरं नाही. माझ्या पणजीनेही तसा दावा कधीच केला नाही. त्या काळातली काही कागदपत्रं या सगळ्या गोष्टींचं संदर्भासह स्पष्टीकरण करतात. या कागदपत्रांमध्ये असा उल्लेख आहे की, 'सौ. ट्रेडवेल (ॲलिस पिकरिंग ट्रेडवेल) यांनी मोठ्या धैर्याने करारातील अटी पूर्ण केल्या.' अर्थात माझ्या पणजीने या अटी पूर्ण केल्या, कारण त्या करारामध्ये खूप पैसे गुंतले होते.'[४]

---

३. संभाषण आणि खासगी पत्रव्यवहार

४. खासगी पत्रव्यवहार

नॅरो गेजवर धावणारं इंजिन उतरवताना कामगार. आभार – पश्चिम रेल्वे संग्रह

याचा संदर्भ असा की, मुंबईहून सुरू झालेलं रेल्वेमार्गाचं बांधकाम ५३ किलोमीटरपर्यंत म्हणजे कल्याणपर्यंत पोहोचलं आणि इथे रेल्वेला दोन फाटे फुटले. एक फाटा ईशान्य दिशेला ४२ किलोमीटरचं अंतर कापून थळ घाटात पोहोचला, तर दुसरा आग्नेयेला ६१ किलोमीटरचं अंतर पार करून भोर घाटामध्ये आला.

GIPR कंपनीचं कंत्राट क्रमांक आठ भोर घाटामध्ये रेल्वेमार्ग बांधण्याविषयी आहे. हे कंत्राट रेल्वेच्या इतिहासामध्ये अत्यंत महत्त्वाचं असं कंत्राट आहे. या घाटात रेल्वे बांधण्याचं काम जिकिरीचं होतं म्हणून नाही, तर ते काम एका महिलेने पार पाडलं म्हणून!

चला, जरा ही गोष्ट पूर्णपणे जाणून घेऊ या! भोर घाटापर्यंतच्या पहिल्या २४ किलोमीटरच्या रेल्वेमार्गाचं कंत्राट विल्यम फ्रेडरिक फॅव्हिएल या ठेकेदाराने घेतलं होतं. याच फॅव्हिएल महाशयांनी बॉम्बे ते ठाणे या दरम्यानचा ३४ किलोमीटरचा रेल्वेमार्ग बांधला होता; पण फॅव्हिएल यांनी अनेक कारणांमुळे हे कंत्राट अर्ध्यावरच सोडलं. या टप्प्यावर रॉबर्ट स्टीफन्सन यांच्या शिफारशीमुळे हे कंत्राट आणखी एका इंग्रजी ठेकेदाराला म्हणजे सोलोमन ट्रेडवेल यांना देण्यात आलं. सोलोमन ट्रेडवेल २९ ऑक्टोबर १८५९ रोजी मुंबईमध्ये पोहोचले. मुंबईत आल्यानंतर दोनच महिन्यांमध्ये या ट्रेडवेल यांचं निधन झालं. कदाचित त्या वेळी उद्भवलेल्या

घाटातून जाणारी ट्रेन. आभार – मध्य रेल्वे संग्रह

कॉलऱ्याने त्यांचा बळी घेतला असावा. त्यांच्या विधवा पत्नीने म्हणजेच ॲलिस ट्रेडवेल यांनी हे कंत्राट पूर्ण करण्याचा विडा उचलला. GIPRच्या सेवेत असलेले अभियंते स्वॅन्सन ॲडमसन आणि जॉर्ज ल्युईस क्लोवसर यांच्या मदतीने ॲलिस ट्रेडवेल यांनी या कंत्राटातल्या अटी-शर्तींची पूर्तता करत हा रेल्वेमार्ग बांधला.

ॲलिस ट्रेडवेल अभियंता होत्या की नाही, हा गौण मुद्दा आहे; पण आज त्यांच्या या धाडसासाठी लोक त्यांना ओळखतात. एखाद्या अनोळखी देशामध्ये एखादा आव्हानात्मक प्रकल्प पूर्ण करण्याचं आव्हान दर दिवशी काही कोणी स्वीकारत नाही.

व्हिक्टोरिया टर्मिनस बांधणाऱ्या साहाय्यक अभियंत्याचे आम्ही वारस!

व्हिक्टोरिया टर्मिनसची दिमाखदार इमारत बांधण्यामध्ये मोलाचा वाटा असलेले साहाय्यक अभियंता रावसाहेब सीताराम खंडेराव वैद्य यांचे वंशज आजही रावसाहेबांची आठवण काढतात. रावसाहेब उंच आणि धिप्पाड होते. तसेच मुख्य अभियंता एफ. डब्ल्यू. स्टीव्हन्स यांनी आखलेली प्रत्येक गोष्ट हुबेहूबपणे प्रत्यक्षात उतरवण्यात त्यांच्या नियोजनाचा मोलाचा वाटा होता, असं ते सांगतात. या इमारतीचे काही भाग अनेक वर्षांपर्यंत अपूर्णावस्थेत असल्याचं वैद्य यांनी सांगितल्याचंही हे वंशज नमूद करतात. याच वैद्य यांनी ताजमहाल हॉटेलचा आराखडा तयार केला होता. व्हिक्टोरिया टर्मिनसप्रमाणे या हॉटेलमध्येही 'तरंगत्या पायऱ्या' आहेत. तसेच वैद्य यांचं नाव पुढे मुंबई महापालिकेच्या इमारतीच्या आणि आताच्या महाराष्ट्र पोलीस मुख्यालयाच्या इमारतींशीही जोडलं गेलं.

वैद्य हे अत्यंत सचोटीने काम करणारे गृहस्थ होते. मुंबई महापालिकेच्या मुख्यालयाची इमारत बांधताना त्यांनी निवासी अभियंता म्हणून जबाबदारी सांभाळली होती. ही इमारत चार वर्षांमध्येच पूर्ण झाली. एवढंच नाही, तर या इमारतीसाठी अपेक्षित खर्चापेक्षा ५९ हजार रुपये कमी खर्च आला होता. या कामासाठी वैद्य यांना कृतज्ञतेपोटी अनेक भेटवस्तू देण्यात आल्या होत्या; पण नियमाचं पालन म्हणून त्यांनी त्यातली एकही भेटवस्तू स्वीकारली नाही. भेटवस्तू देणाऱ्याच्या भावनांचा अनादर होत आहे, अशी भीती त्यांना वाटली, तर ते एखादं फळ वगैरे ठेवून इतर भेटवस्तू परत करत असत.

वैद्य यांच्या वंशजांना आठवतं की, त्यांच्या कुटुंबाचा एक बंगला सायन येथे होता. त्यांच्या आजीने सगळ्या आठवणी लिहून काढल्या आहेत. त्यांचं सगळं कुटुंब तिथेच राहायचं. १९३० किंवा १९४० च्या दशकापर्यंत वैद्य कुटुंबीय या बंगल्यात राहिले. नंतर कुटुंबातल्या लोकांची संख्या वाढल्याने त्यांनी मग छोट्या-छोट्या घरांमध्ये संसार सुरू केला. या बंगल्याची जमीन बॉम्बे इम्प्रूव्हमेंट ट्रस्टच्या मालकीची होती. ती त्यांनी ट्रस्टला परत केली. सायनच्या या बंगल्यात वैद्य आणि त्यांच्या पत्नी यांची मोठी चित्रं होती, असंही म्हणतात; पण दुर्दैवाने ती कोणाला तरी देऊन टाकली गेली. वैद्यांच्या अनेक वंशजांपैकी एकाच्या मते वैद्य यांची एकमेव गोष्ट आता कुटुंबीयांकडे आहे आणि ही गोष्ट म्हणजे त्यांची चांदीची थाळी! याच चांदीच्या थाळीतून वैद्य रोजचं जेवण (प्रामुख्याने फलाहार) घेत.[५]

५. रावसाहेब खंडेराव सीताराम वैद्य यांचे वंशज असलेल्या विद्याधर वैद्य यांच्याशी २०१३ मध्ये ई-मेलद्वारे झालेल्या संभाषणावर आधारित.

विस्मृतीत गेलेले रेल्वेमार्ग आणि हरवलेल्या वाटा

कुलाबा स्थानक – सुरुवात आणि शेवटही

जुन्या BB&CI रेल्वेचं दक्षिणेच्या टोकाकडचं टर्मिनस म्हणजे कुलाबा स्थानक! हे स्थानक १८७३ मध्ये सुरू झालं; पण १९३० मध्ये बॅकबे रेक्लमेशन योजनेचा भाग म्हणून ते बंद करण्यात आलं.

विचित्र योगायोग म्हणजे बॅकबे रेक्लमेशन योजनेच्या पहिल्या टप्प्याचा भाग म्हणूनच हे स्थानक सुरू करण्यात आलं होतं. १८६० च्या दशकात मुंबईभोवतीची तटबंदी पाडण्यात आली. शहराचा विस्तार होत होता आणि नवे रस्ते तसेच नव्या इमारती उभारल्या जात होत्या. याच ओघामध्ये भरपूर चर्चेनंतर आणि पत्रव्यवहारानंतर बॉम्बे सरकारने BB&CI रेल्वेच्या विस्तारीकरणाला परवानगी दिली. पूर्वी ग्रँट रोडपर्यंत येणारी ही रेल्वे आता या नव्या परवानगीनुसार ग्रँट रोड ते चौपाटी आणि नंतर बॅकबेच्या किनाऱ्यावरून कुलाब्यापर्यंत पोहोचणार होती. या विस्तारीकरणामुळे चौपाटीचे दोन तुकडे झाले आणि या भागातील रस्त्यांवर येण्यासाठी दोन उड्डाणपुलांची गरज भासू लागली.

तोपर्यंत मुंबईतल्या कापसाच्या व्यापाराचा केंद्रबिंदू म्हणजे कॉटन ग्रीन हा भाग टाउन हॉलच्या समोर म्हणजेच हॉर्निमन सर्कलच्या इथे होता. त्यानंतर इथून हा केंद्रबिंदू नव्याने भराव टाकून विकसित केल्या गेलेल्या कुलाबा कॉजवेच्या जवळ आला. कापसाच्या व्यापारासाठी आणखी काही सोई-सुविधांची आवश्यकता होती; त्यामुळे १८६३ मध्ये कॉजवेची पुनर्बांधणी करण्यात आली. या भागाला आणखी उभारी देण्यासाठी मुंबई सरकारने हा भाग १८७२ मध्ये वेगळा प्रभाग म्हणून घोषित

केला. १८७३ मध्ये घोड्यांनी खेचली जाणारी ट्राम कुलाब्यात सुरू झाली. या ट्रामचं कार्यालयही कुलाब्यातच होतं. या परिसरातील वर्दळ वाढल्यावर रेल्वेने छोटेखानी कुलाबा स्थानकाच्या जागी टर्मिनस उभारण्याचा निर्णय घेतला.

हे स्थानक प्रत्यक्षात येण्यासाठी तीन दशकं लागली, यार्डाची सुविधा असलेलं एक दिमाखदार स्थानक ७ एप्रिल १८९६ रोजी सुरू झालं. नेमकं याच वर्षी शहरात प्लेगची साथ आली. ससून डॉकजवळच्या वूडहाउस रोडला लागून असलेल्या या स्थानकाची इमारत दगडी होती. तसेच इथे घोडागाडी आत आणण्यासाठीचा द्वारमंडप होता. इमारतीला उंच मनोरे होते आणि कलतं छप्पर होतं. ५०० फूट लांबीचे तीन रुंद प्लॅटफॉर्म, प्रतीक्षालय, तिकीट घर आणि कार्यालयं असलेली ही इमारत सुसज्ज होती. १९००पर्यंत या मार्गावर विरारच्या दिशेने धावणाऱ्या ४४ पैकी ४० गाड्या कुलाबा स्थानकातून रवाना होत होत्या.

१८६० मधील बॅकबे रेक्लमेशन प्रकल्पाचा पुनर्विचार करण्याचा निर्णय १९२० मध्ये मुंबई विकास विभागाच्या विकास संचालनालयाने घेतला. या विभागाने बॅकबेच्या किनाऱ्यावर आणखी भराव टाकण्याची योजना पुढे आणली. या वेळी कुलाब्याचं हे टर्मिनस अडथळा वाटू लागलं.

मुंबई महापालिकेत विशेष अभियंता म्हणून काम करणाऱ्या जेम्स मॅकिन्सन यांनी चर्चगेट ते ग्रँट रोड या स्थानकांच्या दरम्यान भुयारी रेल्वे बांधण्याचा प्रस्ताव मांडला. या प्रकल्पाला सुरुवातीला मंजुरी देण्यात आली होती. या भुयारी रेल्वेमार्गावर भराव टाकून तयार केलेल्या जमिनींचा भाव गगनाला भिडेल. त्यातून या भुयारी मार्गासाठी येणारा खर्च आरामात सुटेल, असा विचार यामागे होता; पण लवकरच सरकारने हा प्रकल्पच पुरेशा निधीअभावी बासनात गुंडाळला.

दरम्यान, बॅकबे रेक्लमेशनच्या प्रस्तावावर जोरदार चर्चा सुरू होती आणि अनेकांनी ही योजना यशस्वी करण्याचा जणू चंगच बांधला होता. त्यातूनच रेल्वेला चर्चगेट ते कुलाबा यांच्या दरम्यान आपली सेवा बंद करण्याची विनंती करण्यात आली. १९२० मध्ये BB&CI कंपनीला रीतसर नोटीस पाठवण्यात आली. १९३१ च्या पहिल्या दिवशी BB&CI चे रेल्वे ट्रॅक चर्चगेट स्थानकामध्ये बंद करण्यात आले. ३१ डिसेंबर १९३० रोजी कुलाबा स्थानकाला टाळं ठोकण्यात आलं होतं.

चर्चगेट स्थानकाची पुनर्रचना करण्यात आली. या ठिकाणी असलेला पादचारी पूल आणि रेल्वे फाटक बंद करण्यात आलं. रेल्वेने विकास संचालनालयाला दिलेल्या जमिनीवर १९३८ पर्यंत आर्ट डेको शैलीतील अनेक इमारती उभ्या राहिल्या. कुलाबा रेल्वे स्थानकाच्या आणि कुलाबा यार्डच्या छाताडावर आज फतेहचंद बधवार रेल्वे कॉलनी उभी आह आणि रेल्वेमधील अनेक वरिष्ठ अधिकाऱ्यांची

घरं याच कॉलनीत आहेत; पण त्यातल्या खूपच थोड्या लोकांना माहिती असतं की, १९५५ मध्ये पद्मभूषण मिळालेले फतेहचंद बधवार हे भारतीय रेल्वे बोर्डाचे पहिले अध्यक्ष होते. स्वतंत्र भारतात रेल्वेच्या डब्यांचं प्रमाणीकरण करण्यात त्यांनी मोलाची भूमिका बजावली होती. १९९५ मध्ये वयाच्या ९५ व्या वर्षी फतेहचंद बधवार यांचं निधन झालं.

आज कुलाब्याच्या जुन्या स्थानकाच्या जागी आपल्याला अगदी अस्सल घडीव लोखंडाचं कुंपण दिसतं. हे कुंपण पूर्वी स्थानकाची इमारत आणि काही जुने रूळ यांच्यातली सीमा म्हणून काम करायचं.

समुद्रावरही मालकी – मुंबईचं बॅकबे स्थानक

बॅक बे या शब्दाचे मुंबईत अनेक अर्थ निघतात. कुलाब्याच्या दक्षिणेकडे भराव टाकलेला भाग म्हणून बॅक बे परिचित आहे. कुलाबा हेच मुळात मुंबईचं दक्षिण टोक म्हणून ओळखलं जातं. आता आपल्याला कळतं की, बॅक बे रेक्लमेशन ही योजना १८६० पासून टप्प्याटप्प्यांत राबवण्यात आली.

मुंबईत BB&CI चा नियोजनपूर्वक विस्तार करताना या रेल्वेच्या सुरुवातीच्या काळापासून अभियंता असलेल्या कर्नल पी. टी. फ्रेंच यांनी ग्रँट रोडपासून गिरगाव, सोनापूर आणि एस्प्लनाड या मार्गाचा विचार केला होता. गाडी थेट कुलाब्याला नेण्यापेक्षा इथून न्यावी, असं त्यांचं म्हणणं होतं; पण त्या वेळी पोलीस आयुक्त असलेल्या चार्ल्स फॉर्जेट यांनी या प्रकल्पाचा अभ्यास करून हा प्रकल्प अव्यवहार्य आणि खर्चीक असल्याचं सांगितलं. ग्रँट रोड ते एस्प्लनाड या दरम्यानची जमीन रेल्वेला विकत घ्यावी लागेल, असंही त्यांनी नमूद केलं.

बॅकबे भागात भराव टाकून जमीन मिळवायची आणि कुलाब्यापर्यंत रेल्वेमार्ग टाकायचा, हाच व्यवहार्य पर्याय उरला होता; पण हे काम सुरू असताना एक तात्पुरतं टर्मिनस चौपाटीवर उभारता येऊ शकतं, असंही सुचवण्यात आलं होतं. तटबंदी हटवण्यासाठी स्थापन केलेल्या बार्टले फ्रेअर यांच्या रॅम्पार्ट रिमूव्हल कमिटीने ही सूचना फेटाळून लावली. या स्थानकामुळे या परिसरामध्ये होणारी गर्दी आणि इमारती शहराच्या सौंदर्यामध्ये बाधा आणतील, असं फ्रेअर यांच्या समितीचं म्हणणं होतं.

अखेर १८६६ मध्ये हा मार्ग ग्रँट रोडवरून बॉम्बे बॅकबे नावाच्या स्थानकापर्यंत वाढवण्यात आला. या स्थानकातून तीन उपनगरीय गाड्या जात होत्या. त्यानंतर एका वर्षानं म्हणजे १२ एप्रिल १८६७ पासून विरार ते बॉम्बे बॅकबे या स्थानकांच्या दरम्यान नियमित रेल्वेसेवा सुरू झाली.

शहराच्या पश्चिम किनारपट्टीवर भराव टाकून जमीन मिळवण्याची महत्त्वाकांक्षी योजना कंपनीने आखली होती. बॉम्बे बॅकबे स्थानक म्हणजे त्याच योजनेची सुरुवात होती. भराव टाकण्यासाठी लागणारे दगड घेतलेल्या रेल्वेसाठी हे स्थानक वापरलं जात होतं. जुन्या किल्ल्याच्या पश्चिम दिशेला, किल्ल्याला लागूनच हे स्थानक उभं होतं.

आताच्या भौगोलिक खाणाखुणा सांगायच्या तर मरिन लाइन्स आणि चर्चगेट या दोन स्थानकांच्या मध्ये कुठेतरी हे स्थानक होतं. त्यानंतर हे स्थानक आणखी दक्षिणेकडे सरकवून टाउन भागाच्या आणखी जवळ आणण्यात आलं आणि पुढे हेच स्थानक चर्चगेट या नावाने ओळखलं जाऊ लागलं.

अमेरिकेतील नागरी युद्धामुळे मुंबईतल्या कापड उद्योगाला अचानक मागणी आली; त्यामुळे १८६१ च्या दरम्यान मुंबईमध्ये प्रचंड आर्थिक संपन्नता आली. या काळात अनेक नवनवीन कंपन्या स्थापन झाल्या. द बॅकबे रेक्लमेशन कंपनी हेदेखील याच काळाचं अपत्य होतं. अमेरिकेतलं नागरी युद्ध संपलं आणि अमेरिकेतल्या कापसानेही पुन्हा इंग्लिश बाजारपेठेत प्रवेश केला. त्यामुळे कापसाच्या मागणीपेक्षा पुरवठा वाढला. परिणामी, मुंबईतला बाजार गडगडला. इतर अनेक कंपन्यांप्रमाणे बॅकबे रेक्लमेशन कंपनीचंही दिवाळं वाजलं. सरकारने कंपनीच्या सगळ्याच योजनांचा ताबा घेतला. या कंपनीने एकच प्रकल्प पूर्ण केला होता. तो प्रकल्प म्हणजे एका चिंचोळ्या पट्टीमध्ये भराव टाकणं! या प्रकल्पानंतर चर्चगेट ते कुलाबा या स्थानकांदरम्यान BB&CI रेल्वेमार्गाचा विस्तार शक्य झाला. या प्रकल्पामुळे शहराच्या पश्चिम किनारपट्टीचा विकास व्हायला सुरुवात झाली.

बलार्ड पिअर मोल स्थानक

आपण मागेच बघितलं की, पोर्ट ट्रस्ट रेल्वेलाइन फक्त मालवाहतूकच नाही, तर लष्करी तुकड्या आणि प्रवाशांचीही वाहतूक करत होती. सागरी मार्गाने प्रवास करणाऱ्या प्रवाशांची ने-आण थेट कराचीपर्यंत करण्यासाठी ही लाइन वापरली जायची. त्यासाठी महत्त्वाचं होतं ते बलार्ड पिअरचं मोल स्थानक! हे स्थानक १९४० मध्ये बंद करण्यात आलं. तोपर्यंत ते शहराच्या अनेक जीवनवाहिन्यांपैकी एक होतं.

मोल हा शब्द लॅटिन भाषेतला आहे. अजस्र वास्तू असा त्याचा अर्थ! एखादी नदी, समुद्रावर बांधलेला दगडी घाट किंवा रस्ता या अर्थीही हा शब्द वापरला जातो. या बलार्ड पिअर मोल स्थानकावरून सुटणाऱ्या दोन महत्त्वाच्या गाड्या म्हणजे अर्थातच पंजाब लिमिटेड आणि द फ्रंटियर मेल!

बलार्ड पिअर मोल स्थानकाचं सन १९०० च्या सुरुवातीच्या काळातील अत्यंत दुर्मिळ छायाचित्र. आभार – मुंबई पोर्ट ट्रस्ट संग्रह

कालानुरूप पिवळ्या पडलेल्या रेल्वेच्या जुन्या छायाचित्रांच्या संग्रहातील बलार्ड पिअरचं छायाचित्र बघितलं, तर आपल्याला छताने आच्छादलेले दोन प्लॅटफॉर्म दिसतात. या प्लॅटफॉर्मच्या एका बाजूला जहाजं उभी आहेत आणि दुसऱ्या बाजूला मोकळा रस्ता आहे, अशी कल्पना आपण करू शकतो. आज या जुन्या स्थानकाची जागा बॉम्बे पोर्ट ट्रस्टच्या उंच भिंतींमागे गेली आहे; त्यामुळे हे स्थानक लोकांच्या नजरेसही पडत नाही.

एके काळी ज्या जागेवर स्थानक उभं होतं, त्याच्या जवळच कुर्ल्याच्या खाणीतल्या दगडांपासून बांधलेली बलार्ड बंदर गेटहाउसची इमारत आहे. ही

इमारतही वारसा यादीत समाविष्ट आहे. ही इमारत म्हणजे बलार्ड पिअरमध्ये लोकांना जाण्यासाठीचा मार्ग किंवा जहाजांमधले प्रवासी उतरण्याची जागा होती. भारताला स्वातंत्र्य मिळाल्यानंतर ही इमारत नौदलाच्या डॉकयार्डचा भाग बनली. जवळपास ५० वर्षांपेक्षा जास्त काळ ही इमारत लोकांच्या नजरेआडच होती. अखेर २००५ मध्ये नौदलाने या इमारतीमध्ये आपलं संग्रहालय सुरू केलं आणि ही इमारत पुन्हा एकदा नागरिकांसाठी खुली झाली.

माझगाव स्थानक – लोकसंख्येची सरमिसळ

१९०९ च्या बॉम्बे गॅझेटिअरने माझगाव स्थानकाचा समावेश शहर हद्दीमध्ये असलेल्या नऊ स्थानकांच्या यादीत दुसऱ्या क्रमांकावर केला होता. पहिल्या क्रमांकावर अर्थातच व्हिक्टोरिया टर्मिनसची इमारत होती.[१] एका बाजूला स्थानिक लोक आणि दुसऱ्या बाजूला पोर्तुगीज आणि ब्रिटिश लोक या दोन्ही घटकांना या मूळ माझगाव स्थानकाचा फायदा होत होता.

आज सॅन्डहर्स्ट रोड स्थानक जिथे आहे, त्याच्या उत्तरेकडे हे माझगाव स्थानक होतं. अगदी अचूक जागा सांगायची, तर हँकॉक ब्रिजच्या खाली हे स्थानक सुरू होत होतं. अमेरिकेच्या लष्कराने पहिल्या महायुद्धाच्या काळात म्हणजे १९१४-१८ या दरम्यान आखलेल्या मुंबईच्या नकाशातही माझगाव रेल्वे स्थानकाची निश्चित जागा दिसते. १९१५ किंवा १९२० मध्ये हार्बर लाइनचा मार्ग मोकळा करण्यासाठी आणि त्या दृष्टीने मुख्य मार्गाची रचना करण्यासाठी माझगाव स्थानक बंद करण्यात आलं. त्या स्थानकाच्या दक्षिणेला सॅन्डहर्स्ट रोड हे दुमजली स्थानक उभारलं गेलं. आज माझगाव स्थानकाच्या काही खाणाखुणा अजूनही दिसतात. एक दगडी प्लॅटफॉर्म आणि त्याला लागून असलेली कमानीची भिंत एवढंच काय ते शिल्लक आहे.

बोरीबंदर स्थानक

पेन्सिलीने रेखाटलेल्या चित्रासारखं दिसणारं एक छायाचित्र! त्यामध्ये लाकडी काठ्यांचं कुंपण, कमी उंचीच्या छपरांची रांग, जमिनीमध्ये पुरलेल्या तोफेबरोबरच अगदी रुंद रस्ता, डोक्यावरून जाणारी तार यंत्रणेची वायर आणि एक गाडी असं हे दृश्य दिसतं. एके काळी अस्तित्वात असलेल्या बोरीबंदर स्थानकाचं हे अगदी सुरुवातीच्या काळातलं छायाचित्र आहे. कदाचित हे छायाचित्र १८५४ मध्ये काढलं

---

१. एस. एम. एडवर्ड्स, The Gazetteer of Bombay City and Island, खंड १ (India : Cosmo Publications, 2002), पृ. ३४८.

डब्ल्यू. एच. स्टॅन्ले यांनी काढलेलं बोरीबंदरचं चित्र, १८५४

गेलं असावं. त्या वेळी छायाचित्रणाच्या तंत्राने मुंबईमध्ये नुकताच प्रवेश केला होता. त्या काळात अस्तित्वात असलेल्या डग्युरोटाइप शैलीतलं हे छायाचित्र आहे. लांबून घेतलेलं हे छायाचित्र डब्ल्यू. एच. स्टॅन्ले क्रॉफर्ड यांनी काढलेलं होतं. कृष्णशास्त्री भाटवडेकर यांनी हे छायाचित्र १८५४ मध्येच भारतात प्रसिद्ध केलं.[२] तात्पुरत्या इमारतींसह मोकळ्या जागेमध्ये उभं राहिलेलं बोरीबंदर स्थानक नक्कीच प्रचंड विकासाच्या उंबरठ्यावर उभं होतं.

पण हे स्थानक उभं राहण्याआधी बोरीबंदर कसं होतं? 'द हॅन्डबुक ऑफ बॉम्बे प्रेसिडन्सी'ने कलेल्या वर्णनानुसार या जागी एक धक्का होता. या धक्क्यावरून पनवेलच्या दिशेने जाणारी जहाजं किंवा लॉन्च सुटायच्या. दर दिवशी पनवेलकडे अनेक जहाजं जायची. हे अंतर फक्त २२ मैल म्हणजे ३५ किलोमीटर एवढंच

---

२. A Short Account of Railways, Selected from Lardner's Railways Economy. भाषांतर : कृष्णशास्त्री भाटवडेकर (Bombay : गणपत कृष्णाजी प्रेस, १८५४). पृ. १९.

होतं.[३] त्या वेळी पनवेल हा मुख्य भूभाग म्हणून गणला जायचा. या मुख्य भूभागातून जहाजांमधून मुंबईसाठी सामान आणलं जायचं. या जहाजांमधून प्रवासी वाहतूकही व्हायची. एका बाजूला कठीण कातळ आणि दुसऱ्या बाजूला छोटी टेकडी असलेल्या बोरीबंदर जेट्टीवर उतरण्यासाठी प्रवाशांना कसरत करावी लागायची. प्रवासी आधी जहाजांमधून किंवा लॉन्चमधून छोट्या बोटींमध्ये उतरायचे. मग किनाऱ्याजवळ आल्यावर दगडांवर उड्या टाकायचे. १८५२ च्या सुमारास मोठ्या मालवाहू जहाजांच्या सोयीसाठी ही छोटी टेकडी कापून हा प्रदेश सपाट करण्यात आला. इथले दगड बाजूला करून मोठा धक्का बांधण्यात आला.[४] पहिल्यावहिल्या रेल्वेलाइनच्या बांधकामासाठी इंग्लंडहून जहाजातून आलेलं सामान उतरवण्याचं बंदर म्हणून बोरीबंदरला विशेष महत्त्वं होतं.[५]

बोरीबंदरच्या जेट्टीपासून जवळच एक प्रशस्त मोकळं मैदान होतं. काळाबरोबर जरा मागे जाऊ या आणि या जागेचं निरीक्षण करू या! वेगवेगळ्या लोकांसाठी या जागेचे वेगवेगळे उपयोग होते. १९ व्या शतकाच्या उत्तरार्धात जेव्हा मुंबई हे किल्ल्याच्या तटबंदीआड बंदिस्त असलेलं शहर होतं, तेव्हा हे मोकळं मैदान किंवा एस्प्लनाड हा भाग पवनचक्की या नावाने ओळखला जायचा. या मैदानात समोरच्या समुद्राकडे तोंड करून खरंच एक मोठी पवनचक्की उभी होती.[६] मुंबईतल्या उकाड्यापासून थोडाफार दिलासा मिळावा, म्हणून ब्रिटिश लोक या मैदानामध्ये तंबू ठोकून समुद्रावरून येणारा गार वारा खायला बसायचे. लष्करासाठी हे मोकळं मैदान म्हणजे नेमबाजीचा सराव करण्याची जागा होती. अठराव्या शतकाच्या उत्तरार्धात आणि १९ व्या शतकाच्या सुरुवातीला मुंबईच्या तटबंदीच्या आत अनेक आगी लागल्या होत्या. त्यानंतर सुरक्षेच्या कारणास्तव किंवा आग लागल्यानंतर लोकांची तात्पुरती राहण्याची सोय करण्याच्या दृष्टीने या मैदानाचा काही भाग कायमस्वरूपी

---

३. जॉर्ज ब्रॅडशॉ, Handbook to the Bombay Presidency and North West Provinces of India (London : W. J. Adams, 1864) पृ. ३४

४. बाळकृष्ण बापू आचार्य आणि मोरो विनायक शिंगणे, मुंबईचा वृत्तान्त, (India : राज्य साहित्य संस्कृती मंडळ, १८८९), पृ. २८१.

५. एडवर्ड डेव्हिडसन, The Railways of India with an Account of Their Rise, Progress and Construction, Written with the Aid of the Records of India Office (London : 1968). पृ. २४५

६. जेम्स डग्लस, Bombay and Western India : A Series of Stray Papers, खंड २, (London : Sampson Low, Marston & Company, 1893). पृ. २१८

मोकळा ठेवण्यात आला. १८५७ च्या उठावाच्या काळात, १५ ऑक्टोबर १८५७ रोजी संध्याकाळी पाच वाजून दहा मिनिटांनी मुंबईचे पोलीस आयुक्त चार्ल्स फॉर्जेट यांनी मरिन बटालियनमधील हवालदार सय्यद हुसैन यांना आणि नेटिव्ह इन्फंट्रीच्या १० व्या रेजिमेंटमधल्या मंगल गादिया यांना तोफेच्या तोंडी दिलं. या दोघांनीही ब्रिटिश सरकारविरोधात झालेल्या उठावात सहभाग घेतला होता. ब्रिटिश सरकारला आव्हान देणाऱ्या स्थानिकांना यातून काही धडा मिळेल, अशी अपेक्षा होती.

आजही एस्प्लनाड परिसरातली मोकळी जागा शिल्लक आहे. या परिसरामध्ये अनेक विहिरी आहेत. आता ही जागा क्रॉस मैदान, ओव्हल मैदान, कूपरेज मैदान आणि आझाद मैदान अशा चार मैदानांमध्ये विभागली गेली आहे. ही चारही मैदानं गजबजलेल्या रस्त्यांनी आणि चौकांनी जोडली गेलेली आहेत. एके काळी हे सगळं मिळून एकच मोठं मैदान होतं, याचा अंदाज बांधणंही आज केवळ अशक्य आहे. आझाद मैदानाच्या जवळच 'अमर जवान ज्योत' उभारण्यात आली आहे. १८५७ च्या उठावामध्ये ब्रिटिशांनी तोफेच्या तोंडी दिलेल्या त्या वीरांचं हे स्मारक आहे.

~

हे बोरीबंदर स्थानक धोबी घाटाच्या जवळ होतं. हा धोबी घाट नंतर उत्तरेकडे म्हणजे आताच्या मेट्रो सिनेमाच्या परिसरामध्ये सरकवण्यात आला. आजही लोक या भागाला 'धोबी तलाव' याच नावाने ओळखतात. या स्थानकाच्या दुसऱ्या बाजूला स्थानिक फौजांचं कवायतींसाठीचं मैदान होतं. अर्थात बोरीबंदर स्थानकासाठी जागा करणं हे खरंच आव्हानात्मक होतं, यात वादच नाही. फोर्ट परिसरात जाणारे रस्ते बंद करावे लागले, अनेक रस्त्यांची पुनर्रचना करावी लागली. बोरीबंदर स्थानकाचं बांधकाम सुरू असताना २९ ऑक्टोबर १८५२ रोजी एका वृत्तपत्रामध्ये छापून आलं होतं की,

माझगाव ते फोर्ट जॉर्जपर्यंतच्या रस्त्यावर पादचारी पूल टाकला जाईपर्यंत हा रस्ता वाहनांसाठी आणि प्रवाशांसाठी बंद राहील. हे बांधकाम चालू असेपर्यंत या रस्त्यावरील सर्व वाहतूक रेजिमेंट लाइन्स आणि धोबी लाइन्स यांच्या अवतीभोवतीच्या रस्त्यांवरून वळवण्यात आली आहे.[७]

---

७. Allen's Indian Mail and Register of Intelligence for Birtish and Foreign India, China and All parts of the East, खंड १०, जानेवारी-डिसेंबर १८५२

१६ एप्रिल १८५३ रोजी GIPRने भारतातील पहिली प्रवासी ट्रेन बोरीबंदर ते ठाणे या स्थानकांच्या दरम्यान चालवली. १४ डब्यांच्या या गाडीत ४०० प्रवासी होते; पण असं दिसतं की, डब्ल्यू. एच. स्टॅन्ले यांनी काढलेल्या त्या छायाचित्रात आपल्याला दिसणारी तात्पुरती वास्तू बराच काळ उभी होती. १८६० मध्ये GIPRचे मुख्य अभियंता जेम्स जॉन बर्कले यांनी या बोरीबंदर स्थानकाच्या इमारतीचं वर्णन तात्पुरती इमारत असंच केलं होतं.८

अमेरिकेमध्ये यादवी युद्ध सुरू झाल्यानंतर त्याचे परिणाम मुंबईवर झाले. या नागरी युद्धामुळे मुंबई झपाट्याने कात टाकू लागली. शहराचा विकास होऊ लागला. १८६१ मध्ये अमेरिकेतलं नागरी युद्ध सुरू झालं आणि या देशाच्या दक्षिण किनाऱ्यावरची बंदरं व्यापारासाठी बंद झाली; त्यामुळे मँचेस्टरमधील कापडगिरण्यांना होणारा अमेरिकन कापसाचा पुरवठा अचानक थांबला. साहजिकपणे इंग्लंडमधील कापडगिरण्यांमधला कापसाचा दुष्काळ थांबवण्यासाठी इंग्लंडने आपला मोर्चा भारताकडे वळवला. मग भारताच्या अंतर्गत भागातून कापसाचा ओघ मुंबईकडे सुरू झाला. बोरीबंदर स्थानक आणि बंदर परिसरातील अनेक गोद्यांमध्ये कापसाच्या गासड्या साठवल्या जाऊ लागल्या. इथून जहाजाने या गासड्या इंग्लंडकडे रवाना होऊ लागल्या. यामुळे बोरीबंदर स्थानकामध्ये जागेची चणचण भासू लागली. हवा आणि पाऊस यांच्यापासून कापसाचं संरक्षण करण्यासाठी मोठमोठ्या शेड्स बांधाव्या लागणार होत्या. अखेर माझगावजवळच्या दलदलीच्या भागामध्ये भराव टाकून वाडी बंदर इथे मालगाड्यांसाठीचं नवीन टर्मिनस उभं राहिलं. या शेड्स आणि ही मालगाड्यांसाठीची टर्मिनस म्हणजे मुंबई टर्मिनसमध्ये झालेली पहिली मोठी सुधारणा होती.

या सगळ्या बदलामुळे तोपर्यंत छोटं वाटणारं बोरीबंदर स्थानक १८६४ मध्ये पुन्हा एकदा ऐसपैस वाटू लागलं. 'बोरीबंदर स्थानकाची इमारत भव्य आहे. इथे अद्ययावत स्वागत दालन आहे. तसेच एखाद्या मोठ्या ऑफिसचं काम चालेल, अशा सगळ्या सोयी या इमारतीमध्ये आहेत,' असं प्रशस्तिपत्र ब्रिटिश नकाशेकार जॉर्ज ब्रॅडशॉ यांनी दिलं आहे.९

~

८. 'The GIP Railway : Description of the Line and Works by J. J. Berkley'. Professional Papers on Indian Engineering, खंड ३, संपादन – मेजर जे. जी. मेडले. (India : Thomason College Press, 1866)

९. जॉर्ज ब्रॅडशॉ, Handbook to the Bombay Presidency and North West Provinces of India (UK : W. J. Adams, 1864)

बोरीबंदर स्थानकासाठी धोबी घाटाची जागा घेण्यात आली होती. त्याचप्रमाणे या परिसरामध्ये असलेले अनेक खाटीकखानेही हलवण्यात आले. या खाटीकखान्यांमधून येणारी दुर्गंधी प्रवाशांना सहन होत नसे. हे स्थानक उभे राहिल्यानंतर जवळपास दहा वर्षांनी मुंबई महापालिकेचे पहिले आयुक्त बनलेल्या आर्थर क्रॉफर्ड यांनी हे सगळे खाटीकखाने पुढे वांद्र्याला नेऊन वसवले. ते वर्षं होतं १८६६. इथे ते खाटीकखाने काही काळ होते.

वांद्र्याच्या खाटीकखान्यांमध्ये तीन इमारती उभ्या राहिल्या. एका इमारतीत गोमांस मिळायचं आणि इतर दोन इमारतींमध्ये मटण! या तीनही इमारतींची स्थापत्यरचना मुंबई महापालिकेचे त्या वेळचे प्रसिद्ध अभियंते रसेल ॲटकिन यांनी केली होती. याच ॲटकिन यांनी मुंबईतील काही गोदींची बांधकामंही केली होती. ॲटकिन यांनी तयार केलेल्या स्थापत्यरचनेनुसार मे. वेल्स ॲण्ड ग्लोव्हर यांनी रेल्वेच्या सायडिंगसह या इमारती बांधल्या होत्या.[१०] वांद्र्यातल्या याच खाटीकखान्यापासून GIPR कंपनीची 'मीट ट्रेन' चालायची. त्यासाठी मुंबईत खास सायडिंग बांधण्यात आलं होतं.

आज हा खाटीकखाना नामशेष झाला आहे.

~

१८७०च्या दशकापर्यंत बोरीबंदर स्थानकात अनेक सुधारणा करण्यात आल्या. हे स्थानक दर काही वर्षांनी अद्ययावत केलं जात होतं. याच दरम्यान मोदी बे रेक्लमेशन योजना राबवण्यात आली आणि फोर्टपासून ते माझगावपर्यंतच्या जमिनीवर भराव टाकण्यात आला. यामुळे मुंबईच्या पूर्व किनारपट्टीचा चेहरामोहराच बदलून गेला. या बदलाची झळ बोरीबंदर स्थानकापर्यंतही पोहोचलीच. याच काळात टुमदार अशा बोरीबंदर स्थानकाचं रूप पार बदलून गेलं. या जुन्या स्थानकाच्या दक्षिणेकडे व्हिक्टोरिया टर्मिनसची दिमाखदार इमारत उभी राहत होती.

आज विजेवर चालणाऱ्या इंजिनाच्या देखभाल-दुरुस्तीसाठी जिथं शेड आहे, तिथंच थोडंसं पुढे ए-५४ आणि ए-४८ या सिग्नलजवळ या जुन्या मूळ बोरीबंदर स्थानकाची जागा होती. आजही व्हिक्टोरिया टर्मिनसच्या दिशेने जाणाऱ्या सगळ्या गाड्या या जागी थांबतात. व्हिक्टोरिया टर्मिनसपर्यंत 'लाइन क्लिअर' मिळावी म्हणून हा सिग्नल असतो; पण कदाचित याच माध्यमातून जुन्या बोरीबंदर स्थानकाची

---

१०. राहुल मेहरोत्रा आणि शारदा द्विवेदी, A City Icon : Victoria Terminus 1887 (Now Chhatrapati Shivaji Terminus Mumbai, 1996) (India : Eminence Designs, 2006). पृ. १५३

आठवणही कायम ठेवली जात असावी.

~

आज यापैकी काय शिल्लक आहे? मुंबईतल्या कापूस व्यवसायाला आलेल्या उभारीचं प्रतीक म्हणून प्लॅटफॉर्म क्रमांक १८ च्या बाजूला काही जुनी गोदामं आहेत. या दगडी इमारतींचं छत उंचच उंच आहे. या इमारती १९ व्या शतकाच्या उत्तरार्धातील स्थापत्यशैली दाखवीत उभ्या आहेत. सहा चौकटींमध्ये बसवलेले प्रचंड दरवाजे, त्यांच्याभोवतीच्या मोठ्या लोखंडी पट्ट्या, सागवानी लाकूड, नदीतल्या गोट्यांपासून बांधलेला चौथरा, खिडक्या आणि झरोके अशी स्थापत्यशैली या इमारतींमध्ये आढळते. जुन्या बोरीबंदर स्थानकाच्या जागी असे दोन प्लॅटफॉर्म आहेत. हे दोन्ही प्लॅटफॉर्म आज वापरामध्ये नाहीत. एका सडलेल्या लाकडी फलकावर लिहिलं आहे, 'लुधियाना फास्ट ऑर ऑर्डिनरी सर्व्हिस'! रेल्वेतून होणाऱ्या मालवाहतुकीचा हा पुरावा आहे.

बोरीबंदर स्थानक आणि रेल्वे यांचा विकास होत गेला तसे फक्त रस्तेच बंद करण्यात आले असं नाही. काही स्थानिक रहिवासी, त्यांचे उद्योगधंदे यांनाही त्याचा फटका बसला. खाटीकखाने, मटण आणि माशांचा बाजार, धोब्यांची वस्ती अशा अनेक गोष्टी होत्याच्या नव्हत्या झाल्या. रेल्वे येण्याच्या जवळपास शतकभर आधीही १७६६ मध्ये या बोरीबंदर स्थानकाच्या परिसरात मुंबादेवीचं मंदिर होतं. मुंबईच्या किल्ल्याची तटबंदी मजबूत करण्यासाठी हे मंदिर पुढे स्थानिक लोकांच्या वस्तीत हलवण्यात आलं.[११]

पण या काळाच्या हल्ल्यामध्येही दोन मुस्लीम वास्तू मात्र अस्तित्व टिकवून आहेत. महसुलाच्या सर्वेक्षणासाठी १८२७ मध्ये तयार केलेल्या नकाशात फोर्ट जॉर्जच्या बाजूला दोन मुस्लीम दर्गे असल्याची नोंद आहे. ही गोष्ट रेल्वेच्या आगमनाच्या २५ वर्षांपूर्वीची आहे. यांपैकी एक दर्गा किल्ल्याच्या भिंतींना अगदी खेटूनच उभा होता. दुसरा दर्गा किल्ल्याच्या उत्तरेकडील टोकाला होता. आजचे नकाशे घेऊन त्यावर या दोन्ही दर्ग्यांचा शोध घेतला, तर ते अजूनही तिथेच असलेले दिसतील. यांपैकी बाबा बिसमिल्लाह दर्गा आजही व्हिक्टोरिया टर्मिनसच्या आवारातच आहे. तर दुसरा दर्गा व्हिक्टोरिया टर्मिनसच्या आवाराबाहेर आहे. या दर्ग्याला लोक पेद्रू शाह बाबा दर्गा या नावाने ओळखतात. हे दोन्ही दर्गे रेल्वेच्या जन्माच्या आधीपासूनच तिथं होते; त्यामुळे या नव्या टर्मिनसची आखणी करताना

---

११. के. के. चौधरी, Greater Bombay District Gazetteer, खंड १, १९८६

या दोन्ही दर्ग्यांची जागा सोडण्यात आली होती.

बाबा बिसमिल्लाह दर्गा हा खूपच जुना आहे. अनेकांना तर या जागेचं महत्त्वच कळत नाही. हा दर्गा UNESCO च्या यादीमध्ये नोंदवलेल्या अनेक इमारतींपेक्षाही जुना आहे. रेल्वेचा जन्म होण्याच्या आधीच तो इथे उभा होता. या दर्ग्याला नियमितपणे भेट देणाऱ्यांची संख्याही मोठी आहे. दर्ग्याबाहेर तर अनेक लोकांची वर्दळ सुरू असते. काहीजण नुसतेच कुंपणाला टेकून उभे असतात, काही सिगारेट-बिडी ओढत असतात, काही मोबाइलवर बोलत असतात. त्यांच्या अवतीभोवती रेल्वेची पार्सलं, पाण्याचे मोठाले बुधले असं सामान पडलेलं असतं. इथली हवादेखील कुंद असते आणि त्यामध्ये वाफाळत्या चहाचा स्वाद मिसळलेला असतो.

१८७७ मध्ये जमीन हस्तांतरणाच्या कायद्यानुसार सरकारने बोरीबंदर स्थानकाचा विस्तार करण्यासाठी ही जागा ताब्यात घेतली. त्या वेळी स्थानिक मुस्लिमांनी हा दर्गा हटवू नये, असे विनंतीअर्ज सरकारला सादर केले. सरकारनेही या विनंतीचा मान ठेवत दर्ग्याला हात लावला नाही. सरकारने हा दर्गा स्थानकाच्या परिसरामध्ये समाविष्ट करून घेतला.[१२] आजही हा दर्गा आसपास घडणारे बदल मूकपणे बघत उभा आहे.

आज या दर्ग्यात ब्रिटिश अभियांत्रिकीचे अनेक अवशेष खच्चून भरले आहेत. एक जुना लोखंडी पादचारी पूलही या दर्ग्याचाच भाग झाला आहे. या पुलाच्या अस्तित्वावरून असं लक्षात येतं की, या दर्ग्याच्या अवतीभोवती एकेकाळी अनेक रेल्वेलाइन्स असणार आणि इथे येण्यासाठी या पुलाची मदत घ्यावी लागत असणार. 'काही रेल्वे लाइन्स थेट GPO पर्यंत जाऊन पार्सल आणायच्या. आता या रेल्वेलाइन्स रस्त्याखाली सात ते आठ फूट गाडल्या गेल्या आहेत,' दर्ग्यामध्ये राहणारे इमाम अब्दुल करीम सांगतात.

दुसरा दर्गा म्हणजे पेद्रू शाह बाबा दर्गा. १७९०पासून हा दर्गा इथे आहे. पेद्रू किंवा पेड्रो या ख्रिश्चन माणसाने नंतर इस्लाम धर्माचा स्वीकार केला होता. त्याच्या नावाने हा दर्गा आहे. या झोपडीसारख्या दर्ग्याचं अस्तित्वही टिकून राहिलं, असं एस. एम. एडवर्ड्स सांगतात.[१३]

---

१२. राहुल मेहरोत्रा आणि शारदा द्विवेदी, A City Icon : Victoria Terminus 1887 (Now Chhatrapati Shivaji Terminus Mumbai, 1996) (India : Eminence Designs, २००६). पृ. १०३

१३. एस. एम. एडवर्ड्स, The Rise of Bombay : A Retrospect (Bombay : The Times of India Press, 1920) पृ. ६२

सालसेत-ट्रॉम्बे रेल्वे

द सालसेत-ट्रॉम्बे रेल्वे ही सेंट्रल सालसेत ट्रामवे या नावानेही ओळखली जाते. ही ट्राम ट्रॉम्बे जवळच्या वाधवलीपासून कुर्ल्याला यायची. GIPR आणि BB&CI या दोन रेल्वेमार्गांच्या मध्ये असलेल्या सहार परिसरातून ही ट्राम अंधेरीपर्यंत जायची. GIPR कडून चालवली जाणारी ही ट्राम जानेवारी १९२८ मध्ये सुरू करण्यात आली. १९२१ मध्ये इंग्लंडमधील डब्ल्यू. जी. बॅगनाल यांनी बनवलेल्या वाफेवर चालणाऱ्या आठ इंजिनांच्या मदतीने ही ट्राम धावायची. मुंबईचा पश्चिम आणि पूर्व भाग जोडण्याच्या बॉम्बे इम्प्रूव्हमेंट ट्रस्टच्या धोरणाचा एक भाग म्हणून ही ट्राम अंधेरी ते ट्रॉम्बे या दरम्यान धावायची.

शहरातल्या काही जुन्या रहिवाशांच्या मनात अद्यापही या ट्रामच्या आठवणी आहेत. ते सांगतात की, १३ किलोमीटरच्या या ट्रामच्या मार्गावर सहलीसाठी निघालेले अनेक लोक असायचे. ते ट्रॉम्बेपर्यंत जाऊन ताडी किंवा माडी विकत घेऊन यायचे. १९३४ मध्ये सांताक्रूझ एअरपोर्टला जागा करून देण्यासाठी ही ट्राम बंद करण्यात आली. या मार्गावर धावणारी बहुतांश इंजिन्स इंग्लंडला परत पाठवण्यात आली.

औद्योगिक रेल्वेमार्ग – आर्थिक राजधानीची पायाभरणी

पूर्वी वेगवेगळ्या गेजच्या वेगवेगळ्या औद्योगिक रेल्वेलाइन अस्तित्वात होत्या. या रेल्वेलाइनवर त्या त्या औद्योगिक कंपन्यांच्या मालकीची इंजिन्स धावायची. तसेच या रेल्वेलाइन मुंबईभर पसरलेल्या होत्या. अगदी सुरुवातच करायची झाली, तर बॉम्बे बॅकबे रेक्लमेशन योजनेची स्वतःची रेल्वेलाइन होती. ही रेल्वेलाइन समुद्रात भराव टाकण्यासाठी लागणारी साधनसामग्री वाहून आणायची. त्याशिवाय बॉम्बे इम्प्रूव्हमेंट ट्रस्ट, बॉम्बे रेक्लमेशन कंपनी (४ इंजिन्स), एल्फिन्स्टन लॅन्ड कंपनी (२ इंजिन्स), माहुलजवळची एस्सो कंपनी, ट्रॉम्बेची फर्टिलायझर कॉर्पोरेशन ऑफ इंडिया लिमिटेड आणि 'आणिक क्वारी' ही काही उदाहरणं देता येतील.१४

---

१४. २५ जानेवारी २०१३ रोजी हाताळलेल्या Indian Railways Fan Club Association च्या in <http://www.irfca.org/docs/locolists/industrial/ display.php?file=Maharashtra.text&title=Maharashtra>, या वेबसाइटवरील उपलब्ध माहितीनुसार

शहराची तहान भागवणाऱ्या जल-गाड्या

मुंबईत पाण्याचं प्रचंड दुर्भिक्ष्य असेल, त्या वेळी मुंबईपर्यंत पाणी वाहून आणण्याची जबाबदारी GIPRकंपनीकडे होती. पाण्याच्या समस्येशी लढा देण्यासाठी आणि असलेले पाण्याचे स्रोत सुरक्षित ठेवण्यासाठी पाणीपुरवठा समितीची स्थापना करण्यात आली. या समितीमध्ये वेगवेगळ्या संस्थांचे प्रतिनिधी होते. GIPRचे अधीक्षक अभियंताही या समितीचे सदस्य होते. १८५५ मध्ये या समितीने GIPRच्या संयुक्त विद्यमाने एका योजनेचा प्रस्ताव मांडला. इतर कोणत्याही मार्गापेक्षा स्वस्त आणि अगदी सुलभ मार्ग म्हणजे GIPR आपल्या गाड्यांमधून पाणी शहरापर्यंत आणेल, असा हा प्रस्ताव होता. माहिम स्थानकात एक मोठी लाकडी टाकी बांधून तिथं पाणी साठवलं जाणार होतं. माहिम परिसरामध्ये पाण्याच्या अनेक टाक्या असल्याने पर्शियन व्हीलच्या मदतीने माहिममधून शहरभरात पाणीपुरवठा केला जाईल, अशी ती योजना होती. पाण्याच्या टाक्यांमध्ये साठवलेलं पाणी या लाकडी टाकीत सोडलं जाईल. या लाकडी टाकीमध्ये फक्त एकाच गाडीत मावेल, एवढं पाणी एका वेळी सोडलं जाईल; त्यामुळे गाडी माहिम स्थानकात आली की, त्यामध्ये पाणी भरायला फार वेळ लागणार नाही आणि पाण्याचा अपव्ययही टळेल, असा विचारही यामागे होता.

२ ते ९ जून १८५४ या काळात माहिमवरून सुटणाऱ्या या जल-गाड्या शहरामध्ये वाहतूक करत होत्या. या सात दिवसांच्या काळात पाणी भरून आणणाऱ्या २३ गाड्या सोडण्यात आल्या. यांपैकी २१ गाड्या मुंबई-माहिम-मुंबई अशा सोडण्यात आल्या, तर एक गाडी मुंबई-घाटकोपर-मुंबई आणि एक गाडी मुंबई-भांडुप-मुंबई या मार्गावर धावली. प्रत्येक गाडीतून सरासरी १० हजार गॅलन एवढं पाणी पोहोचवण्यात आलं आणि परतीचा प्रवास धरून प्रत्येक गाडीसाठी सुमारे ८० ते १०० रुपये एवढा खर्च आला. या २३ गाड्यांचं एकूण भाडं १८८० रुपये एवढं होतं. म्हणजेच एका आण्यात सरासरी आठ गॅलन एवढं पाणी लोकांपर्यंत पोहोचवण्यात आलं. १८५४ मधल्या अधिकृत नोंदीनुसार पाणी वाहून आणण्यासाठी रेल्वेला सरकारने १०,७०० रुपये एवढी रक्कम दिली होती. म्हणजे एका आण्यात १८ गॅलन पाणी पोहोचवण्यात आलं.[१५]

---

१५. वर्षा एस. शिरगांवकर, Exploring the Water Heritage of Mumbai (New Delhi : Aryan Books, 2011). पृ. ४४-४७

भोर घाटातलं रिव्हर्सिंग स्थानक

मुंबई ते पुणे यांच्या दरम्यान असलेल्या भोर घाटामध्ये खंडाळ्याजवळ हे रिव्हर्सिंग स्थानक उभं होतं. मुंबई-पुणे द्रुतगती महामार्ग बांधण्यासाठी हे स्थानक २००२मध्ये पाडण्यात आलं. त्या वेळी अनेकांनी हे स्थानक पाडण्यास विरोधही केला होता.

या पर्वतरांगांमधले तीव्र उतार टाळण्यासाठी या स्थानकात रिव्हर्सिंगची सोय करण्यात आली होती. या स्थानकाच्या टोकावर वाफेच्या इंजिनाची दिशा बदलू शकणारं एक टर्नटेबल होतं. प्रत्येक गाडीला दोन इंजिनं बसवली जायची. एक समोर आणि एक मागे. मागच्या इंजिनाला बँकर म्हणायचे. रिव्हर्सिंग स्थानक उलट्या 'V' आकाराचं होतं. या स्थानकात गाडी आल्यावर इंजिन गाडीपासून वेगळं केलं जायचं. टर्नटेबलवरून त्या इंजिनाची दिशा फिरवली जायची आणि ती इंजिनं पुन्हा जोडली जायची.

विद्युतीकरण झाल्यानंतर रिव्हर्सिंग स्थानक बंद करण्यात आलं. या स्थानकाच्या खाली नवीन रूळ टाकण्यात आले. आजही या स्थानकाच्या कमानी ऐतिहासिक वारसा म्हणून जपून ठेवलेल्या आहेत.

मुंबईची ट्राम

१८५३ पासून मुंबईमध्ये रेल्वे तर सुरू झाली; पण रस्ते वाहतुकीची सुविधा अत्यंत खराब होती. दोन चाकी बैलगाड्यांबरोबर, चारचाकी घोड्यांच्या बग्गी, मुंबादेवी आणि एल्फिन्स्टन सर्कल आणि गिरगाव ते कॅथेड्रल यांच्या दरम्यान धावणारी घोड्यांनी खेचली जाणारी दुमजली बस, बग्गी आणि पालख्या हीच काय ती वाहतुकीची साधनं होती.

रेल्वे आगमनाच्या तब्बल एक तपानंतर म्हणजेच जानेवारी १८६५ मध्ये मे. स्टर्न्स, होबार्ट आणि कंपनी या अमेरिकन कंपनीने सरकारकडे मुंबईत ट्राम चालवण्यासाठी सवलती देण्याची मागणी करणारा अर्ज सादर केला. त्यांनी त्यांच्या या नव्या कंपनीला 'द बॉम्बे हॉर्स रेल्वे कंपनी लिमिटेड' असं नावही दिलं होतं. त्यांना २८ फेब्रुवारी १८६५ मध्ये कराराची प्रतही मिळाली; पण नेमकं इथेच नशीब आडवं आलं. अमेरिकेतलं नागरी युद्ध संपलं आणि मुंबईतला आर्थिक बाजार कोसळला; त्यामुळे ही योजना प्रत्यक्षात आलीच नाही.

पाच वर्षांनंतर म्हणजे १८७० मध्ये याच मे. स्टर्न्स, होबार्ट आणि कंपनीने पुन्हा या कराराची आठवण करून देत, आपण अजूनही हा करार प्रत्यक्षात आणायला तयार असल्याचं सरकारला कळवलं; पण तोपर्यंत मे. लॉरेन्स ॲण्ड कंपनी यांनीही अशाच प्रकारच्या सेवेसाठी सरकारकडे अर्ज केला होता. हा गुंता सोडवण्यासाठी १८७१ मध्ये निवडक न्यायाधीशांची एक समिती स्थापन करण्यात आली. मुंबईसाठी रस्त्यावर धावणारी ट्राम गरजेची आहे का, याचा अभ्यास ही समिती करणार होती. या समितीने थोड्याच काळामध्ये आपला अहवाल अगदी तपशीलवार अटी-शर्तींसह सादर केला. मे. स्टर्न्स, होबार्ट आणि कंपनी यांनी या

TRAMWAYS SYSTEM

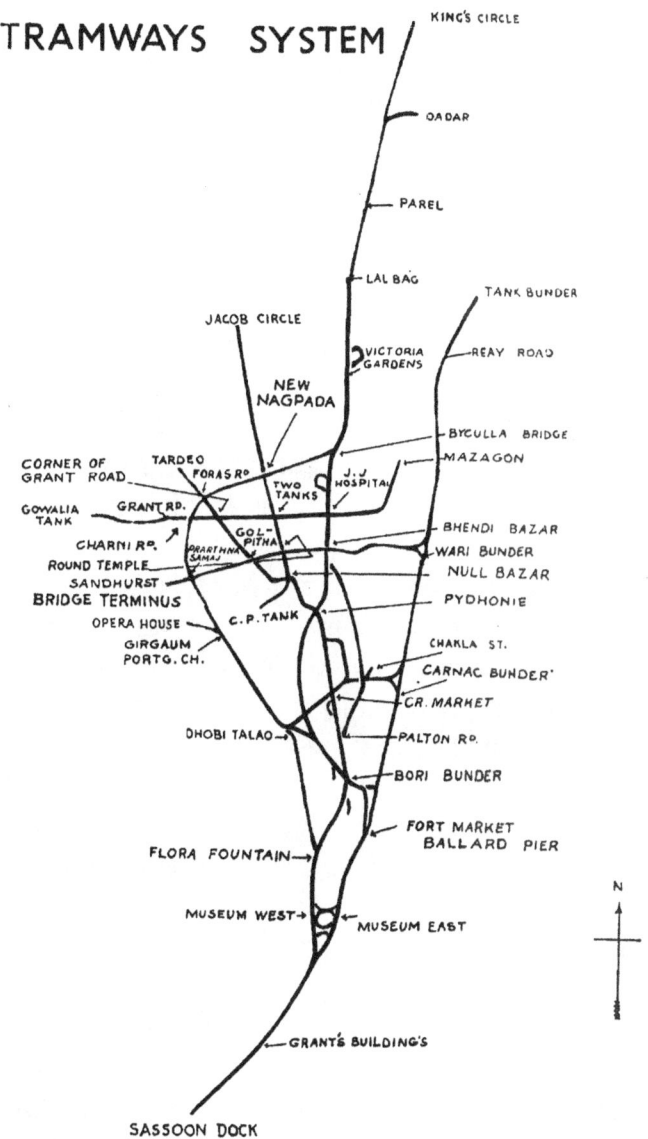

KING'S CIRCLE

DADAR

PAREL

LAL BAG

TANK BUNDER

JACOB CIRCLE

VICTORIA GARDENS

REAY ROAD

NEW NAGPADA

BYCULLA BRIDGE

MAZAGON

CORNER OF GRANT ROAD

TARDEO

FORAS RD

TWO TANKS

J. J HOSPITAL

GOWALIA TANK

GRANT RD.

BHENDI BAZAR

CHARNI RD.

GOL PITHA

WARI BUNDER

ROUND TEMPLE

PRARTHNA SAMAJ

NULL BAZAR

SANDHURST BRIDGE TERMINUS

PYDHONIE

OPERA HOUSE

C. P. TANK

GIRGAUM PORTG. CH.

CHAKLA ST.

CARNAC BUNDER

CR. MARKET

DHOBI TALAO

PALTON RD.

BORI BUNDER

FORT MARKET BALLARD PIER

FLORA FOUNTAIN

MUSEUM WEST

MUSEUM EAST

N

GRANT'S BUILDING'S

SASSOON DOCK

NOTE :-
TRAMWAY SYSTEM OPERATED FROM 9TH MAY 1874 TO 1ST AUGUST 1905 SHOWN ——
-Do- -Do- -Do- -Do-2ND AUGUST 1905 TO 31ST DECEMBER 1935 SHOWN ▬▬

पेस्तनजी डी. महालक्ष्मीवाला यांच्या History of the Bombay Electric
Supply & Tramways Company Ltd.मधून (Bombay :१९३६)
आभार – बेस्ट संग्रह, मुंबई

कहाणी पहिल्या आगीनगाडीची । २२३

सगळ्या अटी-शर्ती स्वीकारण्याची तयारी दाखवली.

या घडामोडी होईपर्यंत मुंबईत हे असं काही होऊ घातलं आहे, याची माहिती पसरली आणि अनेक कंपन्यांनी ट्राम चालवण्याचा परवाना मिळवण्यासाठी अर्ज सादर केले. या सगळ्या अर्जांची अगदी कसोशीनं छाननी करण्यात आली. या सगळ्या प्रक्रियेनंतर मे. स्टर्न्स, होबार्ट ॲण्ड कंपनी यांच्यासह मि. जॉर्ज अल्वाह किट्टरेज यांना कंत्राट देण्यात आलं.

अखेर १ मार्च १८७३ रोजी विल्यम फ्रेंच स्टर्न्स आणि जॉर्ज अल्वाह किट्टरेज यांच्यासह मुंबईच्या रस्त्यांवर ट्रामसाठी रस्ता बांधण्याचा, ट्राम चालवण्याचा आणि त्यांची देखभाल-दुरुस्ती करण्याचा करार करण्यात आला. या दोघांनींही दोन मार्गी रुळांसाठी प्रत्येक मैलासाठी दरवर्षी तीन हजार रुपये आणि एका मार्गाच्या रुळांसाठी प्रत्येक मैलासाठी दरवर्षी दोन हजार रुपये सरकारला द्यायचे होते. स्टर्न्स आणि किट्टरेज यांनी एकत्र येत, न्यू यॉर्कमध्ये द बॉम्बे ट्रामवे कंपनी लिमिटेड या नावाने एक कंपनी सुरू केली. मार्च १८७३ मध्ये या कंपनीची नोंदणी मुंबईमध्येही करण्यात आली.[१]

या ट्रामचा मार्ग तयार करण्याचं कंत्राट मे. ग्लोव्हर ॲण्ड कंपनी यांना देण्यात आलं. त्यांनी सागवानी लाकडातून बनवलेले स्लीपर्स सात फूट लांब आणि सहा इंच रुंद होते. प्रत्येक स्लीपर चार-चार फूट अंतरावर ठेवण्यात आला होता. या स्लीपर्सवर बेल्जियमवरून आलेले पोलादी रूळ ठेवण्यात आले.

कुलाबा ते पायधुनी या दरम्यानची ट्राम ९ मे १८७४ रोजी लोकांसाठी सुरू झाली. पहिल्या दिवसाच्या अखेरपर्यंत या ट्राममधून ४५१ लोकांनी प्रवास केला होता आणि बॉम्बे ट्रामवे कंपनीला ८० रुपयांचं उत्पन्न मिळालं होतं. पहिल्या आठवड्यात ३१३५ प्रवाशांनी ट्रामने प्रवास केला होता आणि आठवडाभरात या ट्रामच्या २९४ फेऱ्या झाल्या. कुलाबा ते पायधुनी या अंतरासाठी ट्रामचं तिकीट तीन आणे एवढं होतं. तसेच व्हिक्टोरिया टर्मिनस ते पायधुनी एवढं अंतर अर्ध्या आण्यात कापलं जायचं. १८९९ पासून ट्रामचं भाडं कमी करून थेट एक आणा केलं गेलं. एका आण्यात ट्रामने कितीही अंतर कापता यायचं.[२]

---

१. २ सप्टेंबर २०१४ रोजी पाहिलेल्या BEST उपक्रमाच्या in <http://www.bestundertaking.com/history.asp> या वेबसाइटवरील माहितीनुसार

२. 'History of Modern Maharashtra', ९ सप्टेंबर २०१४ रोजी पाहिलेल्या मुंबई विद्यापीठाच्या in <http://www.mu.ac.in/myweb_test/FYBA%20-%-20 History%20 of%20%20 Modern %20 Maharashtra. pdf> या वेबसाइटवरील माहितीनुसार

ट्रामचे डबे तीन प्रकारचे असायचे : दोन घोड्यांनी खेचला जाणारा बंद डबा, दोन घोड्यांनी खेचला जाणारा उघडा डबा आणि एका घोड्याने खेचला जाणारा उघडा डबा यापैकी एका प्रकारचे असायचे. दोन घोड्यांच्या आणि एका घोड्याच्या २३ उघड्या ट्राम सुरुवातीला अमेरिकेतून आयात केल्या गेल्या. बंद डब्याच्या दोन घोड्यांच्या ट्राममध्ये २३ प्रवाशांना बसायला आणि १२ प्रवाशांना उभं राहायला जागा होती. हळूहळू सगळे डबे मुंबईतच बनायला सुरुवात झाली; फक्त चाकं आणि डब्यांची चौकट अमेरिकेतून मागवली जायची.

बॉम्बे ट्रामवे कंपनीने आपली सेवा सुरू केली, तेव्हा त्यांच्या ताफ्यात २०० घोडे होते. दोन घोड्यांच्या ट्रामसाठी अरबी घोडे वापरले जायचे. यातला प्रत्येक घोडा ४०० रुपयांना विकत घेतलेला होता. तर वॅलर्स प्रजातीचे घोडे एका घोड्याच्या ट्रामला जोडले जायचे. या प्रत्येक घोड्याची किंमत ६०० रुपये होती. ट्राम बंद होईपर्यंत घोड्यांची संख्या १३६० एवढी झाली होती.[३]

या घोड्यांच्या खरेदीकडे आणि त्यांचा सांभाळ करण्याकडे अगदी बारकाईने लक्ष दिलं जायचं. एका घोड्याच्या ट्रामसाठी घोडा निवडताना त्या घोड्याचं वजन ९०० पौंडांपेक्षा कमी नसेल, त्याचा घेर ६८ इंचांपेक्षा कमी नसेल आणि त्याचं वय पाच ते सात वर्षांच्या मध्येच असेल, असे अनेक निकष लावले जायचे. तसेच हा घोडा काळा नसेल, याकडेही कटाक्षाने पाहिलं जायचं. दोन घोड्यांच्या ट्राममध्ये मात्र गाडीचं वजन ओढण्यासाठी दोन/दोन घोडे असल्यामुळे या सगळ्या निकषांचं महत्त्व नव्हतं.

बॉम्बे ट्रामवे कंपनीने या घोड्यांच्या देखभालीसाठी पागा तयार केलेल्या होत्या. या तबेला विभागाचं कामच घोड्यांकडे पूर्ण लक्ष देणं होतं. परळ आणि ताडदेव इथे असलेल्या या घोड्यांच्या तबेल्यामध्ये कायमस्वरूपी एक पशुवैद्य सज्ज असायचा. प्रत्येक चार घोड्यांसाठी एक घोडेवाला असायचा. त्या चारही घोड्यांची जबाबदारी त्या घोडेवाल्यावर असायची. दिवसातून तीन वेळा त्यांना स्वच्छ करायचं आणि त्यांचा तबेला स्वच्छ ठेवायचा अशी कामं या घोडेवाल्याला करायला लागायची. या घोड्यांचं खोगीर आणि त्यांच्या डोळ्याला लावायचं झापड दोन्ही व्यवस्थित आहे ना, याची खबरदारी त्याला घ्यावी लागायची. कंपनीने ठरवून दिल्याप्रमाणे घोड्यांना आहार दिला जात आहे ना, याकडेही हा घोडेवाला लक्ष द्यायचा. या घोड्यांना दिवसातून चार वेळा हरभरे, मका आणि ज्वारी; दिवसातून सहा वेळा पेंढा; साधारण पन्नास ग्रॅम मीठ आणि उन्हाळ्याच्या दिवसांमध्ये दीड-दोन किलो गाजरं खायला दिली जायची.

---

३. BEST वस्तुसंग्रहालयातील अधिकृत दस्तावेजांमधून

१९ जुलै १८९९ रोजी बॉम्बे ट्रामवे कंपनीने शहरातली ट्राम व्यवस्था घोड्यांऐवजी विद्युतयंत्रणेवर चालवण्यासाठी सरकारकडे अर्ज केला; पण हा प्रस्ताव प्रत्यक्षात येण्याआधीच ही कंपनी कोलमडली. या कंपनीची जागा बॉम्बे इलेक्ट्रिक सप्लाय ॲण्ड ट्रामवेज लिमिटेड (BEST) या नव्या कंपनीने घेतली.

मुंबईतील पहिल्यावहिल्या विद्युत ट्रामची मागणी लंडनच्या ब्रुश कंपनीकडे नोंदवण्यात आली होती. ही ट्राम जानेवारी १९०६ मध्ये मुंबईत आली. मुंबईकरांसाठी ही नव्या वर्षाची भेटच होती जणू! शहरातल्या लोकांनी अत्यंत आनंदाने या नव्या ट्रामचं स्वागत केलं. ही ट्राम आल्यानंतर तब्बल वर्षभराने ७ मे १९०७ रोजी संध्याकाळी बरोबर साडेपाच वाजता मुंबईतील पहिली विजेवर चालणारी ट्राम महापालिकेच्या मुख्यालयासमोरून निघाली. ती जेमतेम क्रॉफर्ड मार्केटपर्यंत जाऊन परत आली. या विशेष दिवसासाठी ही ट्राम सजवली होती. पहिली धाव यशस्वी झाल्यानंतर विजेवर चालणाऱ्या चार ट्राम रात्री ११ पर्यंत शहरातल्या विविध मार्गांवर सेवा देत होत्या.

मुंबईच्या दैनंदिन आयुष्यात विजेवर धावणारी ट्राम ही नवलाई होती. या ट्राममुळे थोडीशी खळबळ उडाली. लोकांनी ट्रामच्या थांब्याभोवती गर्दी केली; ट्राममध्ये चढण्यासाठी धक्काबुक्कीही चालू होती आणि विशेष म्हणजे या नव्या ट्रामचा वेग, आरामदायक आसनं आणि कमी भाडं याचंच लोकांना कौतुक होतं.

ही ट्राम सुरू झाली, त्याच्या पहिल्याच दिवशी मालवणकर नावाचा एक प्रवासी धावत्या ट्राममधून खाली पडला आणि त्याचा एक पाय त्याने गमावला. हा अपघात होऊनही लोकांना ट्रामबद्दल प्रचंड कुतूहल होतं आणि त्यांनी या ट्रामचं जंगी स्वागत केलं, हे विशेष! लिव्हरपूल-मँचेस्टर रेल्वे या पहिल्या शहरी प्रवासी रेल्वेच्या पहिल्या फेरीदरम्यान ब्रिटिश राजकारणी विल्यम हस्किस्सन यांचा मृत्यू झाला होता. मालवणकर यांचा अपघात आणि ही घटना फार काही वेगळ्या नव्हत्या. मालवणकर यांच्या अपघाताबाबत खूप चर्चा झाली आणि खूप लिहिलं गेलं. भविष्यात असे अपघात कसे टाळता येतील, याबाबतचे अनेक सल्ले BEST कंपनी लिमिटेडच्या कार्यालयात पाठवण्यात आले आणि त्यांपैकी काही सल्ले प्रत्यक्षातही आणले गेले. ट्रामला दरवाजे बसवण्याचा सल्ला हादेखील त्यापैकीच एक!

जसजशी ट्रामने प्रवास करणाऱ्या प्रवाशांची संख्या वाढली, तशी BEST कंपनीने विजेवर चालणाऱ्या दुमजली ट्रामही सप्टेंबर १९२० मध्ये मुंबईच्या रस्त्यांवर उतरवल्या. या ट्रामबरोबरच बसगाड्याही सुरू करण्याची चर्चा सुरू होती. या योजनेला १९२६ मध्ये धुगधुगी आली आणि प्रायोगिक तत्त्वावर तीन मार्गांवर बसच्या फेऱ्या सुरूही झाल्या. अफगाण चर्च ते क्रॉफर्ड मार्केट, दादर ट्राम टर्मिनस

मिल कामगारांना सहलीला नेण्यासाठी बॉम्बे सेंट्रल स्टेशनच्या समोर उभ्या 'बेस्ट'च्या बसगाड्या. छायाचित्र सौजन्य – पश्चिम रेल्वे संग्रह.

ते किंग्ज सर्कल आणि ऑपेरा हाउस ते लालबाग हे ते तीन मार्ग होते. १५ जुलै १९२६ पासून २४ बसगाड्या मुंबईकरांच्या सेवेत धावू लागल्या.

१९५२ मध्ये ट्राम वाहतुकीबाबत एक सर्वेक्षण घेण्यात आलं. या सर्वेक्षणाच्या अहवालानुसार बेस्ट उपक्रमाने[४] ज्या मार्गांवर कमी प्रवासी वाहतूक आहे, त्या मार्गांवरच्या ट्राम बंद करण्याचा निर्णय घेतला; पण त्यामुळे बेस्टचं काही कमी नुकसान झालं नाही. वाहतुकीसाठी ट्राम कालबाह्य झाल्या होत्या. १९५३ मध्ये

---

४. ७ ऑगस्ट १९४७ रोजी मुंबई महापालिकेने BEST कंपनी लिमिटेडचा ताबा घेतला आणि Bombay Electric Supply & Transport हा उपक्रम सुरू केला. त्यानंतर १९९५मध्ये याचंही नाव बदलून बृहन्मुंबई इलेक्ट्रिक सप्लाय ॲण्ड ट्रान्सपोर्ट, उपक्रम (BEST उपक्रम) असं ठेवण्यात आलं. आजही ७ ऑगस्ट हा दिवस दरवर्षी 'बेस्ट दिन' म्हणून साजरा केला जातो.

फायद्यात नसलेले ट्रामचे मार्ग बंद करण्यात आले. बंद होणाऱ्या ट्रामपैकी पहिली ट्राम १२ नंबरची होती. ही ट्राम नळ बाजार ते जेकब सर्कल या मार्गावर धावत असायची. मग या मार्गावर बस धावायला लागली; पण हळूहळू बंद होणाऱ्या ट्रामची संख्या वाढू लागली. अखेर बोरीबंदर ते दादर या एकाच मार्गावरची ट्राम शहरामध्ये धावत होती. ३१ मार्च १९६४ रोजी या मार्गावरची शेवटची ट्राम रात्री १० वाजता आपल्या शेवटच्या प्रवासाला निघाली. तिला निरोप द्यायला मुंबईकरांनी प्रचंड गर्दी केली होती.

त्या दिवशी मुंबईच्या वाहतूक इतिहासातील एका युगाचा अस्त झाला.

एक नजर भविष्याकडे

ऑक्टोबर २००७... मुंबईतला उकाडा मी म्हणत होता; पण मुंबईत दाखल झालेल्या अद्ययावत तंत्रज्ञानाच्या नव्या लोकल गाड्यांच्या चाचणीसाठी हजर राहाण्याची आणि त्या चाचणीचा भाग होण्याची परवानगी मला मिळाली होती आणि त्यामुळे दिवसभर उत्कंठा लागून राहिली होती. १९२५ मध्ये विद्युत यंत्रणेवर चालणाऱ्या लोकल गाड्या आल्यानंतर तंत्रज्ञानात एवढा मोठा बदल झाला नव्हता आणि या बदलाचा साक्षीदार होण्याची संधी मला मिळत होती.

पूर्वीच्या BB&CI रेल्वेमार्गाच्या बाजूला असलेल्या कांदिवलीच्या वर्कशॉपमध्ये मी पोहोचलो, तेव्हा रात्रीचा एक वाजला होता. मी आतापर्यंत बघितलेल्या सगळ्या गाड्यांपेक्षा ही नवीन ट्रेन वेगळी होती. मुंबईमध्ये धावणाऱ्या गाड्यांचा रंग पिवळा-किरमिजी होता; पण ही गाडी मात्र जांभळ्या-पांढऱ्या-राखाडी रंगातली होती. ही अशी गाडी मुंबईत आणण्याचा निर्णय धाडसी होती. पिवळ्या-किरमिजी रंगाच्या गाडीत लोकांनी पान खाऊन थुंकलेले डाग सहज लपले जायचे. या गाडीच्या खिडक्या रुंद होत्या, अंतर्गत रचना खूप प्रशस्त होती आणि जुन्या गाड्यांच्या तुलनेत आतमध्ये खूप उजेडही होता.

गाडीच्या मोटर कोचमध्ये खूप साऱ्या वायरी ठेवलेल्या होत्या. त्या वायरींना लॅपटॉप जोडले होते आणि त्या लॅपटॉपवर वेगवेगळ्या प्रकारचे ग्राफ दिसत होते. अभियंत्यांचं काम सुरू झालं आणि गाडीने थोडासा वेग पकडला; पण लवकरच ही गाडी रात्रीच्या वेळी निर्जन पडलेल्या स्थानकांना मागे टाकत वेगाने धावू लागली. मीरा रोड स्थानक ओलांडताना या गाडीने ताशी १०० किलोमीटरचा वेग गाठला. त्यानंतर या गाडीने वेग थोडा कमी करून पुन्हा वाढवला.

या नव्या गाडीत सिमेन्स कंपनीची विद्युत उपकरणे बसवलेली होती. ही

उपकरणे सॉफ्टवेअरच्या मदतीने चालवली जाऊ शकत होती. जागतिक बँकेच्या मदतीने सुरू झालेल्या मुंबई नागरी वाहतूक प्रकल्पाच्या अंतर्गत हा 'लोखंडी रथ' २० कोटी रुपयांना विकत घेतला होता. शहरातील वाहतुकीच्या पायाभूत सुविधा अद्ययावत करण्यासाठी हा प्रकल्प सुरू झाला होता.

भारतीय रेल्वेच्या विद्युतीकरणाची सुरुवात मुंबईपासूनच झाली, हे आपण मघाशीच बघितलं. १९२५ मध्ये १५०० व्होल्टच्या डीसी तंत्रज्ञानाने याची सुरुवात झाली. १९५० मध्ये भारतीय रेल्वेने १५०० व्होल्टऐवजी विजेची बचत करणारं २५ के-व्ही एसी तंत्रज्ञान स्वीकारलं होतं. मुंबईमध्ये हा बदल करायचा, तर प्रवाशांना खूप मोठा मनस्ताप सहन करावा लागणार असल्याने मुंबईमध्ये अजूनही डीसी प्रवाहावरच गाड्या चालवल्या जात होत्या. भारताच्या इतर भागांमधून येणाऱ्या गाड्यांचं इंजिन मुंबईच्या जवळ आल्यावर एका 'न्युट्रल झोन'मध्ये यायचं आणि इथे हे इंजिन मुंबईमधल्या जुनाट तंत्रज्ञानासाठी आपली विद्युत यंत्रणा बदलायचं. हे अगदीच कटकटीचं काम होतं. आता मात्र नव्या सहस्रकामध्ये मुंबईच्या या डीसी प्रवाहावर धावणाऱ्या गाड्या टप्प्याटप्प्यांनं एसी विद्युतप्रवाहावर चालवल्या जाणार होत्या.

या संक्रमणाच्या काळामध्ये मुंबईतल्या गाड्या चालू राहाव्यात यासाठी त्या गाड्या डीसी आणि एसी या दोन्ही विद्युत प्रणालीवर चालतील, असं तंत्रज्ञान विकसित करण्यात आलं होतं. या नव्या लोकल गाड्या MRVC म्हणजेच मुंबई रेल्वे विकास महामंडळाच्या नावाने ओळखल्या जातात. जुन्या गाड्यांचा जास्तीतजास्त वेग ८० किलोमीटर प्रतितास एवढा होता. या नव्या गाड्या १०० ते ११० किलोमीटर प्रतितास एवढ्या वेगाने पळू शकत होत्या; पण सर्वांत महत्त्वाचं म्हणजे या गाड्या ३५ टक्के ऊर्जेची बचतही करत होत्या. या गाड्यांनी ब्रेक लावल्यावर ऊर्जा निर्माण केली जाते आणि ही ऊर्जा पुन्हा गाडी चालवण्यासाठीच वापरली जाते.

उपनगरीय रेल्वेमार्गावरचं पहिलं डीसी-एसी परिवर्तन GIPRच्या किंवा मध्य रेल्वेच्या टिटवाळा-कसारा या सेक्शनमध्ये नोव्हेंबर २००६ मध्ये पूर्ण झालं. त्यानंतर अगदी काही वर्षांपूर्वीच मध्य रेल्वेच्याच हार्बर मार्गावरचं परिवर्तन पूर्ण झालं आणि १५०० व्होल्ट डीसी यंत्रणा इतिहासजमा झाली.

मेट्रो आणि मोनोरेल

क्लार्क आणि बर्कले यांनी पहिला रेल्वेमार्ग बांधल्यानंतर १५० वर्षांनी आता मुंबईमध्ये पुन्हा एकदा नव्या रेल्वेचं बांधकाम सुरू आहे. मुंबईतील रेल्वेच्या जाळ्यावर पडणारा प्रचंड ताण आणि शहरामध्ये झालेला लोकसंख्येचा विस्फोट यांचा विचार केला, तर या रेल्वेचं बांधकाम खूप आधीच व्हायला हवं होतं.

या पार्श्वभूमीवर मुंबई मेट्रो रेल्वेचा उल्लेख करायलाच हवा. मुंबईचे पूर्व-

पश्चिम भाग जोडणाऱ्या आणि अनेक मार्ग असलेल्या या नव्या नागरी रेल्वे सेवेचं नियोजन करण्यात आलं आहे. सध्या धावणारी रेल्वे उत्तर-दक्षिण टोकांना जोडते. वाहतूककोंडी टाळण्यासाठी या यंत्रणेचं नियोजन केलं आहे. तीन टप्प्यांमध्ये राबवण्यात येणारी ही यंत्रणा २००७ पासून पुढच्या १५ वर्षांमध्ये पूर्ण होईल, असं हे नियोजन होतं.

ही यंत्रणा प्रत्यक्षात उतरल्यावर शहरामध्ये तीन मेट्रोमार्ग सुरू होतील. हे तिन्ही मेट्रोमार्ग ६३ किलोमीटरचं अंतर आपल्या आवाक्यात घेतील. वर्सोवा-अंधेरी-घाटकोपर या पहिल्या मार्गाचं काम खासगी-सार्वजनिक भागीदारीमध्ये पूर्ण करण्यात आलं आहे. साधारण १२ किलोमीटरचा हा मार्ग पूर्णपणे उन्नत आहे. या मार्गाचं काम फेब्रुवारी २००८ मध्ये सुरू झालं आणि जून २०१४ मध्ये या मार्गावरून पहिली मेट्रो धावली. या पहिल्या मेट्रोचं सारथ्य २७ वर्षांच्या रूपाली चव्हाण यांनी केलं.

१९ व्या शतकात रेल्वेच्या पायाभूत सुविधांपैकी महत्त्वाचा भाग असलेलं टर्नटेबल या मेट्रोमुळे पुन्हा शहरामध्ये आलं. रेल्वे विभागाने या टर्नटेबलचा ताबा घेतला. या टर्नटेबलमुळे गाडी जागेवर उभी राहूनच रूळ बदलू शकते. यापैकी एक टर्नटेबल वर्सोवा कारशेडमध्ये बसवण्यात आलं आहे. शंटिंगसाठी बॅटरीवर चालणारी जुनी इंजिनंदेखील पुन्हा एकदा वापरात आली आहेत. डिझेल किंवा विद्युत यंत्रणेच्या अभावी गाड्या पुढे-मागे करण्यासाठी ही इंजिनं वापरता येतात. जवळपास शंभर वर्षांपूर्वी GIPRच्या ताब्यात अशी बॅटरीवर चालणारी दोन इंजिनं होती. ही इंजिनं १९२७ मध्ये इंग्लंडवरून आयात करण्यात आली होती. रेल्वेमध्ये वाफेवर चालणाऱ्या गाड्यांपासून विद्युत यंत्रणेवर धावणाऱ्या गाड्यांचं स्थित्यंतर होत असतानाच ही इंजिनं वापरामध्ये आणली गेली. या दोन्ही अवशेषांना आता पुन्हा एकदा किंमत आली आहे. एखादं जुनं तंत्रज्ञान आजही कामी येऊ शकतं; ते असं!

~

एका पोलादी किंवा काँक्रीटच्या पट्टीवरून सरकणारी शहरातली मोनोरेल हीदेखील कौतुकास पात्र ठरेल, अशीच आहे. शहरातील चेंबूर, वडाळा, महालक्ष्मी यांसारख्या कोपऱ्यांमध्ये मेट्रो पोहोचणं शक्य नाही. अशा ठिकाणी मोनोरेलचं नियोजन करण्यात आलं आहे. ही मोनोरेल म्हणजे सध्याच्या काळातलं एकमेव उदाहरण आहे. २ फेब्रुवारी २०१४ रोजी मोनोरेलचं उद्घाटन झालं. दुसऱ्याच दिवशी मुंबईकरांनी या नव्या पाहुणीचं स्वागत करायला गर्दी केली. २३ वर्षांची जुईली समीर भंडारे या पहिल्या मोनोरेलची चालक होती.

चेंबूर आणि वडाळा यांच्या दरम्यान धावणारी मोनोरेल पाहून हे भूतकाळात

याआधीही घडल्याची जाणीव होते. जवळपास शतकभरापूर्वी पंजाबच्या पतियाळा संस्थानामध्ये ८० किलोमीटर लांबीचं मोनोरेलचं जाळं होतं. १९१० ते १९२७ अशी १७ वर्षं इथे मोनोरेल धावत होती. इविंग प्रणालीवर धावणारी ती देशातली एकमेव रेल्वे होती. तोल साधण्याचं तत्त्व वापरून ब्रिटिश संशोधक डब्ल्यू. जे. इविंग यांनी ही रेल्वे तयार केली होती. ही मोनोरेल मुंबईतच तयार झाली होती आणि या मोनोरेलचे रूळही माझगाव इथे बनले होते. भारतातल्या पहिल्या मोनोरेलची फक्त जोडणी पतियाळामध्ये करण्यात आली होती.

~

आपल्याला शहरातल्या तिसऱ्या महत्त्वाच्या टप्प्याचीही नोंद घ्यावी लागणार आहे. मुंबईतलं उपनगरीय रेल्वेचं जाळं भक्कम करण्यासाठी रेल्वे मंत्रालयाने आता एक वेगळीच उंची गाठायचा निर्णय घेतला आहे. शहरामध्ये जमीन मिळवण्यासाठी कराव्या लागणाऱ्या खटपटींचा विचार करून आता रेल्वेने जमिनीऐवजी आकाशात विस्तार करायचं ठरवलं आहे. सध्याच्या रेल्वेमार्गावर उन्नत रेल्वेमार्ग उभारण्याचा प्रस्ताव रेल्वेने सादर केला आहे. सुरुवातीला विरार ते चर्चगेट या दरम्यान हा मार्ग प्रस्तावित असून हा मार्ग ओव्हल मैदानाजवळ उतरेल. पूर्वी कुलाब्याला जाणारी गाडीही इथर्यंत येत होती.

या योजनेला पहिला अडथळा आला तो रेल्वेमार्गावर बांधलेल्या पुलांचा! हा मार्ग बांधण्यासाठी २१ हजार कोटी रुपयांचा खर्च येणार आहे; पण उन्नत मार्गाचं नियोजन असताना या पुलांमुळे प्रत्यक्षात हा मार्ग जमिनीखालूनच जाण्याची शक्यता आहे.

या प्रस्तावामुळेही एका जुन्या गोष्टीची आठवण होते. भुयारी रेल्वेमार्गाचा प्रस्ताव दर १०० वर्षांनी डोकं वर काढत असतो. लंडनमधल्या भुयारी रेल्वेच्या लोकप्रियतेचा पगडा ब्रिटिशांच्या मनावर होता. त्यातूनच मुंबईतही अशीच रेल्वे बांधण्याची टूम १८९० मध्ये निघाली होती. त्यानंतर १९२० मध्येही चर्चगेट आणि इतर महत्त्वाची ठिकाणे भुयारी रेल्वेने जोडण्याचा प्रस्ताव विचाराधीन होता. स्वातंत्र्यानंतर १९५० आणि १९६० च्या दशकांतही अशी कुजबूज सुरूच होती. त्यानंतर अनेकांनी अगदी अभ्यासपूर्ण अहवाल, प्रात्यक्षिके यांच्यासह भुयारी रेल्वेमार्गामुळे मुंबईच्या जमिनीखाली असलेल्या इतर गोष्टींना कसा धक्का पोहोचणार नाही, याचं सादरीकरण केलं होतं. या प्रात्यक्षिकाचा एक लघुरूप आराखडा सायन इथल्या 'बेस्ट'च्या संग्रहालयात आजही बघायला मिळतो. माजी रेल्वेमंत्री लालुप्रसाद यादव यांनी २१व्या शतकात या कल्पनेला पुन्हा थोडीशी हवा दिली. गमतीची गोष्ट म्हणजे यापैकी एकही आराखडा प्रत्यक्षात येणे तर सोडाच, त्याला मंजुरीही

मिळाली नाही. आता २१व्या शतकाच्या दुसऱ्या दशकात मेट्रोच्या माध्यमातून भुयारी रेल्वे बांधण्याची संकल्पना प्रत्यक्षात उतरत आहे.

इतिहासाची पुनरावृत्ती होतच असते. आता या वेळी फक्त ही पुनरावृत्ती यशस्वी होवो, हीच आशा आहे.

उपसंहार

मुंबईतलं रेल्वेचं जाळं हे देशातलं पहिलं रेल्वेचं जाळं होतं. या शहरातल्या रेल्वेने तंत्रज्ञानातल्या अनेक सुधारणांचा पाया रचला. वाढत्या वयानुसार ही लाइन थकली नाही. आज मुंबईची रेल्वे फक्त भारतातली पहिली म्हणूनच नाही, तर भारतातली सर्वांत गजबजलेली आणि जिवंत रेल्वे म्हणून ओळखली जाते.

२६ जुलै २००५ रोजी दोन वाजता मुंबईत मुसळधार पाऊस सुरू झाला. जणू ढगफुटीच झाली.[१] २७ जुलैपर्यंत सांताक्रूझ वेधशाळेत ९४४ मिलिमीटर पावसाची नोंद झाली होती. फार पूर्वी मुंबई जशी बेटांमध्ये विभागली होती, तसंच हे शहर त्या दिवशी दिसत होतं. सायन पूर्वीच्या दलदलीसारखंच झालं होतं. गाड्या जागीच थांबल्या आणि या गाड्यांना वीजपुरवठा करणाऱ्या विजेच्या ताराही तुटल्या होत्या. ५० पेक्षा जास्त गाड्या दुरुस्तीच्या पलीकडे गेल्या होत्या; पण फक्त आठवडाभरात सगळ्या फेऱ्या पुन्हा पूर्ववत सुरू झाल्या. म्हणूनच कदाचित मुंबईची रेल्वे ही मुंबईच्या मानसिकतेचंच प्रतीक आहे. कधीही न झोपणारं शहर!

आता ११ जुलै २००६ आणि २६ नोव्हेंबर २००८ कडे वळू या! ११ जुलै २००६ रोजी मुंबईमधील या रेल्वेमार्गावरच ११ मिनिटांच्या अंतरामध्ये सात बॉम्बस्फोट झाले. यामध्ये अनेक प्रवाशांचे जीव गेले.[२] या घटनेने सगळा देश

१. Rediff.com वर २६ जुलै २००५ रोजी प्रसिद्ध झालेल्या 'Heavy Rains Paralyze Mumbai' या लेखाच्या in <http://in.rediff.com/news/2005/jul/26mumbai.htm>, या URL वर आधारित माहितीनुसार.

२. १२ जुलै २००६ रोजी CNN च्या वेबसाइटवर प्रसिद्ध झालेल्या 'At Least 174 Killed in Mumbai Train Blast', वृत्ताच्या in <http://edition.cnn.com/2006/WORLD/asiapcf/07/11/mumbai.blasts/>, या URLवर आधारित माहितीनुसार.

हादरला. तरीही पश्चिम रेल्वेची सेवा या बॉम्बस्फोटांनंतर काही तासांमध्येच सुरू झाली होती. माटुंगा स्थानकामध्ये झालेल्या बॉम्बस्फोटात ८६४-ए क्रमांकाचा प्रथम दर्जाचा डबा उद्ध्वस्त झाला होता; पण बॉम्बस्फोट झालेल्या इतर गाड्यांची दुरुस्तीही शक्य नव्हती. ही गाडी १.२ कोटी रुपये खर्च करून दुरुस्त करण्यात आली. आज ही गाडी मध्य रेल्वेमार्गावर धावत आहे.

२६ नोव्हेंबर २००८ रोजी मुंबईवर दहशतवादी हल्ला करणाऱ्यांपैकी दोघांनी व्हिक्टोरिया टर्मिनसमध्ये अंदाधुंद गोळीबार केला. रात्री साडेनऊ वाजता सुरू झालेला हा गोळीबार सुमारे तासाभराने थांबला. या एका तासात ५८ लोक ठार, तर १०४ जण जखमी झाले.[३] रेल्वेने पुन्हा एकदा काही तासांमध्ये आपली सेवा सुरू करत या दहशतवादाला चोख उत्तर दिलं. व्हिक्टोरिया टर्मिनसच्या भिंतींवर असलेल्या गोळ्यांच्या खुणा २०१० मध्ये बुजवून टाकण्यात आल्या.

काळाने आणि नियतीने मुंबईच्या रेल्वेला थोडंसं कमजोर केलं असेल; पण या रेल्वेच्या जाळ्याची इच्छाशक्ती प्रचंड मजबूत आहे.

~

भारतातल्या सर्वांत जुन्या मार्गाने काळानुरूप अनेक स्थित्यंतरं पाहिली. या रेल्वेने प्रेमकहाण्या पाहिल्या आहेत, संकटांचा सामना केला आहे आणि साहसी गाथाही रचल्या आहेत. या जुन्या मार्गावरून चालताना भूतकाळाची कुजबूज ऐकू येते, या जुन्या कहाण्या ऐकायला येतात आणि ऐकायला येतात काही ओळी...

रूळ राहिले पल्याड आता
रव दिवसाचा कानी गुंजे,
आगीनगाडी दिसे न मजला
तरी शिटी का कानी वाजे?

स्नेहाची ऊब मनां सुखावे
जीवलग कोण ते ठाऊक नाही

---

३. २१ नोव्हेंबर २०१२ रोजी सहारा समयच्या वेबसाइटवर प्रसिद्ध झालेल्या 'We Have Got Justice: 26/11 Victim's Wife' या वृत्ताच्या in <http://www.saharasamay.com/regional-news/others-news/676518074/we-have-got-justice-26-11-victim-s-wife.html>, या URLवर आधारित माहितीनुसार.

तरी खुणावे मज आगीनगाडी
जाई कुठे जरी ठाऊक नाही.[४]

(एडना सेंट विन्सेन्ट मिलाय यांच्या 'ट्रॅव्हल' कवितेतील काही ओळींचा स्वैर अनुवाद)

आठवणींची गाडी आणि गाड्यांची आठवण धावतच राहते... आपल्या सगळ्यांच्याच नकळत!

---

४. Poets.org या वेबसाइटच्या in<http://www.poets.org/poetsorg/poem/travel>, या URLवर उपलब्ध असलेल्या Edna St Vincent Millay यांच्या 'Travel' या कवितेचा स्वैर अनुवाद

दडलेला इतिहास

पहिल्या महायुद्धाचे गुप्त उगमस्थान

जेरी डॉशेर्टी आणि जिम मॅकग्रेगर

अनुवाद
स्नेहलता जोशी

पहिल्या महायुद्धाचा इतिहास
हे एक जाणूनबुजून रचलेले असत्य आहे
अर्थात ती बलिदाने, ते शौर्य,
ती भयानक नरसंहारात व्यर्थ गेलेली जीविते किंवा
युद्धानंतरच्या यातना यातले काहीही खोटे नाही.
नव्हे, ते सर्व खरेच आहे; परंतु
हे सर्व सुरू कसे झाले आणि कारणाशिवाय
मुद्दाम १९१५ सालापलीकडे ते कसे
ताणत नेले-गेले त्यामागचे सत्य, शतकभरासाठी
अगदी यशस्वीरीत्या दडवून ठेवले आहे.

www.ingramcontent.com/pod-product-compliance
Lightning Source LLC
LaVergne TN
LVHW092349220825
819400LV00031B/293
* 9 7 8 9 3 5 3 1 7 3 6 6 1 *